విధి రూపకల్పన

మొదటి సూత్రం : మనం మన విధిని కేవలం వర్తమానంలో మాత్రమే మార్చుకోగలం.

రెండవ సూత్రం : మన దైనందిన ఆలోచనలు – కోరికలు, ఇష్టాయిష్టాలు, మనల్ని ఆకర్షించే లేదా వికర్షించే వాటి ద్వారా, మన విధిని మనమే సృష్టించుకుంటాము.

మూడవ సూత్రం : మన విధి రూపకల్పనకు, మనం మనస్సుపై పని చేయాలి. అందుకు మనకు ఒక ధ్యాన విధానం అవసరం.

ఆఖరి సూత్రం : ఈ పుస్తకంలో విధి గురించి తెలుసుకునే అంతిమ సూత్రం ఏమంటే, మనం ఒంటరి వాళ్ళం కాము; మనమంతా పరస్పరం సంబంధం కలిగి ఉన్నాము.మానవాళి విధిని రూపకల్పన చేసేముందు మనతో ప్రారంభించి, తరువాత దాని పరిధిని ఇతరులకు విస్తరిస్తాము. మనమంతా కలిసి, మానవాళి సాగిపోతున్న దిశను మార్చగలిగే రోజు తప్పక వస్తుంది.

దాజీ

విధి
రూపకల్పన

దాజీ

కమలేశ్. డి. పటేల్

MANJUL
మంజుల్ పబ్లిషింగ్ హౌస్

First published in India by

MANJUL

Manjul Publishing House

Corporate and Editorial Office

• 2nd Floor, Usha Preet Complex, 42 Malviya Nagar, Bhopal 462 003 – India

Sales and Marketing Office

• C-16, Sector 3, Noida, Uttar Pradesh 201301 – India
Website: www.manjulindia.com

Distribution Centres

Ahmedabad, Bengaluru, Kochi, Kolkata, Chennai,
Hyderabad, Mumbai, New Delhi, Pune

Designing Destiny: The Heartfulness Way
by Kamlesh D. Patel and Joshua Pollock – Telugu edition

English edition first published by Westland in 2019
First published by Hay House USA in 2019
Hardback edition first published in 2022 by Juggernaut Books
Paperback edition first published in 2022 by Juggernaut Books

This Telugu edition first published in 2024
Third impression 2025

ISBN: 978-93-5543-268-1

Translation by: The Heartfulness Institute, Texas, USA

Printed and bound in India by Repro India Limited

ప్రయోగమూ మీరే
ప్రయోగాన్ని చేసేదీ మీరే
ప్రయోగ ఫలితమూ మీరే
చిత్తశుద్ధితో ప్రయోగాన్ని చేసే వారందరికీ అంకితం

మన జీవిత గమనంలో విధి అంటే ఏమిటి?
ఏది స్థిరమైనది, ఎంత మేరకు మార్చగలదు?
మన విధిని మనం ఎలా రూపకల్పన చేసుకోగలము?

విషయ సూచిక

భాగము I: పరిచయం

భాగము II: సాధన

భాగము III : జీవన శైలి

భాగము IV : విధి, స్వేచ్ఛా సంకల్పం, ఎంపిక చేసుకునే స్వేచ్ఛ

భాగము I

పరిచయం

1

విధి, ప్రారబ్ధం, స్వేచ్ఛా సంకల్పం

పరిణామక్రమం, విధి ఈ రెండు నన్ను ఎల్లప్పుడు అమితంగా ఆకర్షించే విషయాలు. నా జీవితాన్ని మలుపు త్రిప్పిన కొన్ని కీలకమైన క్షణాలు ఉన్నాయి; ఆ క్షణాల్లో నేను తీసుకున్న నిర్ణయం నన్ను ఒకానొక మార్గానికి నడిపించింది. అత్యంత ముఖ్యమైన సంఘటనలలో ఒకటి, 1976లో నాకు పందొమ్మిది సంవత్సరాల వయసు ఉన్నప్పుడు, జరిగింది.

నేను ధ్యానం చేస్తూండగా గమనించిన నా కాలేజీ మిత్రుడు ఒకడు, "నువ్వేం చేస్తున్నావు? కళ్ళు మూసుకుని నీ సమయాన్ని ఎందుకు వృథా చేసుకుంటున్నావు? ధ్యానం చేయాలని ప్రయత్నించినప్పుడల్లా, చికాకుగా ఉండడాన్ని నేను చూస్తున్నాను" అని ఒక రోజు కటువుగా అడిగాడు.

"అవును, నేను నా శాయశక్తులా ప్రయత్నిస్తున్నాను. కానీ ఎలా చేయాలో నాకు తెలియడం లేదు" అని చెప్పాను. దానికి అతడు "నేను నిన్ను ఒక మహిళ దగ్గరికి తీసుకు వెళ్తాను. తక్షణమే మైమరపు స్థితికి చేరుకునేందుకు ఆమె నీకు సహాయపడుతుంది" అన్నాడు. అది నాకు ఎంతగానో నచ్చింది. "సరే, వెళదాం పద" అన్నాను.

అతడు నన్ను, నలభైలలో ఉన్న, చాలా వినయశీలి అయిన ఒక స్త్రీమూర్తి దగ్గరికి తీసుకు వెళ్ళాడు. "నువ్వు ఎందుకు ధ్యానం చెయ్యాలని అనుకుంటున్నావు?" అని ఆమె అడిగింది.

"అది నా సహజమైన కోరిక. నేను ధ్యానం చేయడాన్ని ఇష్టపడతాను. స్వామి వివేకానందలా భారత దేశమంతా పర్యటించాలని కోరుకుంటున్నాను. నేను ఆయనలా కావాలని అనుకుంటున్నాను. నేను దైవ సాక్షాత్కారాన్ని పొందాలని కోరుకుంటున్నాను" అని చెప్పాను. "భగవంతుడు అంతటా ఉన్నాడు, అని నా మార్గదర్శి చెపుతారు. భగవంతుడు అన్ని చోట్లా ఉన్నప్పుడు, నువ్వున్న చోటనే ఆయనను ఎందుకు వెదకకూడదు?" అని ఆమె ప్రశ్నించారు.

"నాకు ఒక సన్యాసిలా మారి, అంతర్ధానం అయిపోవాలని ఉంది. వివాహం చేసుకోవాలనుకోవడం లేదు." అని నేను చెప్పసాగాను.

"స్త్రీ పురుషుల ఇరువురిలో ఏ ఒక్కరో ఉన్నా సరిపోయేటట్లైతే, అనవసరంగా సృష్టించడానికి భగవంతుడు తెలివితక్కువవాడేమీ కాదు. వివాహానికి ఒక ఉద్దేశం ఉంది." అని ఆమె చెప్పింది.

నేను ఎంతో ఇష్టంగా ఏర్పరచుకున్న ఈ ప్రాథమిక నమ్మకాలను సవాలు చేసిన తర్వాత, ఆమె, "దీనిని గురించి మనం మరింతగా ఇక చర్చించవద్దు. నేను యోగశక్తి ప్రసారం ద్వారా చేసే హార్ట్ ఫుల్‌నెస్ ధ్యానం నీకు నేర్పిస్తాను." అని అన్నారు. "నేను ఏ భగవంతుని గురించి మాట్లాడుతున్నానో, ఆమె చెపుతున్న మార్గదర్శి ఎవరో అని మీరు ఆశ్చర్యపోతూ ఉండి ఉంటారు. మనుష్యులు ఎంతోమంది ఉన్నట్లే. భగవంతునికి కూడా ఎన్నో అర్థాలు ఉన్నాయి. ఆరోజుల్లోకూడా, భగవంతుడు గుణాతీతుడు; అందుకని అతనిని నిర్వచించలేమనే అభిప్రాయం నాకు ఉండేది. నిర్వచించగలిగిన లేదా వర్ణించదగిన ప్రతిదీ గుణాలను కలిగి ఉంటుంది. భగవంతుడి తత్వము అన్ని గుణాలలో ఉన్నప్పటికీ అన్ని నిర్వచనాలకూ భిన్నమైన శూన్యత్వం ఆయన ఉనికి, అదే సూత్రాన్ని, మూలం, సృష్టికర్త, పరమాత్మ, అనంతుడు, పరిపూర్ణుడు, ప్రభువు, దివ్యత్వం వంటి ఎన్నో పేర్లతో వర్ణించవచ్చు.

మార్గదర్శి అని ఆమె చెప్పిన వ్యక్తే ఆమె ఆధ్యాత్మిక మార్గదర్శి: ఆయననే మాస్టర్ లేదా గురువు అని కూడా అంటారు. ఎలాంటి రంగంలోనైనా విద్యార్థికి దారి చూపే ముందుకు నడిపించే మంచి ఉపాధ్యాయునిలా, ఒకఆధ్యాత్మిక విద్యార్థితో పాటు తను కూడా ముందుకు నడుస్తూ, దారిచూపే గురువే ఆ మార్గదర్శి. ఇది ఒక ప్రత్యేక యోగశక్తి ప్రసారం (ట్రాన్స్ మిషన్) సహాయంతో జరుగుతుంది. ముమ్ముందు ఈ పుస్తకంలో, హార్ట్ ఫుల్‌నెస్ సాంప్రదాయానికి చెందిన గురువులను గురించి, యోగశక్తి ప్రసారాన్ని గురించి మరింత వివరంగా తెలుసుకుంటారు.

మొదటిసారి ధ్యానానికి కూర్చున్న నాకు జీవితంలో కలిగిన అత్యంత ఆశ్చర్యకరమైన అనుభవం అది. ఎంతో గాఢమైన ప్రభావాన్ని చూపించడం ద్వారా, నాకు ఇదే సరియైన ధ్యానపద్ధతి అని రూఢి అయింది. "ఈ పద్ధతికి చెందిన ఒక ప్రశిక్షకురాలే [ట్రైనరు] ఈ విధంగా యోగశక్తి ప్రసారం చేయగలిగితే, ఆ మార్గదర్శి ఇంకెంతగా చేయగలరో ఊహించుకోవచ్చు!" అని అనుకున్నాను.

ఆయన పేరు రామచంద్ర. ఆయన షాజహాన్ పూర్‌లో జన్మించారు. ఆయనను కలుసుకోవాలన్న తపన నాలో కలుగుతూ ఉంది. కానీ అందుకు నేను వేచి ఉండవలసి వచ్చింది. దాదాపు ఒక ఏడాది తర్వాత, 1977లో నా కాలేజీ సెలవుల్లో మాత్రమే నేను ఆయనను సందర్శించగలిగాను.

నేను షాజహాన్‌పూర్ చేరుకున్నప్పుడు, ఆయన ఒక ప్రేమించే వ్యక్తిగా, నిరాడంబరుడు, నిజాయితీపరుడు, అత్యంత వినయశీలి అయిన వ్యక్తిగా నాకు కనిపించారు. వారి అత్యంత నిరాడంబరత నన్ను ముగ్ధుణ్ణి చేసింది. కేవలం ఆయనను చూడడంతోనే, ఒక వ్యక్తిలో ఇలాంటి స్వచ్ఛత, ఇలాంటి నిరాడంబరత్వమూ ఎలా ఉంటాయా అని నాకు ఆశ్చర్యం కలిగింది. ఆయన సంపూర్ణ ప్రేమ స్వరూపులై ఉన్నారు. ఆయన ద్వారా ఎల్లవేళలా యోగశక్తి ప్రసరణ ప్రవహిస్తూ ఉండడాన్ని అనుభూతి చెందగలిగాను,

ఆయన ఎక్కువసేపు మౌనంగానే ఉండేవారు: అయినప్పటికీ ఏ క్షణమూ నిరుత్సాహంగా అనిపించేదికాదు; నాలో అనుభూతులు కలుగుతూ ఉన్నాయి. ఆయన ఉనికిని నేను నాలో అనుభూతి చెందుతూ తీరికలేకుండా ఉన్నాను. నా మార్గదర్శితో నా ప్రయాణం అలా మొదలయింది. ఐతే, ఆయనను నేను అలా కలుసుకోవడం విధి నిర్ణయమా?

విధిని గురించి చెప్పుకోవాలంటే, ఏది స్థిరమైనది? దేనిని మార్చగలము? అనేది మౌలికమైన ప్రశ్న. మన జీవితాలు మన ప్రారబ్ధం ప్రకారం సాగుతున్నాయా? లేక, మన విధిని ఎంచుకునే స్వేచ్ఛ మనకు ఉందా? మన జీవితాల మీద మన కర్మ, జ్యోతిష్యం, దేవుళ్ళు, ప్రారబ్ధం, మన స్వేచ్ఛాసంకల్పాల ప్రభావం గురించి ఎన్నో వేల సంవత్సరాలుగా అంతులేని పరిశోధనలూ, పరిశోధనా గ్రంథాలు, వాద-ప్రతివాదాలు జరుగుతూనే ఉన్నాయి. కొందరు ప్రారబ్ధాన్ని నమ్ముతారు; మరి కొందరు స్వేచ్ఛ, ఎంపిక చేసుకునే స్వతంత్రత వారి జన్మహక్కుగా భావిస్తారు. చాలా మంది – స్వేచ్ఛగానీ లేదా ఖచ్చితమైన ప్రారబ్ధంగానీ లేదని – ఈ రెండింటినీ కలిపి అంగీకరిస్తారు. ఈ రెండు విపరీత ధోరణుల మధ్యనే జీవితాన్ని కొనసాగిస్తారు. ఇది జన్యుశాస్త్రం లాంటిది. జన్యుశాస్త్రం ప్రకారం మానవ జన్యురాశికి ఒక నిర్దిష్టమైన అమరిక ఉంది; అదే విధంగా, మార్పుకు

అనుకూలంగా ఒక ఉప అంశం కూడా ఉంది. ప్రాథమిక జన్యు నిర్మాణం స్థిరంగా ఉంటుంది; కానీ మన వాతావరణం, మన ఆలోచనలు, మన భావోద్వేగాలూ – ఇవన్నీ మన జన్యువులను ఉత్తేజ-నిస్తేజ పరుస్తూ, వాటి వ్యక్తీకరణ పద్ధతి మీద తమ ప్రభావాన్ని చూపుతాయి. విధి లాగే, జన్యువులు కూడా స్థిరంగానూ, మార్పుకు అనుకూలంగానూ, రెండు విధాలుగానూ ఉంటాయి. ఇలా ఉండకపోతే, పరిణామ ప్రక్రియ అనేదే ఉండదు!

ఈ పుస్తకంలో విధిని గురించి నేను నేర్చుకున్నది, మన జీవితాలలో స్వేచ్ఛ, అదృష్టాలకు సంబంధించిన ప్రాముఖ్యతను మన నమ్మకాలు ఎలా నిర్ణయిస్తాయనేది, మీకు తెలియజేస్తాను. మన విధిని రూపొందించుకోడానికి మనకు సహాయపడే కొన్ని సరళమైన హార్ట్ ఫుల్‌నెస్ సాధనలను, జీవన శైలిలో మార్పులనూ కూడా నేను మీతో పంచుకుంటాను. ఈ రోజు మనం చేసినదే మన భవిష్యత్తును నిర్ణయిస్తుంది. ఎప్పుడో గతంలో చేసినది ఇప్పటికే మన ప్రస్తుత జీవితాన్ని నిర్ణయించింది. మనం మన విధిని ఈ విధంగా రూపొందించుకుంటాము.

మనలో ప్రతి ఒక్కరమూ కాలము, ప్రదేశము అనే పరిమాణాల మీద జీవిస్తూ ఉంటూ, మన శక్తి క్షేత్రంలో ముద్రలను ఏర్పరచుకోవడం ద్వారా, మనం నిరంతరంగా ఈ పరిమాణాల మీద మనదైన గుర్తులను వేసుకుంటూ ఉంటాము. తద్వారా మనదైన ఒక ప్రత్యేకతను, ఒక వ్యక్తిత్వాన్ని ఏర్పరచుకుంటూ, మన వ్యక్తిగత స్వభావం, లేదా మన భవిష్యత్ కర్మను మనమే సృష్టించుకుంటూ ఉంటాము. మనం ఆ ముద్రలను తొలగించుకుని, మన మనోఫలకాన్ని శుభ్రంగా తుడుచుకోగలిగితే, అప్పుడు మన కర్మకు సంబంధించిన గుర్తులు చెరిగిపోయి, మన పరిమితులు తొలగి, భవిష్యత్తులో మన విధియొక్క సంభావ్యతలను విస్తరింపగలము. ఒక మంచి విషయం ఏమిటంటే, మన శక్తిక్షేత్రాన్ని ప్రక్షాళన చేసి, మన వ్యక్తిత్వాన్ని, కర్మనూ పూర్తిగా మార్చుకునేందుకు ఈ ముద్రలను మనం సులువుగా తొలగించుకోగలము. మరి ఇదంతా ఎలా జరుగుతుందో. ఈ పుస్తకంలో మనం తెలుసుకుందాం. అంతే కాక, ముద్రలను తొలగించుకోవడం ద్వారా మన జీవితాలు ఎలా రూపాంతరం చెందుతాయో కూడా మనం అర్థం చేసుకుందాము.

విధి నిర్వచనం

ఒక చక్కని ఆచరణాత్మక పద్ధతిలో ఈ విధి అనే అంశాన్ని గురించి తెలుసుకునేందుకు కొన్ని మౌలికమైన సూత్రాలను మనం పాటించాలి. మొదటిది, మనం మన విధిని వర్తమానంలో మాత్రమే మార్చుకోగలము. గతం గతః

జరిగిపోయిన దానిని మార్చలేము. గతాన్ని పట్టుకుని వ్రేలాడుతూ ఉండడం మంచిది కాదు. ఎందుకంటే అది మన విలువైన శక్తిని వృథా చేస్తుంది. ముఖ్యంగా, గతించిన కాలం మనకు విడచిపెట్టి వెళ్ళిన ముద్రలను ఎలా తొలగించుకోవాలో మనందరమూ తెలుసుకుంటాము. మన వర్తమానంలో మనం ఎలా జీవిస్తున్నాము అనేది, భవిష్యత్తును నిర్ణయిస్తుంది. ఈ రోజు మనము ఏమి చేస్తున్నాము అనేదే ముఖ్యం. భవిష్యత్తులో మన విధిని రూపకల్పన చేసేందుకు వర్తమానంలోని ప్రతి రోజూ, ప్రతి క్షణమూ ఒక సువర్ణ అవకాశమే.

విది యొక్క రెండవ సూత్రం ఏమిటంటే, మన దైనందిన ఆలోచనలు, కోరికలు, మన ఇష్టాయిష్టాలు, మనల్ని ఆకర్షించేవి లేదా వికర్షించే వాటి ద్వారా మన విధిని మనకోసం మనమే సృష్టించుకుంటాము. ఒకటి మనల్ని ఆకర్షిస్తుంది. మరొకటి వికర్షిస్తుంది, ఇంకొకటి తటస్థమైనదై మనపై ఎంత మాత్రమూ ప్రభావం చూపదు అనే విషయాన్ని మీరు గమనించారా? మనకు కొన్ని ఇష్టమైనప్పుడు, వాటిని మన స్వశక్తి క్షేత్రంలోకి ఆకర్షిస్తాము. మనకు ఇష్టం లేని వాటిని మన నుండి దూరంగా త్రిప్పి కొడతామని మనం అనుకుంటాము; కాని వాస్తవానికి అవి కూడా ఇష్టాలంత బలంగానే మనపై ప్రభావాన్ని చూపుతాయి. సానుకూల పద్ధతికి బదులుగా, ప్రతికూల పద్ధతిలో మనం వాటికి అతుక్కుపోతాము. ఉదాహరణకు, మనం ప్రేమించే వ్యక్తిని ఎంత బలంగా తలచుకుంటామో, ద్వేషించే వ్యక్తిని కూడా అంతే ఎక్కువగా తలచుకుంటాము. ఒక బృందంలో ఉన్న వ్యక్తుల మధ్యగల విభేదాలను పరిష్కరించడానికి నేను ఒకసారి మధ్యవర్తిగా ఉండవలసి వచ్చింది. వారు తమ నాయకురాలు గురించి చాలా విసిగిపోయారు. ఆమె అందరి పట్లా దౌర్జన్యంగా ప్రవర్తిస్తూ ఉండేది. దానికి అందరూ చాలా బాధపడ్డారు. ఆమెను గురించి నా దగ్గరికి వచ్చి ఫిర్యాదు చేశారు. వాళ్ళంతా తమ సమయాన్ని పూర్తిగా ఆమెను గురించే ఆలోచిస్తూ గడుపుతున్నారని నేను గమనించాను. ఆమె బలహీనతల మీదా, ఆమె తప్పుల మీదా వాళ్ళు ధ్యానంచేస్తున్నారు! వాళ్ళు ఏమి చేస్తున్నారోనన్న విషయం ఒకసారి తెలుసుకున్నాక, వాళ్ళు తమ పంథాను పూర్తిగా మార్చుకున్నారు. పరిస్థితులు మరింతగా మెరుగుపడసాగాయి.

మనకు తెలియకపోయినప్పటికీ, చాలా వరకూ మన ఆలోచనలు ఈ ఇష్టాయిష్టాల సుడిగుండంలో పడి, తీరికలేకుండా గింగిర్లు కొడుతూ ఉంటాయి: 'నాకు నిజంగా ఆ ఇల్లు నచ్చింది, నాకు అది కావాలి!', 'ఆమె అహంభావి, ఆమెతో కలిసి పనిచేయడం నాకు ఇష్టం లేదు', 'అతడు చాలా సమర్ధవంతుడు, నేను ఆయనలా ఉంటే బాగుంటుంది', 'వాళ్ళు చాలా ప్రమాదకరమైన వ్యక్తుల్లా

కన్పిస్తున్నారు. వారి నుండి దూరంగా ఉంటే మంచిది', 'ఆమె చాలా అందంగా ఉంది, నేను ఆమెలా అందంగా కనిపించాలనుకుంటున్నాను' మొదలైనవి. ఆ క్షణంలో మన. ఇష్టాయిష్టాలతో ప్రతిస్పందించడం ద్వారా మనం నిరంతరంగా మన మనస్సులలో ముద్రలను ఏర్పరచుకుంటాము.

దురదృష్టవశాత్తూ, మనలో చాలామంది ఈ చంచలత్వం నుండి, ప్రతిస్పందించే ధోరణి నుండి తప్పించుకునే విధంగా తమను తాము సుశిక్షితుల్ని చేసుకోలేరు. శరదృతువులో చెట్లనుండి ఆకులు రాలినట్లుగానే, మనకంటూ ఏ దిశా లేకుండా, సరైన దృష్టి లేకుండా, గాలి ఎటు వీస్తే అటు కొట్టుకుపోతూ ఉంటాము. మనస్సు ఆ విధంగా ఉన్నప్పుడు, మనలో ఎలాంటి ముందుచూపుగాని, ప్రణాళికగాని లేకుండా, ప్రతిరోజూ జరిగే సంఘటనలే మన విధిని నిర్ణయిస్తాయి.

అందుకని మనం ఏమి చేయగలము? మన రూపొందించబోయే సాధనానికి శిక్షణ ఇవ్వడం ద్వారా ప్రయత్నాన్ని ప్రారంభించండి.

ముందుగా మనం ఒక ఉపమానము ఊహించుకుందాము: మీకొక అందమైన కొత్త ఖరీదైన ఫెర్రారి కారు ఉందనుకోండి. దానిని విశాలమైన రహదారులమీద, అద్భుతమైన నగరంలో, చాలా దూరం, మీ హృదయానికి నచ్చినట్లుగా, ప్రతిచోటకూ నడుపుకుని వెళుతూ మీరు చాలా ఆనందంగా ఉన్నారు అనుకుందాము. కానీ కారు నడపడంలో మీకు క్షణం తీరిక లేక, దానిని సర్వీసు చేయించేందుకు వీలు చిక్కలేదు. దానితో కాసేపటికి ఆ కారు ఇంజన్ పనితనం తగ్గి, చివరికి ఆగిపోతుంది. త్వరలోనే ఆ కారు ఎంతమాత్రమూ రోడ్డు మీద తిరగడానికి పనికిరాదు.

కానీ నేను ఫెర్రారి కారుని గురించే ఎందుకు చెపుతున్నాను? మనం మన విధిని రూపకల్పన చేసుకునేందుకు, కారు ఇంజనుకు సరిసమానంగా మంచి స్థితిలో ఉంచుకోవలసినది మనలో ఏముంది? దాన్ని మనం మనసు లేక హృదయాధారిత మనసు లేక సూక్ష్మశరీరం అంటాం. మన మనస్సును "సర్వీస్' [సరి] చేసిన లేదా శిక్షణ ఇచ్చిన తరువాత మాత్రమే అది మన విధిని రూపకల్పన చేయగల సామర్థ్యం ఉన్న ఒక సాధనంగా మనకు ఏర్పడుతుంది. అంటే మన ఉపచేతనస్థితిలో నుండి ఉద్భవించి మనలో పేరుకుపోయిన భావోద్వేగాలను తీసివేస్తూ, దారి చూపే రాడార్ లాగా మనకు మార్గదర్శనం చేసే హృదయం లోలోతుల్లోని మానవసామర్థ్యాన్ని అందుకోవడం నేర్చుకుంటూ, అంతరంగనిశ్చలతను, స్పష్టతను కనుగొనటానికి మన ఆలోచనలను క్రమబద్ధీకరిస్తున్నాయి. అందుకు మనకు ఒక ధ్యాన సాధన అవసరం. దానిని గురించి లోతుగా మనం ఈ పుస్తకంలో తెలుసుకుందాము.

'నేను ఇప్పుడు అన్ని విధాలా ఆనందంగానే ఉన్నాను. నేనెందుకు మారాలి? నా ప్రస్తుత విధిలో తప్పేముంది?' అని మీరు అనవచ్చు. అవును, ఎంతైనా అది మీ ఇష్టం. మీరు దీనిని మార్చుకోవాలని అనుకోకపోవచ్చు. కానీ మీరు నిజంగా పూర్తిగా ఆనందంగా ఉన్నారా? దానిని గురించి ఆలోచించండి. మీ చుట్టూనూ, మీలోనూ లోతుగా పరిశీలిస్తే, సాధారణంగా మన ఆనందం బాహ్యమైన వాటిమీద, పరిస్థితుల మీదా ఆధారపడిఉందని మనం తెలుసుకుంటాము. అందుకే పరిస్థితులు మారి విచారం, దుఃఖమూ కలిగినప్పుడు, దానిని తట్టుకోడానికి మన వద్ద ఏ అంతర్గత సాధనాలూ ఉండవు – ఫెర్రారి కారు చెడిపోతే, రోడ్డు ప్రక్కనే ఒంటరిగా నిస్సహాయంగా ఉన్నట్లుగా! ఏం జరుగుతూ ఉన్నప్పటికీ, ఆనందంగా ఉండే విధంగా మీకై మీరు శిక్షణనిచ్చుకుంటే మంచిది. దీనినే మరో విధంగా ఆలోచించండి: మీకు తీవ్ర అనారోగ్యం లేదా ప్రాణాంతక వ్యాధి సోకేవరకూ, మీ శారీరక అవసరాలను నిర్లక్ష్యం చేయడం మంచిదేనా? అదే విధంగా, మీ మనస్సును, బుద్ధినీ పట్టించుకోకుండా, పూర్తిగా క్షీణించే వరకూ ఎందుకు నిరీక్షించాలి? ఫెర్రారీ కారులా, దానిని కూడా అద్భుతమైన స్థితిలో ఎందుకు ఉంచుకోకూడదు?

విధి మనల్ని ఎక్కడికి తీసుకువెళుతూ ఉంది?

విధి లేదా గమ్యం అంటే మనం ఎక్కడికో, లేదా దేనివైపో వెళుతూ ఉన్నామన్న మాట. గమ్యం స్థిరమైనది, నిశ్చయమైనదీ. అయితే, జీవితంలో మనకు వ్యక్తిగత లక్ష్యాలను ఏర్పరచుకోవలసిన అవసరం ఏదైనా ఉందా?

ఐతే, మన విధిని లేదా గమ్యాన్ని మనమే రూపొందించుకుంటామని మనం నమ్మితే, అప్పుడు మనం ఒక లక్ష్యంతో ఒక దిశను ఏర్పరచుకుంటాము. జీవితంలో మనం కోరుకునేది ఏది? అన్ని వర్గాల వారు, అన్ని సంస్కృతుల వారూ సర్వసాధారణంగా ఇచ్చే సమాధానాలు – ఆనందం, సంతృప్తి, ప్రేమ అని. అష్టావక్ర గీత, బైబిల్ వంటి కొన్ని గొప్ప గ్రంథాలలో కూడా ప్రాచీన యోగులు ఏమని చెప్పారు? అష్టావక్రుడు జనక మహారాజుకు క్షమత్వాన్ని, నిరాడంబరత్వాన్ని, జాలి, దయ, సంతృప్తి, సత్యసంధతనూ అలవరచుకోమని చెప్పాడు. దానివల్ల ఆనందము, మూలతత్వంలా వ్యక్తం కాగలవు. బైబిల్ లో ఏసుక్రీస్తు బోధలు కూడా అదే సిద్ధాంతం మీద ఆధారపడి ఉన్నాయి.

ఆనందాన్ని, సంతృప్తిని, ప్రేమనూ కలిగించేది ఏది? మీకు ఈ క్షణంలో, బహుశా అది ఒక అద్భుతమైన సంబంధమో లేదా ఒక గొప్ప ఉద్యోగమో,

జీవితంలో స్థిరపడిన పిల్లలు, లేదా సౌకర్యవంతమైన జీవనశైలి కావచ్చు. కానీ చివరికి మీకు అన్నీ ఉన్నప్పటికీ శాంతి, ప్రశాంతతా లేకుంటే, మీరు ఎన్నడూ ఆనందంగా ఉండలేరు.

మనం ఈ పుస్తకంలో చెప్పినట్లుగా, ఈ విషయంలో మరింత లోతుగా వెళితే, ఆనందం బాహ్య విషయాలమీద, వ్యక్తులమీద ఆధారపడి ఉండదనే నా అభిప్రాయంతో మీరు ఏకీభవిస్తారు. మన చదువుల్లో విజయాలు, కుటుంబ జీవనంలో ఆనందం, చక్కటి 'బ్యాంకు బ్యాలన్స్', మంచి స్నేహితులు, సంతోషం, సిరిసంపదలు మొదలైనవి మనకు తాత్కాలిక ఉల్లాసాన్ని కలిగిస్తాయి. ఇవి మన దైనందిన జీవితంలో చాలా ముఖ్యం. కానీ అవి శాశ్వతమైన ఆనందాన్ని అందించలేవు. ఎందుకని? అవన్నీ అశాశ్వతమైనవి. అవి పోయినప్పుడు, ఆనందం కూడా అంతర్ధానమౌతుంది. మీరు ఎంత ఆనందంగా ఉంటారు లేదా ఎంత విచారంగా ఉంటారు అనేది, ఇతరులు నిర్ణయించేలా జీవించడం తెలివైన పని కాదు. అందుచేత, మనం ఆనందం కోసం బాహ్యమైన వాటిమీద ఆధారపడడానికి, మరింత శాశ్వతమైన దాని మీద ఆధారపడడానికీ మధ్య ఒక సమతుల్యతను సాధించవలసిన శాశ్వతమైన ఆనందాన్ని అన్వేషించడానికి మనకు మనం. మన లోలోతుల్లోనికి చూసుకోవలసిన అవసరం ఉంది. ఇదంతా అంతర్గత, బాహ్య జీవితాల మధ్య సమతుల్యతను సాధించడాన్ని గురించే.

ఒక్క నిముషం సేపు, మనకు ఒక ప్రశాంతమైన, సమతుల్యమైన ఆనందకరమైన మనస్సు ఉందని అనుకుందాము. ముఖ్యంగా, క్షణం తీరిక ఉండని, ఒత్తిడితో కూడిన, అస్థిమితమైన ఈ ఆధునిక ప్రపంచంలో, అదే ఒక గొప్ప విజయం. కానీ కేవలం ఆనందంగా ఉండడం, ప్రశాంతంగా ఉండడమే మన లక్ష్యమా? కాదు. అది కేవలం మొదటి మెట్టు మాత్రమే. నిశ్చలమైన ఆ మనస్సుతో మనం ఏమి చేయాలో, దానిని ఎలా ఉపయోగించాలో తెలుసుకోవడం ముఖ్యం.

మన స్వీయ అభివృద్ధి కోసం చేసే పనిలో ప్రావీణ్యతను సాధించడానికి, అవకాశాలను విస్తరించుకోవడం కోసం మనం ఎక్కువగా శ్రమించవచ్చు. మానవులందరూ ఎల్లప్పుడూ అలాగే చేశారు. తమ లక్ష్యాలను సాధించేందుకుగాను వారు ఎన్నో పోరాటాలు చేసేందుకు, ఎన్నో ఇబ్బందులు ఎదుర్కొనేందుకు సిద్ధపడ్డారు. ఒలింపిక్స్ ఆటలలో స్వర్ణపతకం సాధించినవాడికి, ఒక వయొలిన్ విద్వాంసునికి, నడక నేర్చుకునే ఒక చిన్న పిల్లవాడికీ – వీరందరికీ తెలుసు. జీవితంలో ఒక లక్ష్యము లేదా ప్రయోజనమూ ఉన్న ఎవరికైనా ఇది తెలుసు. మనం

కోరుకున్న దానిని సాధించడం కోసం మనం శాయశక్తులా పోరాటం చేస్తాము. సంతృప్తి మాత్రమే చాలదు. మనం దేనినైతే కోరుకుంటామో దానిలో ప్రావీణ్యాన్ని సంపాదించి, అభివృద్ధి చెందడానికి కృషి చేస్తాము.

జీవితమంటేనే పరిణామక్రమం. ప్రతి జీవితమూ ఏదో ఒక విధమైన వికాసమే. అది జ్ఞానాన్ని, నైపుణ్యాలను, వైఖరులనూ అభివృద్ధి చేసుకోవడంలో కావచ్చు; పరిశోధనలు చేయడం, కొత్తవాటిని కనగొనడమూ కూడా కావచ్చు. వైఫల్యాలతో, పోరాటాలతో నిండిన జీవితం కూడా మనకు ఎంతో బోధిస్తూ, భవిష్యత్తులో మనపురోగతికి దారితీస్తుంది. మన వైఫల్యాల వల్ల మనకు కలిగే జ్ఞానాన్ని మనం ముందే నిర్ణయించలేము; అది ఆ తర్వాత మాత్రమే తెలుస్తుంది. ప్రావీణ్యతను సాధించి దాని హద్దులను చెరిపివేయడమే మానవనైజము అని మాత్రమే మనకు తెలుసు.

"జీవితం యొక్క లక్ష్యం ఏమిటి?" వంటి ప్రశ్నలు అడగడంలోనే మనలో ఈ తపన ఉందని తెలియజేస్తుంది. 'హోమోసేపియన్' (*Homo sapien* – లాటిన్ పదం) అనే పదానికి 'వివేకవంతమైన మానవుడు' అని అర్థం. 'మనిషి' అన్న పదం కూడా, 'మనస్' అనే సంస్కృత పదం నుండి వచ్చింది. మనసు అని అర్థంవచ్చే సంస్కృత భాషలోని 'మనస్' అనే పదం నుండే ఆంగ్ల పదమైన 'మ్యాన్'(man) వచ్చింది. భౌతిక శరీరం కంటే చాలా ఎక్కువగా మనల్ని మనం మన మనసుతోనే గుర్తిస్తాం.

"ఏమయ్యింది? నీ ముఖం భయంకరంగా ఉంది?' అని ఎవరైనా అంటే, మీరు నొచ్చుకోవచ్చు. నీకు మతిస్థిమితం లేదు' అనిగానీ, లేదా 'నువ్వు పరమ మూర్ఖుడివి' అని గానీ ఎవరైనా అంటే మీ మనస్సు మరింతగా బాధపడుతుంది. మన మానసిక స్థితిని ఎవరైనా అవమానిస్తే, మన అహం మరింతగా గాయపడుతుంది. శారీరక రుగ్మతలకంటే మానసిక రుగ్మతలుండడం ఎక్కువ అవమానకరంగా భావిస్తారు. స్కీజోఫ్రీనియా (ఒక మనోవైకల్యం) తో పోలిస్తే మధుమేహం. ఉన్నా పర్వాలేదు అనుకుంటారు. కాని ఆ రెండు తీవ్రమైన ఆరోగ్య సమస్యలే. స్కీజోఫ్రీనియా, మధుమేహమూ (డయాబెటిస్) – రెండూ తీవ్రమైన ఆరోగ్యసమస్యలే అయినప్పటికీ, మధుమేహాన్నే ఎక్కువ అంగీకరించగలుగుతారు.

ప్రపంచంలో అనారోగ్యానికి మానసిక కుంగుబాటు (డిప్రెషన్) ప్రధాన కారణం అని ఏప్రిల్ 2017లో, ప్రపంచ ఆరోగ్య సంస్థ [WHO] వారు ప్రకటించారు. ఆ కాలంలో 30 కోట్లకు పైగా ఈ మనోవ్యధతో బాధపడుతున్నారు.

దీనిని బట్టి మనకేం తెలుస్తుంది? అధిక సంఖ్యలో ప్రజలు సంతోషంగా లేరని, జీవితంలో మరింత సానుకూల, ఆనందకరమైన లక్ష్యాన్ని, ప్రయోజనాన్నీ ఆశిస్తున్నారని తెలుస్తుంది. ఇంతగా మనోవ్యథకు దారితేసే సంక్లిష్టతలను గురించి చెప్పుకోవలసిన అవసరం వచ్చిందంటే, మానవజాతి చరిత్రలోనే ఒక ఒక క్లిష్టమైన సమయం ఆసన్నమయ్యింది అని అర్థం.

మనం గనక మన పరిస్థితిని విశ్లేషిస్తే ఒకవైపు సిరిసంపదలు, సుఖసంతోషాలు, సంతృప్తి, విజయాల పట్ల కోరికల వలన లాగబడుతుంటే, మరోవైపు, తేలికదనం, ఆనందం, ప్రేమ వంటివి మనల్ని ఉన్నతమైన లక్ష్యం వైపుకు లాగబడుతున్నాయని తెలుస్తుంది. నిజానికి, ఒక ఉన్నతమైన లక్ష్యం కోసం ఉండే ఈ సహజమైన కోరికే మనల్ని చాలావరకూ అలా ప్రవర్తించేటట్లు చేస్తుంది. ఉదాహరణకు, మనకు ప్రేమ ఎందుకు అంత ముఖ్యమైనది? ప్రేమలో పడ్డ వ్యక్తిలో ఒక ఉత్సాహం ఉంటుంది. ఒక పసిపాపకు చక్కని పౌష్టిక ఆహారం ఎంత ముఖ్యమో, తల్లిప్రేమ కూడా అంతే ముఖ్యం. ఒక తాతకు, మనవడికి మధ్య గల ప్రేమ అత్యంత సుందరమైనదిగా కనుపిస్తుంది.

మనం జీవితంలో ప్రేమను, అంతర్గత ఆనందాన్ని, అర్థాలను, ప్రయోజనాన్నీ అన్వేషిస్తూవుంటాం. ఈ అన్వేషణకు మన రోజువారి ప్రవర్తనలే సాక్ష్యం. ఉదాహరణకు, మన ప్రాపంచిక ఉనికి నుంచి, ఏదో విధంగా – సవ్యంగా అయినా, లేదా అపసవ్యంగా అయినా – తప్పించుకోవాలని మనమెందుకు ప్రయత్నిస్తున్నాం? చిన్న పిల్లలు ప్రపంచాన్ని ఆశ్చర్యంగా ఎందుకు చూస్తారు? పెద్దలు పగటి కలలు కనడానికి ఎందుకు ఇష్టపడతారు? ఇవన్నీ కూడా మానవ జీవితాలలో భాగమైన, విభిన్నమైన అస్థిత్వంతో – అంటే ఆధ్యాత్మిక పరిమాణంతో – అంతర్గత సంబంధం కోసం చేసే అన్వేషణ యొక్క లక్షణాలే. ఈ జన్మలోను, ఈ జన్మ తర్వాత కూడా మన విధి యొక్క విస్తారమైన చిత్రంలో ఇది చాలా ముఖ్యమైనది. కానీ మన భవిష్యత్తు మీద మన ప్రభావం ఎంతమేరకు ఉంటుంది? అది అప్పటికే తయారుచేయబడి సిద్ధంగా ఉంటుందా? లేక జీవితంలో మనము ఒక దిశను సృష్టించుకోగలమా?

స్వేచ్ఛా సంకల్పం అంటే ఏమిటి?

మనం మన భవిష్యత్తును సృష్టించుకోగలమనే అనుకుందాము. మన జీవితంలో అన్ని అంశాలలోనూ ఇది సాధ్యమేనా? దీనిని గురించి ఈ పుస్తకంలో మున్ముందు మరింత వివరంగా తెలుసుకుందాము.

కానీ ప్రస్తుతానికి మనకు భౌతిక లేదా స్థూల శరీరం, మనస్సు లేదా సూక్ష్మ శరీరం, ఆత్మ లేదా కారణ శరీరం అనే మూడు శరీరాలు ఉన్నాయని, వాటిలో ఒక్కొక్కదానికీ ఒక్కొక్క విధానం ఉందని అనుకుందాము.

ముందుగా మనం భౌతిక శరీరాన్ని తీసుకుందాము. దానిని మనం ఎంత మేరకు మార్చగలము? మనలో కొందరు పొట్టిగా, బలిష్టంగా ఉంటారు. మరి కొందరు పొడవుగా, బక్కపలుచగా ఉంటారు. ఒక రకంగా ఉండే వాళ్ళను మనం ఎంతగా ప్రయత్నించినా, మరో రకంగా మార్చలేము. ఆరోగ్యవంతమైన ఆహారం తింటూ, క్రమం తప్పకుండా వ్యాయామం చేస్తూ, చక్కని పరిశుభ్రతను పాటిస్తూ,

3 శరీరాలు

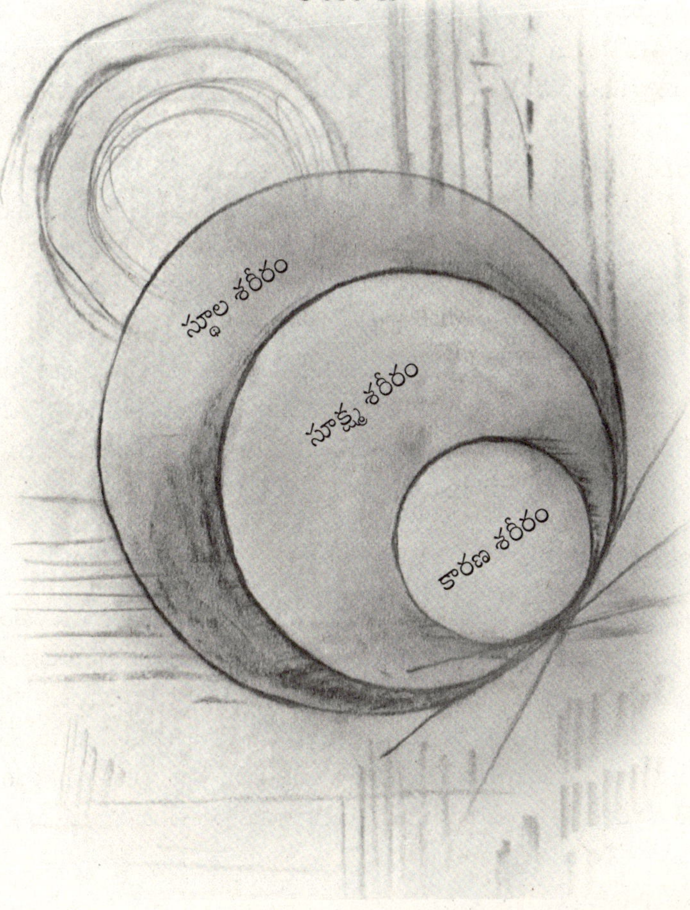

తగినంత సేపు నిద్రపోతూ, సహజంగా లయబద్ధంగా ప్రకృతితో శృతియుక్తంగా జీవిస్తూ మనం మన శరీరాన్ని చక్కగా, క్షేమంగా ఉంచుకోగలము. కానీ మన భౌతిక రూపాన్ని గాని, జన్యువుల అమరికను గానీ మార్చే అవకాశం పరిమితంగానే ఉంటుంది.

తరువాత, మనం ఆత్మను తీసుకుందాము. దీనినే కారణ శరీరం అని కూడా అంటారు. ఎందుకంటే ఇది మన ఈ జన్మకు మూలకారణం కాబట్టి. ఇక్కడ రెండు సిద్ధాంతాలు ఉన్నాయి: ఒకటి, ఆత్మ ఇప్పటికే పరిపూర్ణమైనదని, దాని స్వభావంలో మార్పు ఉండదని చెపుతోంది; రెండవది, ఆత్మకు కూడా ఒక ప్రయోజనం ఉందని, పరిణామం చెందడమే ఆ ప్రయోజనం అనీ చెపుతోంది. ఏ విధంగా చూసినా, ఆత్మ యొక్క పరిణామం మన అధీనంలో ఉండదు. అది, ఈ పుస్తకంలో మన చర్చించుకోబోయే సాధనల ఫలితంగా సంభవిస్తుంది. ఆత్మ యొక్క అస్తిత్వాన్ని పెంపొందించుకోవడంద్వారా, మనం కారణ శరీరాన్ని బలపరచుకుంటాము.

ఇక మూడవది, మధ్యలో ఉండే మనస్సు. దీనినే సూక్ష్మ శరీరం లేక అలోకిక శరీరం (astral body) అని కూడా అంటారు. ఇది మనస్సు, హృదయం యొక్క శక్తి క్షేత్రం. ఇక్కడ ఏది మారగలదు? వాస్తవానికి ప్రతిఒక్కటీ మారుతుంది. మనం మన ఆలోచనలను క్రమబద్ధం చేసుకునేందుకు మనకు మనమే శిక్షణనిచ్చుకోగలము. మనం మన పద్ధతులను, భయాలను, మన కోరికలను భావోద్వేగపరమైన ప్రతిచర్యలనూ సరిదిద్దుకోగలం.

మనం మన నిర్ణయం తీసుకునే సామర్థ్యాన్ని, మన హృదయ ఉదారతను, వైఖరిని, సంకల్ప బలాన్ని, ప్రేమించే సామర్థ్యాన్ని పెంచుకోగలము. ఇవన్నీ సమూలంగా మారగలవు. మనం మన విధిని, గమ్యాన్ని రూపొందించుకోడానికి, మాలిన్యాలను తొలగించి, శుద్ధి చేసే ప్రధాన శరీరం ఇదే.

సామూహిక విధి

ఈ పుస్తకంలో మనం విధి గురించి తెలుసుకోబోయే అంతిమ సూత్రం ఏమిటంటే, మనం ఒంటరి వాళ్ళం కాము; మనమందరమూ ఒకరితో ఒకరం అనుబంధం కలిగివున్నాం. మనం కేవలం మన వ్యక్తిగత విధిని రూపొందించుకోవడం మాత్రమే కాకుండా, కలిసి ఒక జాతిలాగా, సమాజాలలో వికాసం లేదా పరిణామం చెందుతూ ఉన్నాము. దీనినే 'సమిష్టి పరిణామం' (co-evolution) అని అంటారు. ముందుగా మనం వ్యక్తులుగా వికాసం చెందినప్పుడు మాత్రమే ఇది సంభవించగలదు.

మనలో చాలామంది రాజకీయాలు, ప్రభుత్వ విధానాలు, సామాజిక వివాదాలు, అట్టడుగు స్థాయి ఉద్యమాలు వంటి బాహ్య పద్ధతుల ద్వారా ఈ ప్రపంచాన్ని, సామూహిక విధిని మార్చాలనుకుంటారు. వీటన్నింటికీ తమదైన సముచిత స్థానం ఉంది. కానీ వ్యక్తులు కలిస్తేనే సమాజం ఏర్పడుతుంది; లియో టాల్‌స్టాయ్ చెప్పినట్లుగా, "ప్రతి ఒక్కరూ ప్రపంచాన్ని మార్చడాన్ని గురించి ఆలోచిస్తూ ఉంటారు. కానీ తనను తాను మార్చుకోవడాన్ని గురించి ఎవరూ ఆలోచించరు." ప్రపంచాన్ని మార్చేందుకు, ముందుగా మనల్ని మనం మార్చుకోవాలి. మానవాళి విధిని రూపకల్పన చేసుకునేందుకు, ముందుగా మనల్ని మనం రూపకల్పన చేసుకునేందుకు ప్రారంభిస్తాము. ఆ తర్వాత, మన పరిధిని ఇతరులకు కూడా విస్తరిస్తాము. మనమంతా కలిసి, మానవాళి తీసుకుంటున్న దిశను మార్చగలిగే రోజు తప్పక వస్తుంది.

విధి రూపకల్పనను మనం ఎలా ప్రారంభించాలి? మనం ఏయే అంశాలను అనుసరించాలి?

విధిని రూపకల్పన చేసుకునే ప్రక్రియలో మూడు ప్రధానమైన మెట్లు ఉన్నాయి. మొదటిది: ప్రతీదీ సాధన నుండే ప్రారంభమౌతుంది. మన అభివృద్ధికి ఒక సాధనంలా మనస్సు మారేందుకు, మనస్సును శుద్ధిచేసే కొన్ని సాధనలు మనకు అవసరం. అటువంటి అంతర్గత సాధనలను ధ్యాన సాధనలు లేదా ఆధ్యాత్మిక సాధనలు అని అంటారు. నాపై సమర్థవంతంగా పనిచేసిన కొన్ని సాధనలను - హార్ట్‌ఫుల్‌నెస్ సాధనలను - నేను మీకు తెలియజేస్తాను. మనం సాధనతో ప్రారంభిస్తాము, ఎందుకంటే మార్పు మన లోపలి నుండి బయటకు ప్రారంభమైనప్పుడు, అది ఎప్పుడూ మరింత సమర్థవంతంగా పనిచేస్తుంది. అప్పుడు అది శాశ్వతం అవుతుంది.

హార్ట్ ఫుల్ నెస్ సరళమైన, శాస్త్రీయ విధానంలో ధ్యానపద్ధతిని మనకు అందజేస్తుంది: ప్రయోగము, ప్రయోగం చేసేవాడు, ప్రయోగఫలితమూ మూడూ మనమే అవుతాము. మన హృదయమే మన ప్రయోగశాల. దీనికి మనకు ఏమి కావాలి? ఆసక్తి, ఉత్సాహం, సంసిద్ధత కావాలి. మనస్సును, హృదయాన్నీ శుద్ధి చేసి, సరళంగా మార్చిన తర్వాత, మనం నిజంగా మన చైతన్యాన్ని విస్తరించి, మన మానవ సామర్థ్యాన్ని పూర్తిగా తెలుసుకుని, ఒక ప్రయోజనకరమైన జీవితాన్ని గడపగలము.

కాలక్రమేణా సాధన జీవనశైలిగా మారుతుంది. ఇది ఒక సహజమైన, అవసరమైన మెట్టు. ఎందుకంటే అంతర్గతంగా మారితే సరిపోదు. అది మన

దైనందిన జీవితంలో బాహ్యంగా ప్రతిబింబించాలి. మనము మెరుగైన వ్యక్తుల్లా, మరింత సానుభూతి కలిగిన వాళ్ళలా, మరింత ఎక్కువగా ఇచ్చేవారిలా మారకపోతే, మనం ధ్యానం. చేయడంలో అర్థం ఏముంది? అదంతా వ్యర్థమే. చివరికి మన లోలోపలి మార్పును, బయటి మార్పునూ విడదీయలేము. మన అంతర్గత స్థితే మన అలవాట్లు, ప్రవర్తనల రూపంలో బయటకు వ్యక్తమవుతుంది. కాబట్టి మన బాహ్య ప్రవర్తనలకు, అంతర్గత పరివర్తనకూ మధ్య ఎల్లప్పుడూ సున్నితమైన మార్పులు జరుగుతూ ఉంటాయి.

మనం ఎదిగి, ధ్యానం ద్వారా మనలోని అంతర్గత సామర్థ్యాన్ని విస్తరించే కొద్దీ, మన జీవనశైలిని మెరుగుపరచుకోవలసిన అవసరం ఉంటుంది. ఈ రెండూ జోడు గుర్రాల్లా కలిసే ఉంటాయి.

చివరికి, జీవన శైలి విధికి దారితీస్తుంది. సాధన ద్వారా, జీవన శైలి మార్పుల ద్వారా, ఈ విధంగా వ్యక్తిత్వాన్ని నిరంతరం మెరుగుపరచుకునే ప్రక్రియను ఆధ్యాత్మిక ప్రయాణం, లేదా యాత్ర అని అంటారు. దీనినే 'యోగపథం' అని కూడా అంటారు. ఈ ప్రక్రియను అనుసరించడం ద్వారా ఒక విధిని రూపకల్పన చేయడం స్వాభావికమౌతుంది.

జీవన యాత్ర ద్వారా మనం అంచెలంచెలుగా, కొద్దికొద్దిగా మనం మన విధిని సృష్టించుకుంటాము. ప్రతి క్షణమూ మనం చేసుకునే ఎంపికలు, మనల్ని ఒకానొక నిర్దిష్ట దిశలో తీసుకు వెళతాయి. అది మన జీవిత లక్ష్యము వైపు కావచ్చు, లేదా దానికి దూరంగానూ కావచ్చు. కానీ ఇది తిన్నగా సాగే యాత్ర కాదు; ఒక్కొక్కసారి మనం ముందుకు సాగేందుకు, వెనక్కి వెళుతూ ఉంటాము కూడా. మనం తప్పులు చేసి వాటి నుండి నేర్చుకుంటాము: అదంతా మన యాత్రలో ఒక భాగమే. మనం చేసే ప్రతి ఆలోచన, ప్రతి పనీ దోహదం చేస్తుంది

మన జీవనశైలి వికాసం చెందుతున్న కొద్దీ, చైతన్యం విస్తరించి, అంతకంతకూ సూక్ష్మంగా మారుతుంది. చివరికి మన సామర్థ్యం, మన మనమే సహజంగాను, అప్రయత్నంగానూ రూపొందించుకునేంతగా మారుతుంది. ఇప్పుడు మనం మార్గాన్ని తెలుసుకుందాము.

భాగము II

సాధన

ధ్యానం వల్ల మీకు అన్నీ లభిస్తాయని కాదు,
కానీ సరిగ్గా ధ్యానం చేస్తే, అది ఒకానొక స్థితిని సృష్టిస్తుంది.
ఆ స్థితే మిమ్మల్ని మారుస్తుంది.

2

సాధన ఎందుకు?

ఆధ్యాత్మిక విద్యార్థిగానే జీవితంలోని ఎక్కువ సమయాన్ని గడిపిన నేను, ఏ ఆధ్యాత్మిక మార్గపు పరమ లక్ష్యమైనా 'చైతన్య వికాసమే' అన్న నిర్ధారణకు వచ్చాను. ఈ పుస్తకాన్ని చదివితే నేను చెప్పిన విషయం మీకు అర్థం అవుతుంది. ప్రస్తుతానికి, హార్ట్ ఫుల్ నెస్ సాధనలు మనలో ఉన్న చైతన్యాన్ని విస్తరించి, ప్రాపంచికమైన చైతన్యం నుండి దైవ సంబంధమైన చైతన్యానికి వికాసం చెందేలా చేస్తాయి అని తెలుసుకుంటే చాలు. అంటే:

నేను నుండి మనముకి,
స్వార్థం నుండి నిస్వార్థానికి,
ప్రతిచర్య నుండి ప్రతిస్పందనకు,
వ్యామోహం నుండి కరుణకు,
క్రోధం నుండి ప్రేమకు,
దురహంకారం నుండి వినమ్రతకు,
ఆందోళన నుండి ప్రశాంతతకు,
భయం నుండి ధైర్యానికి,
సంకోచం నుండి విస్తరణకు,
చికాకు నుండి ప్రశాంతతకు,
అసమతుల్యత నుండి సమతుల్యతకు,

భారం నుండి తేలికదనానికి,
స్థూల్యత నుండి సూక్ష్మత్వానికి,
సంక్లిష్టత నుండి సరళత్వానికి,
మాలిన్యం నుండి స్వచ్ఛతకు,
కోరిక నుండి సంతృప్తికి,
అనుబంధం నుండి నిస్సంగత్వానికి,
ఆశించడం నుండి అంగీకరించడానికి,
ఆలోచన నుండి అనుభూతికి,
అనుభూతి నుండి అనుభవానికి,
అనుభవం నుండి అస్తిత్వానికి,
అస్తిత్వం నుండి అనస్తిత్వానికి,
తర్కం నుండి వివేకానికి,
ప్రేమ పొందడం నుండి ప్రేమ స్వభావానికి.

ఈ మార్పులన్నీ చాలా సులువైన సాధనల ద్వారా సాధించవచ్చు. అవేమిటో మనం ఇప్పుడు చూద్దాం.

3

రిలాక్సేషన్ (విశ్రాంతస్థితి)

ఒక్క నిముషం మిమ్మల్ని మీరు గమనించి, మీరు పూర్తిగా రిలాక్స్ (విశ్రాంతిగా) అయ్యారో లేదో చూడండి. జాగ్రత్తగా గమనించినట్లైతే, మీ శరీరంలో బహుశా ఏదో ఒక భాగం పట్టినట్లుగా, ఇబ్బందికరంగా ఉన్నట్లు మీకు తప్పక తెలుస్తుంది. మనం ఎడతెగని మానసిక ఒత్తిడిలో జీవిస్తూ ఉండడం ఆధునిక దైనందిన జీవితంలో ఒక అంటువ్యాధి.

రిలాక్స్ అవ్వడం ఎందుకంత ముఖ్యం? శారీరకంగా మన సాధారణ స్థితికి చేరుకోవడానికి, కలత చెందినపుడు మనల్ని శాంతింపజేసుకోడానికి, తీరికలేకుండా ఆఫీసులో పనిచేసిన రోజుల్లో మన కండరాలు పట్టును సడలించుకోవడానికి, శారీరకంగా, మానసికంగా తాజాగా ఉంచుకోవడం ద్వారా మనం ధ్యానం చేసుకోగలగడానికి, ఇలా అనేక కారణాలు ఉన్నాయి. ఇంకా చెప్పాలంటే, కళ్ళు మూసుకుని ప్రశాంతంగా ధ్యానం చేస్తున్నపుడు అనుభవాలని తెలుసుకోగలగాలి. స్థిరమైన, సౌకర్యవంతమైన భంగిమతో బాటు, సులువుగా, ప్రయత్న రహితంగా ఉండగలిగితే, అది మనల్ని ధ్యానంలో లీనమయ్యేందుకు సిద్ధం చేస్తుంది.

అందుకే హార్ట్ ఫుల్‌నెస్ యొక్క నాలుగు ముఖ్యమైన సాధనాలలో మొదటిది రిలాక్సేషన్ (విశ్రాంతి పొందే ప్రక్రియ). అది మన ప్రయత్నాలన్నింటికీ ప్రశాంతతను కలిగిస్తుంది. ఈ హార్ట్ ఫుల్‌నెస్ రిలాక్సేషన్ పతంజలి యోగ సూత్రాల నుండి రూపొందించబడి, కొంత మెరుగుపరచబడింది. మనం ప్రారంభించినప్పుడు,

సర్వవ్యాప్తమైన శక్తి మీద – ముఖ్యంగా భూమాత నుండి వెలువడే స్వాస్థ్యశక్తి మీద – ముందుగా మన దృష్టిని కేంద్రీకరిస్తాము. ఆ తర్వాత మనం ఆ స్వాస్థ్యశక్తి మన పాదాల ద్వారా పైకి ప్రసరించి, ప్రతి అవయవాన్ని, ప్రతి కండరాన్నీ, ప్రతి కీలునూ రిలాక్స్ చేసినప్పుడు, దానిని మనం మనలో జీర్ణించుకుంటాము. తర్వాత పాదాల ద్వారా పైకి కదులుతూ ప్రతి అవయవానికి, ప్రతి కండరానికి, కీళ్ళకు సాంత్వన చేకూరుస్తున్న స్వస్థతను చేకూర్చే ఆ శక్తిని మనలోకి గ్రహిస్తాం. అలా మనం పాదాలనుండి శిరస్సు పైభాగం వరకూ స్వాస్థ్యశక్తిని పైకి ప్రవహింప జేస్తాము. ఈ ప్రక్రియ జరుగుతున్నప్పుడు విశ్రాంతిని పొందే ప్రక్రియకు (Relaxation) సంబంధించిన సూచనలు చేసే హార్ట్ ఫుల్ నెస్ శిక్షకుడు లేక శిక్షకురాలు కూడా తమనుతాము మూలంతో అనుసంధానం చేసుకుంటారు.

మీరు దీనిని అనుభూతి చెందినప్పుడు, మీరు భూమాత నుండి పైకి ప్రవహించే స్వాస్థ్యశక్తితో పాటు, విశ్వాంతరాళం నుండి దిగివస్తున్న దివ్యశక్తి కలిసి, ఈ రిలాక్సేషన్ ప్రక్రియ ప్రభావాన్ని రెండింతలు చేస్తుంది. ఈ శక్తులను మీలో జీర్ణించుకోండి; ఆ తర్వాత ఇదే విధమైన రిలాక్సేషన్ కార్యక్రమాన్ని నిర్వహించినపుడు, మీరు కూడా ఇదే రిలాక్సేషన్ ప్రభావాన్ని అందించగలరు.

మీరు ఈ సూచనలను ఇతరులకు చెప్పగలరు, లేదా వీటితో మిమ్మల్ని మీరు రిలాక్సేషన్ చేసుకోగలరు. ఈ విధానం చాల సరళమైనది, చాలా సున్నితమైనది. ఒకవేళ, ఈ సూచనలన్నింటినీ మీరు గుర్తు పెట్టుకోలేకపోయినా లేదా వీటిలో దేనినైనా మరచిపోయినా మీరు బాధపడనవసరం లేదు. దీని ముఖ్యోద్దేశం, మీలో మీరు పూర్తిగా కరిగిపోయి, రిలాక్స్ అయ్యి, తద్వారా, మీ స్వీయ అస్థిత్వాన్ని ప్రగాఢంగా అనుభూతి చెందగలిగే కేంద్రమైనటువంటి 'హృదయం' పై, చివరకు మీ ధ్యాసను నిలపగలగాలి. ఇదే రిలాక్సేషన్ యొక్క లక్ష్యం.

పద్ధతి:

- సుఖంగా కూర్చుని, చాలా మెల్లగా, నెమ్మదిగా కళ్ళు మూసుకోండి.
- మనం కాలి వేళ్ళతో ప్రారంభిద్దాం. మీ కాలి వ్రేళ్ళను పైకీ, కిందకీ కదపండి. వాటిని రిలాక్స్ అవుతున్నట్లు అనుభూతి చెందండి.
- భూమాత నుండి స్వాస్థ్యశక్తి మీ పాదాల లోనికి, చీలమండల లోనికి, అక్కడి నుండి మీ కాలి పిక్కల లోనికీ, మోకాళ్ళ లోనికీ పైకి ప్రవహిస్తూ ఉన్నట్లు అనుభూతి చెందండి.

- ఇప్పుడు స్వాస్థ్యశక్తి మీ కాళ్ళ వరకూ పైకి ప్రవహిస్తున్నట్లు అనుభూతి చెంది, వాటిని రిలాక్స్ చేయండి. మీ తొడలను రిలాక్స్ చేయండి.
- ఇప్పుడు మీ పిరుదులను, ... కడుపును, ... పొత్తికడుపునూ బాగుగా రిలాక్స్ చేయండి. మీ వీపును రిలాక్స్ చేయండి. పైనుండి క్రింది వరకూ, మీ వీపు అంతా రిలాక్స్ అయ్యింది.
- మీ ఛాతీని, ... భుజాలనూ రిలాక్స్ చేయండి. భుజాలు కరిగిపోతున్న అనుభూతి పొందండి.
- మీ జబ్బలు రిలాక్స్ చేయండి, మీ జబ్బల్లో ప్రతి కండరాన్నీ జబ్బలు రిలాక్స్ చేయండి. మీ ముంజేతులను, ... మీ అరచేతులను ... మీ చేతి వ్రేళ్ళ చివరి వరకూ రిలాక్స్ కానివ్వండి.
- మీ మెడ కండరాలను రిలాక్స్ చేయండి. మీ దృష్టిని మీ ముఖం మీదకు తీసుకు రండి. మీ క్రింది దవడను, ... నోటిని, ... ముక్కును, ... కళ్ళను, ... చెవి తమ్మెలను ... ముఖ కండరాలను, ... నుదురును, ... ఇలా మీ శిరస్సు పై భాగం వరకూ రిలాక్స్ కానివ్వండి.
- మీ శరీరమంతా పూర్తిగా రిలాక్స్ అయిన అనుభూతి చెందండి. మీ శరీరాన్ని పై నుండి క్రింది వరకూ పరిశీలించండి. మీ శరీరంలో ఏదైనా భాగానికి ఇంకా బాధగా, నొప్పిగా, ఇబ్బందిగా ఉంటే, భూమాత నుండి వచ్చే స్వాస్థ్య శక్తిలో దానిని మరికొంత సేపు ముంచి ఉంచండి.
- మీరు సిద్ధంగా ఉన్నప్పుడు, మీ ధ్యాసను హృదయం మీదకు మరల్చండి. అక్కడ మీరు కాసేపు విశ్రాంతి తీసుకోండి. మీ హృదయం యొక్క ప్రేమలోనూ, తేజస్సులోనూ మునిగిపోయిన అనుభూతి పొందండి.
- ప్రశాంతంగా, నిశ్శబ్దంగా ఉంటూ, నెమ్మదిగా మీలో మీరు లీనమవ్వండి.
- మీకు ధ్యానంలో నుండి బయటకు రావాలని అనిపించేంత వరకూ, మీరు ఉండాలనుకున్నంత సేపూ అలా లీనమై ఉండండి.

పతంజలి తన యోగ సాధనలో చివరి మూడు అంగాలైన, అంటే ఏకాగ్రత (ధారణ), ధ్యానం (ధ్యాన), లీనమవడం (సమాధి) అనే మూడు ముందుగా విశ్రాంతస్థితి (రిలాక్సేషన్) ఆవశ్యకమని సూచించారు.

ధ్యానం సమయంలో మీ శరీరం రిలాక్స్ కానంత వరకూ, ధ్యానంలో కూర్చున్నప్పటికీ, శరీరాన్ని రిలాక్స్ చేసుకోవడం కోసం మీ ధ్యాసంతా శరీరంలోని

ఒక భాగం నుండి మరొక భాగానికి మారుతూ సమయం గడచిపోతుంది.కాళ్ళు ముడుచుకుని కూర్చుంటే, మీ కాళ్ళు నొప్పి పుట్టవచ్చు. మీ దృష్టి అప్పుడు మీరు దేనిమీదనైతే ధ్యానం చేస్తున్నారో దాని మీద లగ్నం కాక, మీ శారీరక ఇబ్బంది మీదనే ఉంటుంది. మీ శారీరక అసౌకర్యాన్ని తొలగించుకోవాలంటే, ముందుగా మీరు రిలాక్స్ కావడం అవసరం.

మనము రిలాక్సేషన్ అనుభూతి చెందినపుడు, కేవలం శారీరకంగా మాత్రమే కాకుండా, మానసికంగా కూడా మనం దాని ప్రభావాన్ని యథార్థంగా తెలుసుకోగలము. ఆధ్యాత్మికపరంగా మనం దేనినైతే పొందగలమో దాని కోసం రిలాక్సేషన్ మనల్ని సిద్ధం చేస్తుంది. మన లక్ష్యం 'సమాధి'. దానిని అంతిమ ఆధ్యాత్మిక రిలాక్సేషన్ గా నేను నిర్వచిస్తాను.

హార్ట్ ఫుల్ నెస్ రిలాక్సేషన్‌ను మీకై మీరు ప్రతిరోజు చేసుకోవచ్చు. ఈ విధానంలో ఒక ట్రైనరును సూచనలు ఇవ్వమని కోరవచ్చు. లేదా మీరు ఆడియో [www.Heartfulness.org] వింటూ కూడా రిలాక్సేషన్ చేసుకోవచ్చు. ఒకసారి మీరు సూచనలు నేర్చుకున్న తర్వాత, మీరే సులువుగా ఇతరులుచే రిలాక్సేషన్ చేయించగలరు.

4

ధ్యానం

ఒకసారి మనం రిలాక్స్ కాగలిగితే, దాని తర్వాత, ధ్యానం అనే రెండవ హార్ట్ ఫుల్ నెస్ సాధనాంశాన్ని మనం సాధన చేయగలం. ధ్యానం అంటే ఒకేదానిని గురించి ఆలోచిస్తూ ఉండడం అని తరచుగా నిర్వచించారు. అయితే, ఈ నిర్వచనంలోనే చిక్కుకుపోవడం వల్ల, ధ్యానం యొక్క అసలు ఉద్దేశం మనకు తెలియకుండా పోతోంది. ఏ ధ్యాన వస్తువుపై మనం ధ్యానిస్తామో దాని నిజస్థితిని ధ్యానం మనకు తెలియజేస్తుంది. అటువంటి వ్యక్తీకరణ ఒక ఆలోచనలా కాకుండా ఒక అనుభూతిగా ప్రకటితమవుతుంది. అందుకే, మనం ఆలోచన నుండి అనుభూతికి – దివ్యత్వాన్ని గురించిన ఆలోచన నుండి దివ్యత్వపు ఉనికిని గురించిన అనుభూతికి మారే ప్రక్రియే, ధ్యానం. ఇది మనస్సు యొక్క సంక్లిష్టత నుండి హృదయం యొక్క సరళత్వానికి సాగే యాత్ర. ఈ కారణంగానే అనేక ధ్యాన పద్ధతులు హృదయాన్ని ఆధారం చేసుకుంటాయి.

వాస్తవానికి మనలో చాలామందికి ఇప్పటికే ధ్యానం చేయడమెలాగో తెలుసు. ఒక చిన్న పిల్లవాడికి ధ్యాన వస్తువు, పుట్టినరోజుకు ఆటబొమ్మ గాని, తోటలోని చీమలదండు గానీ కావచ్చు. పెద్దవాళ్ళకు సంపద కాని, అధికారం గాని, విజయం కాని, ఒక ప్రేమపూర్వక సంబంధం కాని, లేదా ఒక ఉన్నత ప్రయోజనం కానీ కావచ్చు. మనం మన దృష్టిని ఒకే దానిమీద కేంద్రీకరిస్తే, అదే ధ్యానం. అందుకని, మనం ఏ లక్ష్యాన్నైతే సాధించాలనుకుంటామో, ధ్యాన వస్తువు కూడా దానికి తగిన

విధంగా ఉండవలసిన అవసరం ఎంతైనా ఉంది. మన ఆలోచన యొక్క శక్తి ఫలితంగా మనం దేనిమీదనైతే ధ్యానం చేస్తామో, మనం దానిలా మారతాము అనేది, ధ్యానం గురించి విశ్వజనీనమైన సూక్తి.

ప్రతీదీ ఆలోచనతోనే ప్రారంభమౌతుంది. 'నా హృదయంలో ఇప్పటికే ఉన్న దివ్య ప్రకాశం నన్ను లోనికి ఆకర్షిస్తూ ఉంది', అనేది హార్ట్ ఫుల్‌నెస్ ధ్యానంలో చేసే ఆలోచన. కానీ అది ఆ ఆలోచనతోనే ఆగిపోదు; విశాలమైన అంతర్గత విశ్వానికి అది ఒక ద్వారం మాత్రమే!

మన మనస్సులలో ఎన్నో ఆలోచనలు గింగిర్లు తిరుగుతూ ఉండడం మనకు అలవాటే. కేవలం ఒకే దానిని గురించి ఆలోచించడం. మనకు వాస్తవంగా అలవాటు ఉండదు. కాబట్టి మనం ధ్యానాన్ని ప్రారంభించినప్పుడు, మనం నిశ్శబ్దంగా కూర్చున్నప్పుడు, మన మనస్సులో మెదిలే ఎన్నో ఆలోచనల వలన మనం తరచుగా నిరాశ చెందుతాము. అది సహజమే. నిజానికి ధ్యానంలో వివిధ ఆలోచనలు వస్తాయని తప్పక ఆశిస్తాము. హార్ట్ ఫుల్ నెస్ ధ్యానంలో మనము ఆలోచనలను, అనుభూతులను, ఉద్వేగాలను అదిమి పెట్టము. వాటిని అలాగే లోలోపలే వదిలిపెడితే, అవి ప్రెషర్ కుక్కరులో ప్రెషర్ [ఒత్తిడి] లా పెరిగిపోతాయి. లేదా అవి మొలకెత్తడానికి అవకాశం కోసం ఎదురుచూస్తూ నిద్రాణంగా ఉంటాయి. అవి లోపల ఉండేకంటే వెలుపలికి రావడమే శ్రేయస్కరం. అవి వెలుపలికి పోవాలని మనం కోరుకుంటాము. అవి బయటకు వెళ్ళిపోయేటప్పుడు, మనకు తరచుగా వాటి ఉనికి తెలుస్తుంది. అదే సంభవించినప్పుడు, మనస్సు వాటిని బయటకు వెళ్లనిస్తుంది కాబట్టి, మనం వాటిని గురించి పట్టించుకోము. మన ఉద్దేశ్యం వాటితో పోట్లాడడం కాదు; కానీ మనం ధ్యానం చేస్తున్నామని సున్నితంగా మనకు మనం గుర్తుచేసుకోవడమే.

యోగశక్తి లేదా ప్రాణశక్తి ప్రసారం లేకుంటే, హార్ట్ ఫుల్ నెస్ ధ్యానం కూడా ఇతర ధ్యానపద్ధతులలాగే అవుతుంది. పరివర్తనకు యోగశక్తి ప్రసారం ఒక చురుకైన ఉత్ప్రేరకం (కేటలిస్ట్) లాంటిది. అందుకని హార్ట్ ఫుల్‌నెస్‌ను ఒక శాస్త్రవేత్తగా పరిశోధించి అనుసరించడం తెలివైన పని. ముందుగా ప్రాణాహుతి ప్రసారం లేకుండా ధ్యానం చేసి, తర్వాత ప్రాణాహుతి సహాయంతో ధ్యానం చేసి, అప్పుడు ఈ రెండు అనుభవాలనూ పోల్చి చూడండి.

ఇక్కడ ప్రాణాహుతి సహాయంతో మరియు ప్రాణాహుతి లేకుండా హార్ట్ ఫుల్‌నెస్ ధ్యానం చేయడానికి కొన్ని సూచనలు:

- సుఖంగా కూర్చుని, నెమ్మదిగా, సున్నితంగా కళ్ళు మూసుకుని రిలాక్స్[విశ్రాంతంగా] అవ్వండి.
- మీ దృష్టిని లోపలికి మళ్ళించి, మీ హృదయంలో అప్పటికే ఉన్న దివ్య ప్రకాశపు మూలం మిమ్మల్ని లోపలి నుండి ఆకర్షిస్తూ ఉందని, సున్నితంగా ఒక ఆలోచన చేయండి. దీనిని చాలా సున్నితంగా, సహజంగా చేయండి.
- ఇక్కడ ఏకాగ్రత పెట్టవలసిన అవసరం లేదు. మీ దృష్టి ఇతర ఆలోచనల మీదకు మరలుతూ ఉందని మీకు అనిపిస్తే, సున్నితంగా హృదయంలో దివ్యతేజస్సు ఉందన్న భావన వైపుకు తీసుకురండి.
- మీ ఎరుకను మీ హృదయంలోనే ఉండనివ్వండి. మీరు మీ హృదయం లోనికి కరిగిపోతున్నట్లు అనుభూతి చెందండి. మీరు ఎరుక లేని లోతైన స్థితిలోనికి లీనమైనా అయినా ఫర్వాలేదు.
- పూర్తి అయ్యిందని మీకు అనిపించేంతవరకూ, ధ్యానంలోనే ఉండండి.

ధ్యానంలో ఏ శక్తి అవసరం లేదు. కాబట్టి, సున్నితంగా, మృదువుగా ధ్యానం చేయండి. ఈ విధంగా ప్రారంభంలో ఒక అరగంట సేపు ధ్యానం చేసి, తర్వాత, కొన్ని రోజులకు, కొన్ని వారాలకు, లేదా కొన్ని నెలలకు నెమ్మదిగా దానిని ఒక గంట సేపుకు పెంచండి.

ధ్యానం ముగిసిన తర్వాత, మీరు మీలో అనుభూతి చెందిన స్థితిని గమనించి, ఆస్వాదించేందుకు ఐదు నిముషాల సేపు కూర్చోండి. ప్రతి సారీ ఇది ఒక అపూర్వ స్థితి, ఒక అపురూపమైన కానుక. దానిని పట్టుకుని ఉండి, ఆ స్థితినిమీలో పెంపొందించుకోండి. నెమ్మదిగా మీ స్థానం నుండి లేవండి, ఆ స్థితిని మీతో ఏకమయ్యేలా మీరు దానితో పాటుగా కొనసాగండి.

యోగశక్తి ప్రసారం (Transmission)

యోగశక్తి ప్రసారమే హార్ట్ ఫుల్ నెస్ ధ్యానానికి ప్రత్యేకత. యోగశక్తి మన శక్తి క్షేత్రంలోని గ్రంథులను, లేదా అంతర్గత సంక్లిష్టతలనూ తొలగిస్తుంది. దానివలన ఆధ్యాత్మిక కేంద్రాలు, లేదా చక్రాలు పరిశుద్ధమై, ప్రకాశవంతం అవుతాయి. దివ్య మూలం వైపునకు వెళుతున్న మన ప్రయాణంలోని అవరోధాలను యోగశక్తి ప్రసారం తొలగించి, ధ్యానాన్ని నిజంగా శక్తివంతం చేస్తుంది.

యోగశక్తి ప్రసారాన్ని సంస్కృతంలో 'ప్రాణాహుతి' అని అంటారు. ప్రాణ, ఆహుతి అనే పదాల కలయికతో ఇది ఏర్పడింది. ప్రాణ అంటే శక్తి లేదా మూలతత్వం; ఆహుతి అంటే సమర్పణ లేక త్యాగము. శక్తిని ప్రసారం చేసే వ్యక్తి తన ప్రాణశక్తిని సమర్పిస్తాడు; కానీ, తన పరిమితమైన మూలం నుండి ఇలా ప్రాణశక్తిని త్యాగం చేసుకుంటూ పోతే, లేదా ప్రసరిస్తూ ఉంటే, అతనిలో శక్తి క్షీణిస్తుంది. అందుకని ప్రాణ శక్తిని ప్రసారం చేసే వ్యక్తి, ప్రాణ శక్తిని నిరంతరంగా ప్రసారం చేస్తూ ఉండగలగడానికి, అనంతమైన దివ్య మూలంతో అనుసంధానమై ఉండాలి. పిల్లల అభివృద్ధికీ, మనుగడకూ తల్లి ప్రేమ సహజంగా ఆమె పిల్లలపై ఎలా ప్రవహిస్తూ ఉంటుందో, అదే విధంగా, మార్గదర్శి నుండి సాధకుల హృదయాల లోనికి అసలైన దివ్య శక్తి, లేదా దివ్య మూలతత్వం ప్రవహిస్తూ ఉంటుందని మీరు అనుకోవచ్చు.

మీరు $E=mc^2$ అనే ఐన్‌స్టీన్ ప్రసిద్ధ సమీకరణాన్ని పరిగణిస్తే, కాంతి వేగం, ద్రవ్యరాశి పరిమితత్వం వలన, శక్తి ఎప్పుడూ పరిమితంగానే ఉంటుంది. కానీ యోగశక్తి ప్రసారం మాత్రం భౌతిక సూత్రాలకు లోబడి ఉండదు. ప్రసార ప్రవాహం ప్రారంభమైన తక్షణమే, సాధకుడు (అతడు, ఆమె) ఎక్కడున్నా, దానిని గ్రహిస్తారు. మీరు కేవలం ప్రాణాహుతిని గురించి ఆలోచిస్తే చాలు, అది ప్రవహించి నారంభిస్తుంది. చివరికి కాంతి కూడా అంత తక్షణమే ప్రవహించలేదు. ఒకానొక దూరాన్ని 'జీరో టైము'లో (శూన్య సమయంలో) ప్రయాణించ గలిగినప్పుడు, దాని వేగం అనంతం. ఊహాత్మకంగా ఆలోచిస్తే, ఐన్‌స్టీన్ సమీకరణంలోని కాంతి వేగాన్ని అనంతంతో, అపరిమిత వేగంతో మనం ప్రతిక్షేపిస్తే, ఏమవుతుంది?

అనంతాన్ని సమీకరణంలో జొప్పిస్తే, మనకు వచ్చే శక్తి కూడా అనంతమైనది అని, దాని మూలం కూడా అనంతంగా ఉంటుంది అని తెలుస్తుంది. అదే ప్రాణాహుతి ప్రసారం.

ప్రాణాహుతి ప్రసార ప్రభావాన్ని అర్థం చేసుకునేందుకు మనకు సహాయపడే శాస్త్రీయ సూత్రం మరొకటి ఉంది. అదే జడోష్ణత లేక అవ్యవస్థత (ఎంట్రోపీ) అంటే ఏ వ్యవస్థలో అయినా క్రమరాహిత్యం. తక్కువ స్థాయిలో అవ్యవస్థతను కొనసాగించేందుకు, ఆ వ్యవస్థ లోనికి బయటనుండి శక్తిని (ఉత్పాదకం) ప్రవేశపెట్టాల్సిన అవసరం ఉంది. అటువంటి ఉత్పాదకం లేదా ప్రయత్నాలు లోపిస్తే, వ్యవస్థ తరచుగా విచ్ఛిన్నం అవుతుంది.

కానీ అన్ని శక్తి ఉత్పాదకాలూ స్థిరపరచవు. ఉదాహరణకు, మనకు కోపం వచ్చినప్పుడు, శక్తి ఎక్కువగా ప్రవహిస్తుంది. కానీ అది వ్యవస్థను అస్థిర

పరుస్తుంది. ఎందుకంటే, అది మనకు వ్యతిరేకంగా పనిచేస్తుంది. కాబట్టి కేవలం శక్తి ఉత్పాదకం మాత్రమే కాదు, దాని యొక్క దిశ కూడా ముఖ్యమే. ఈరెండు పరిస్థితులను పోల్చి చూద్దాం: మొదటి దానిలో, దృష్టి బయటకు, అంచులవైపు వెళుతూ ఉంది. రెండవ దానిలో, దృష్టి లోపలి, శారీరక వ్యవస్థ యొక్క కేంద్రానికి వెళుతూ ఉంది. మన దృష్టి బయట అంచుల వైపు వెళితే, మన శారీరక వ్యవస్థ అస్థిరమౌతుంది. అలా కాకుండా అది కేంద్రం వైపుకు వెళితే, సుస్థిరమౌతుంది. ప్రాణాహుతితో చేసే ధ్యానంలో, మన దృష్టి సహజంగానే లోపలికి ప్రవహిస్తుంది. మన శరీర వ్యవస్థ ఎక్కువ సుస్థిరమౌతుంది. దాని వలన, అవ్యవస్థత అంతకంతకూ తగ్గుతుంది. ఏ కేంద్రం చుట్టూ మన జీవన సుడిగుండం తిరుగుతూ ఉంటుంది? అదే ఆత్మ.

పూదోటలో ఒక అందమైన పువ్వు వికసిస్తూ ఉన్నట్లు ఊహించుకోండి. మీరు వేగంగా పరుగెడుతూ వెళ్ళిపోతూ ఉంటే, మీరు దాని సౌందర్యాన్ని ఆస్వాదించలేకపోతారు. కానీ మీరు దానికి దగ్గరగా వెళితే, దాని అందాన్ని ఆస్వాదించగలరు. మీరు దాని ముందు నిలబడి ఉంటే, దాని అందాన్ని మరింతగా అనుభూతి చెందగలరు. మీరు ఆకాశంలో ఎగురుతూ ఉంటే అప్పుడు, కింద భూమిమీద ఉన్న పుష్పాన్ని అసలు చూడనే లేరు.

మనం వేగంగా వెళుతూ ఉన్నప్పుడు, మనకు చాలా విషయాలు తెలియరావు.

భౌతికమైన చలనాలకంటే మనస్సు ఇంకా వేగంగా పరుగెడుతుంది. ఇలా మనస్సు ఒకదాని మీద నుండి మరోదాని మీదకు, ఒక విషయం నుండి మరో విషయానికి, ఒక చోట నుండి మరో చోటుకు వేగంగా పయనిస్తున్నప్పుడు, మనలో మనోకమలం వికసించడాన్ని మనం చూడలేము. మనం దాని వివరాలను మాత్రమే కాకుండా, అసలు దాని ఉనికినే గ్రహించలేము. ఆ మనోకమలం మన ఆత్మ. మన దృష్టి ఆ మనోకమలం మీద పడేలా, ప్రాణాహుతి మనల్ని ఎంతో లోతుగా, ఆ నిశ్చలత్వంలోనికి తీసుకువెళుతుంది. దానిని అంతరించిపోతోన్న ఒక జీవిలా భావించినపుడు, అలాంటి జీవిని మనం ఎంత ప్రేమగా చూసుకోవాలి మరి? మన దృష్టిని పూర్తిగా దానిమీదనే ఉంచితే, దానిని కాపాడుకోగలము. కానీ మన దృష్టి తరచుగా బయట ఎక్కడో ఉంటుంది. మనం అలా వెళుతూ ఉన్నప్పుడు, అభిప్రాయాలను ఏర్పరచుకుంటూ ఉన్నప్పుడు, అన్నింటినీ గుర్తిస్తూ ఉన్నప్పుడు, మనం అంతర్గత సౌందర్యాన్ని చూడలేము. ధ్యానం ఏమి చేస్తుంది? అది మన మనస్సును కేంద్రీకరిస్తుంది. విశ్రాంతి తీసుకునేలా సహాయపడుతుంది. స్థిరంగా, నిరీక్షిస్తూ ఉన్న ఆ పవిత్ర పుష్పం యొక్క అంతర్గత నిశ్చలతతో సరిసమానంగా చేస్తుంది. లోలోపల ఉన్న నిశ్చలతను, మన ఆత్మ యొక్క ప్రకంపనా స్థాయిని,

మన మనస్సుతో జోడించడానికి ప్రయత్నిస్తాము. ఒకసారి ఇది ఐతే, అద్భుతం జరుగుతుంది. అదే సాక్షాత్కారాన్ని పొందే క్షణం – మనం ఒక్కటైనప్పుడు, మన బాహ్య సూక్ష్మ శరీరం, లోలోపల ఉన్న పవిత్ర పుష్పంతో సంపూర్తిగా, పరిపూర్ణంగా ప్రతిస్పందిస్తుంది.

యోగశక్తి ప్రసారం వివిధ భాషలలో రకరకాల అర్థాలను ఇస్తుంది. ఉదాహరణకు, హార్ట్ ఫుల్ నెస్ సాంప్రదాయంలో మొదటి గురువు లాలాజీ 'ధ్వని' గురించి చాలా వ్రాసారు. ఆయన ఇలా అన్నారు: శబ్దమే చైతన్యం యొక్క వ్యక్తీకరణ. అది ప్రాణాలకు ప్రాణం, ఆత్మలకు ఆత్మ, అస్తిత్వాలకే అస్తిత్వం. ఈ సమస్త ప్రపంచమంతా దానిమీదనే ఆధారపడి ఉంది.

అది సకల సృష్టికీ పరిపూర్ణమైన ఆధారం, శాశ్వత పునాది. ప్రతి చోటా, ధ్వని చలన ప్రకంపనా తరంగాలు దివ్య ప్రకాశ రూపంలో ఉన్నట్లు కనిపిస్తాయి. ఎక్కడైతే చలనం ఉంటుందో, అక్కడ ధ్వని తరంగం ఉంటుంది.' 'ధ్వని' స్థానంలో మీరు 'ప్రాణాహుతి' ని ఉంచితే, అప్పుడు ఆయన చెప్పినదానికి అర్థం తెలుస్తుంది: ఎందుకంటే ఆయన లారీ చప్పుళ్ళు. సంగీత ధ్వనుల గురించి వ్రాయడం లేదు: ఆయన సూక్ష్మాతి సూక్ష్మమైన ప్రకంపనారహిత ప్రకంపనలను గురించి చెపుతున్నారు.

యోగశక్తి ప్రసారానికి పార్సీ మాట 'తవజ్జో' అంటే 'శ్రద్ధ' అని అర్థం. ప్రసారం చేసే వారి పూర్తి శ్రద్ధ, దానిని గ్రహించేవారి మీద ఉంటుంది. అంటే, మనస్సులోని దివ్యమూలంతో ఏకం అవ్వాలన్న ఆధ్యాత్మిక లక్ష్యంతో, ప్రసారం చేసేవాని దృష్టి గాఢంగా కేంద్రీకరించబడి ఉండే స్థితి అది. అది మనకు మరో స్థాయికి చెందిన అవగాహనను కల్పిస్తుంది.

"ప్రాణాహుతే ప్రేమ" అనే మరో అర్థం కూడా ఉంది.

ఇప్పుడు మనం ఈ విధమైన వివిధ అర్థాలను మన ఆధ్యాత్మిక యాత్రకు అన్వయించుదాము. మనం శూన్యత్వం అయిన దివ్య మూలం వైపు పయనిస్తున్నాము. మరి మనలో ఇంకా ప్రకంపనలు, లేదా చివరికి ప్రేమ మిగిలినా కూడా, మనం ఆ దివ్య మూలంతో ఎలా ఏకం కాగలము? ప్రాణాహుతి ప్రసారం దివ్య మూలం నుండి వస్తుంది. దివ్యమూలాన్ని స్పర్శిస్తుంది. కాబట్టి అది శూన్యత్వపు పరిపూర్ణ మూలతత్వం అయి ఉండాలి. ఇది వర్ణించనలవికానిది.

ప్రాణాహుతి ప్రసార ప్రభావాన్ని మన శరీరంలో రిలాక్సేషన్ (విశ్రాంత స్థితి) రూపంలో అనుభూతి చెందుతాము. ఒక విధంగా ఉద్రిక్తతలు తగ్గి, మనస్సులో ప్రశాంతతను కూడా అనుభూతి చెందుతాము. భావోద్వేగాలు పూర్తిగా 'శూన్యమై',

లోలోపల సమతుల్య స్థితిలో ఉన్నట్లు అనుభూతి చెందుతాము. ప్రతిదీ మరింత ప్రశాంతంగా మారుతుంది. సూక్ష్మ శరీరం నిశ్చల స్థితికి చేరుకుంటుంది.

దీనిని సాధించడానికి బయటి నుండి ఏ ధ్వని కానీ, లేదా మంత్రాలను వల్లించడం, జపాలు చేయడం ద్వారా లోలోపల కలిగే ఏ ధ్వని కానీ సహాయపడలేదు. అవన్నీ విఫలం అవుతాయి. ఇది ధ్వనికి అతీతమైనది. ఏ మానసిక అలంకారానికైనా ఇది అతీతమైనది. శూన్యత్వపు మూలతత్వమైన ప్రాణాహుతి తప్ప, ఏదీ కూడా మనల్ని ఆ స్థాయి పరిపూర్ణ నిశ్చల స్థితికి, ప్రశాంత స్థితికి చేర్చలేదు.

ఆధ్యాత్మికత ఇచ్చే పిలుపు, పరివర్తన, 'ఈనాడు నేను ఎలా ఉన్నప్పటికీ, నేను ఏవిధంగా ఉండవలెనో ఆ స్థితికి పరివర్తన చెందాలి' అని చెపుతోంది. అలా పరివర్తన చెందడానికి నన్ను అడ్డుకుంటున్నది ఏది? నా సంస్కారాలు, నా ముద్రలూ సృష్టించిన భారం. ఒక జన్మ నుండి మరో జన్మకు మనం మోసుకుని వెళుతున్న ఈ ముద్రల సంకెళ్ళ నుండి, విముక్తి కల్పించడానికి ఈ ప్రాణాహుతి మనకు ఏ విధంగా సహాయపడుతుంది? అవి తొలగించడానికి సాధ్యపడే భౌతికలక్షణాలు కావు. అవి దుస్తులమీద ఉండే ముడతల్లాంటివి. వాటిని ఇస్త్రీతో సాపు చేయాల్సి ఉంటుంది. మనస్సులో అలజడులను సృష్టించే సంస్కారాలను తొలగించాలి; ఒక విధంగా ఇస్త్రీ చేసి ముడుతలను తొలగించినట్లుగా, ప్రాణాహుతి వాటిని తొలగిస్తుంది. ఈ ప్రక్రియను మనం కేవలం ఒక 'ఇంద్రజాలం'లా వర్ణించగలము – ఎందుకంటే, అది మాటల్లో వర్ణించలేనిది కాబట్టి. ప్రాణాహుతి, సంస్కారాల మూలానికి వెళ్ళి, వాటిని సమూలంగా నాశనం చేస్తుంది. ముద్రల ప్రకంపనలను పూర్తిగా శూన్యపరచేందుకు, ఒక్కొక్కసారి అది వాటిని కరిగిపోయేటట్లు లేదా ఆవిరై పోయేటట్లు చేస్తుంది.

ప్రాణాహుతి పదానికి కేనోపనిషత్తులో ఒక ప్రస్తావన ఉంది. అందులో దానిని 'ప్రాణస్య ప్రాణ:'గా వర్ణించారు. అంటే, 'ప్రాణం యొక్క ప్రాణం' అని అర్థం. క్లుప్తంగా చెప్పాలంటే, ఇది ప్రాణాన్ని ఇచ్చే శక్తి. కానీ ఇప్పటికే ఒక ప్రాణశక్తి మనలో ఉంది: అదే ఆత్మ. కాబట్టి, "మన జీవితానికి ఆత్మ సరిపోదా?" అనే ప్రశ్న తలెత్తుతుంది. ఇక్కడ ఒక ఉదాహరణ ఉన్నది: మండు వేసవి నెలల్లో, ముఖ్యంగా భారత దేశంలో, చెట్లమీద ఆకులు వడలి వాలిపోతాయి. ఒక్కొక్కసారి అవి చనిపోతాయా అన్నట్టు కనిపిస్తాయి.

భూమిలో ఉన్న వ్రేళ్ళు వీలైనంత మేరకు తేమను, పోషక ఆహారాన్నీ పీల్చుకుంటూ ఉన్నప్పటికీ, వాటిలో జీవం నశిస్తుంది. కానీ వర్షాకాలపు తొలకరి జల్లుతో, చెట్లు జీవాన్ని పోసుకుంటాయి. కొత్త జీవితం ప్రారంభమౌతుంది. తాజాదనం వెల్లివిరుస్తుంది, చుట్టూ ఎంతో ఆనందం తాండవిస్తుంది.

అదే విధంగా, మనలో ఉన్న ఆత్మ వల్లనే మనం జీవించి ఉంటాము. కానీ మనం తొలిసారి యోగ శక్తి ప్రసారాన్ని గ్రహించిన క్షణంలో, మన ఆత్మకు తగిన పోషకాహారాన్ని మనం గ్రహిస్తాము: జీవితం మారుతుంది. - మన జీవితంలో తాజాదనం వస్తుంది... ఇకదానిని 'ఎలా ఉపయోగించుకుంటే ఉత్తమం?' అనేది మన మీద ఆధారపడి ఉంటుంది; అక్కడే మనందరికీ భిన్నాభిప్రాయాలు ఉన్నాయి. మనం పైన చెప్పుకున్న వర్షాకాలపు సారూప్యతనే మళ్ళీ తీసుకుంటే, వర్షం సారవంతమైన నేలమీద, బంజరు భూమి మీద, రాయి మీదా ఒకేవిధంగా పడుతుంది; ఐతే వర్షం యొక్క ప్రాణాన్ని ఇచ్చే సామర్థ్యానికి, ఒక్కొక్క వాతావరణమూ భిన్నంగా ప్రతిస్పందిస్తుంది. అదే విధంగా మనలో ప్రతి ఒక్కరూ తమ స్వభావాన్ని బట్టి ప్రాణాహుతికి భిన్నంగా స్పందిస్తారు. మనం ఎక్కువగా గ్రహించగలిగినప్పుడు, మనలో వినమ్రత ఉన్నప్పుడు, మనలో భావోద్వేగ శూన్యత ఉన్నప్పుడు, మనలోనికి ప్రాణాహుతి కుండపోతలా వర్షిస్తుంది. మనం దానిని గ్రహిస్తాము, అది మన శరీరమంతటా ప్రవహిస్తుంది. దానిని మనం గ్రహించడం మాత్రమే. కాదు; హృదయం దాని మూలతత్వంతో సంతృప్తి చెందింది కాబట్టి, మనకు తెలియకుండానే ఇతరులతో దానిని పంచుకోగలము. ప్రాణాహుతిని గ్రహించిన మీదట, మనం ఇప్పుడు దానిని పంచిపెట్టగలము.

ప్రాణాహుతి ప్రసారం లేకుండా హార్ట్ ఫుల్‌నెస్ ధ్యానమే లేదు. దానికి బహుళ ప్రయోజనాలు ఉన్నాయి. ఒక నడవలేని వ్యక్తిని ఊహించుకోండి. కదిలేందుకు అతడికి చేతి కర్ర కానీ, ఊత కర్ర కానీ, చక్రాల కుర్చీ కానీ కావాలి. అదే విధంగా, ఒక వ్యక్తి తన మనస్సును క్రమబద్ధం చేసుకోలేనప్పుడు, లేదా చైతన్యపు వివిధ పొరలద్వారా పయనించ లేనప్పుడు, చిన్నదైన చైతన్య రంగానికి పైన విశాలంగా విస్తరించి ఉన్న చైతన్యానికి అధి చైతన్యానికి (సూపర్ కాన్షియస్నెస్) - దారిని సిద్ధం చేసేది ఈ ప్రాణాహుతి ప్రసారమే. వారు చైతన్యంలో స్వప్రయత్నం ద్వారా ఒక్క వీసమంతకూడా కదలలేరు. చైతన్యం మరో స్థాయిలోనికి (డైమన్షన్) విస్తరించడానికి సహాయకారిగా, ఒక చేతికర్రలా, ప్రాణాహుతి ప్రసారం పనిచేస్తుంది. ఒక స్థాయినుండి మరో స్థాయికి అధిగమించి, అధిచైతన్యంలో, ఉన్నతంగా ఎదిగి, లోలోపలికి వెళ్లి, మనస్సు యొక్క ఉపచేతన లోలోతులను నిర్మలీకరణ చేసేందుకు ఇది సహాయపడుతుంది. అదే ప్రాణాహుతి యొక్క ప్రాథమిక పాత్ర. ప్రాణాహుతి ప్రసారపు మూలసారాన్ని మొదటిసారి ధ్యానంలో కూర్చున్నప్పుడే మనం పొందుతాము. దానివల్ల దివ్య మూలం యొక్క ప్రభావం

పనిచేస్తుంది. ప్రాణాహుతిశక్తి ప్రసారం లేకుండా చేసే ధ్యానానికి, ప్రాణాహుతి సహాయంతో చేసే ధ్యానానికి మధ్య గల తేడాను గుర్తించి, అనుభూతి చెందినప్పుడు, ప్రాణాహుతి వలన చైతన్యంలో సృష్టించబడిన మార్పును మనం గుర్తిస్తాము.

మార్గదర్శనం అనే అధ్యాయంలో, ప్రాణాహుతి శక్తి ప్రసారాన్ని సుసాధ్యం చేయడంలో మార్గదర్శి యొక్క పాత్ర ఏమిటో మనం తెలుసుకుందాము.

యోగశక్తి ప్రసారంతో ధ్యానాన్ని అనుభూతి చెందడానికి వివిధ మార్గాలు ఉన్నాయి. వాటిల్లో ఒకటి మా 'మాస్టర్ క్లాసెస్ సీరీస్' లను ఆన్-లైనులో "heartfulness.org/masterclass," చూడవచ్చు. మీ ప్రాంతంలో ఉన్న హార్ట్ ఫుల్‌నెస్ సెంటరును సందర్శించవచ్చు. కలిసేందుకు సమయం కోరుతూ ఫోన్ చేయవచ్చు.

మీ స్మార్ట్ - ఫోనులో డౌన్లోడ్ చేసుకున్న 'హార్ట్ - యాప్' (Hearts App) అప్లికేషన్ ద్వారా ధ్యాన సమావేశం కోరవచ్చు. మా వెబ్ సైట్ www.heartfulness.orgలో ధ్యాన సమావేశం కోరవచ్చు, లేదా info@heartfulness.orgకు ఈ-మెయిల్ చేయవచ్చు.

ధ్యానపు లోలోతుల్లోనికి

ధ్యానం యొక్క మౌలికాంశాలతో మనము సుఖంగా ఉన్నప్పుడు, ప్రసరిస్తున్న ప్రాణాహుతిని అనుభూతి చెందుతూ, లోపల ఏమి జరుగుతూ ఉందో గమనిస్తూ, మనం అంతకంతకూ లోలోతుగా వెళ్ళడం ప్రారంభిస్తాము. అది మనకు, అప్రమత్తంగా, స్పృహతో ఉంటూ, ఈ విధానానికి తగిన విధంగా సర్దుబాటు చేసుకునేందుకు సహాయపడుతుంది.

ప్రారంభంలో మనం ఒకానొక లోతుకు చేరుకొని, దానికే అలవాటు పడిపోతాము. కానీ కొంతకాలం తర్వాత, ఇంకా లోతుగా వెళ్ళలేనట్లుగా, దాటలేని ఏదో ఒక అవరోధం అక్కడ ఉన్నట్లుగా, మనం అక్కడ ఇరుక్కుపోయామని అనుకుంటాము. ఇలా జరిగినప్పుడు మనం ఏమి చేయగలము? ఒక్కొక్కసారి మనకు ధ్యానం చేయాలని అనిపించదు. మనకు చికాకుగా, అవిశ్రాంతంగా, పరధ్యానంగా ఉంటుంది. దీనికి సమాధానం, మనం ముందుకు సాగుతూ ఉండడమే. త్వరలోనే ఆ స్థితి మారుతున్నట్లు – ముఖ్యంగా ప్రాణాహుతిని ప్రసారం చేయగలిగిన సమర్థుడైన ఒక ప్రశిక్షకునితో (ట్రైనర్) ధ్యానంలో కూర్చున్నప్పుడు మీరు మళ్ళీ మరింత లోతుగా వెళ్ళగలుగుతున్నారని తెలుసుకుంటారు.

కాలక్రమేణా, చైతన్యపరిధి మారుతూ ఉంటుందని మనం కనుగొంటాము. ఒక సంవత్సరానికి పూర్వం ఉన్న చైతన్యపు లోతుకు, ఇప్పటి చైతన్యపు లోతుకూ మధ్య గల వ్యత్యాసాన్ని పోల్చి చూడగలమా? ఒకానొక స్థాయిని అధిగమించి ముందుకు వెళ్ళినప్పుడు, హటాత్తుగా మనం మరో ప్రాంతంలో లేదా వాతావరణంలో ఉంటాము. కాబట్టి ప్రారంభంలో మనం కొత్త స్థాయికి చెందిన చైతన్యాన్ని గమనించలేము, దానితో అనుసంధానం కాలేము. అందుకే ధ్యానంలో లోతుగా వెళ్ళినప్పుడు, మనం మన ఎరుకను కోల్పోతాము.

కొత్తగా చేరిన వ్యక్తి ధ్యానంలో అనుభూతి చెందే లోతుకు, ప్రవీణుడైన అభ్యాసి అనుభూతి చెందే లోతుకూ మధ్య తేడా ఉంటుంది. చిన్నపిల్లవాడిని, ఒక అడుగు లోతు నీళ్ళలోకూడా మనం పట్టుకోవాలి; కానీ, ఈత తెలిసిన వ్యక్తికి, యాభై కిలోమీటర్ల లోతైన మహాసముద్రంలోనైనా ఎలా మునిగిపోకుండా ఉండాలో తెలుస్తుంది. మనం ధ్యానాన్ని కొనసాగిస్తూ ఉన్న కొద్దీ, మనం క్రమక్రమంగా వివిధ స్థాయిలకు చెందిన చైతన్యానికి అలవాటు పడతాము- ఎందుకంటే, ప్రతిచోటా మనం మరో కొత్త లోతుకు చేరుకుంటాము.

పైనుండి చూస్తే, మనం విలీనమైన ఒక స్థితికి, మరో స్థితికీ మధ్య తేడా ఏమీ లేనట్లు కనిపిస్తుంది - ఎందుకంటే మనం ప్రతిసారీ ఎరుకను కోల్పోతాము కాబట్టి. కానీ, ధ్యానం తర్వాత స్థితిని మనం గమనిస్తే, గతంలో మనం అనుభూతి చెందిన తేలికదనం కంటే, ఈ రోజు మనం అనుభూతి చెందుతున్న తేలికదనం భిన్నంగా ఉంటుంది. చైతన్యం ఎప్పుడూ విస్తరిస్తూనే ఉంటుంది.

బాగా ధ్యానం చేయాలంటే, చక్కగా విశ్రాంతి తీసుకున్న మనస్సు, హృదయమూ మీకు ఉండాలి. శారీరక విశ్రాంతి తప్పనిసరి. నిద్రమత్తులో ఉండే మనస్సు, బద్ధకపు శరీరమూ మిమ్మల్ని ముందుకు తీసుకువెళ్ళవు. మీరు మేల్కొన్నప్పుడు, ధ్యానం చేసేందుకు వీలులేకుండా మీకు నిద్రమత్తుగా ఉంటే, ముందు నడవటానికిగానీ, పరుగుకుగానీ, ఈతకు గానీ వెళ్ళండి. ఆ తర్వాత ధ్యానం చేయండి.

కండరాలు పెంచుకోవాలంటే, ప్రతి రోజు వ్యాయామశాలకు (జిమ్) వెళ్లేందుకు మనం పెద్ద పెద్ద ప్రణాళికలు వేసుకుంటాము. మనలో కొందరు రెండు మూడు రోజులు వెళ్లి, ఆ తర్వాత ఆసక్తి కోల్పోతారు - ఎందుకంటే అది కష్టమైన పని, శరీరం అలసిపోతుంది కాబట్టి. మిగిలినవారు ఈ విషయాన్ని శ్రద్ధగా తీసుకుని, మూడు నెలలు, ఆరు నెలలు, లేదా మూడు సంవత్సరాలపాటు తీవ్రమైన శిక్షణ తీసుకుని, ఫలితాలను చూస్తారు. కొంతకాలానికి కండరాలు తప్పక బలంగా

తయారవుతాయి. ధ్యానం కూడా అలాంటిదే. దీన్ని చేస్తూ ఉండడం వలన మనలో కలిగి మార్పులు కనిపించని మార్పులు అయినప్పటికీ మనం వాటిని అనుభూతి చెందుతాము.

ఆలోచనలను ఏమి చేయాలి?

ఎల్లప్పుడూ మన మనస్సుల్లో మెదిలే ఈ ఆలోచనల తుఫానే మనకందరికీ నిరంతరంగా ఎదురయ్యే సమస్య! నా మొదటి మార్గదర్శి, బాబూజీ, తన 'సత్యోదయం' పుస్తకంలో వ్రాసిన ఈ క్రింది మాటల్లో ఈ సమస్యను ఎలా తొలగించుకోవాలో స్పష్టమైన మార్గదర్శనాన్ని ఆయన మనకు ఇచ్చారు:

> సాధారణంగా, ధ్యాన సమయంలో తమ మనస్సుల్లో లెక్కలేనన్ని. ఆలోచనలు ప్రవేశించి, చిందరవందర చేస్తూ ఉంటాయని చాలా మంది ఫిర్యాదు చేస్తూ ఉంటారు. తమ మనస్సును ఒక నిశ్చల స్థితికి తీసుకురాలేకపోతే, వారు తమ సాధనలో విఫలమైనట్లు అనుకుంటారు. కానీ అది అలాకాదు. మనం ఏకాగ్రతను సాధన చేయడం లేదు, కేవలం ధ్యానం మాత్రమే చేస్తున్నాము. ఆ సమయంలో మన మనస్సులోనికి వచ్చే బయటి భావాలను పట్టించుకోకుండా. మనం ధ్యానాన్ని కొనసాగించాలి. మన మనస్సు చైతన్యంగా ఉన్నపుడు చేసే కార్యకలాపాల ఫలితంగానే ఈ ఆలోచన ప్రవాహం సంభవిస్తుంది. చేతన మనస్సు ఎప్పుడూ స్థిమితంగా ఉండదు. మనమంతా ఇంకా మన ఉపచేతన మనస్సుతో ధ్యానంలో మునిగే ఉంటాము కానీ, మన చేతన మనస్సు మాత్రం అటూ ఇటూ తిరుగుతూ, లెక్కలేనన్ని ఆలోచనలను రేకెత్తిస్తూ ఉంటుంది. ఏ విధంగానూ మనం నష్టపోయేది లేదు. కాలక్రమేణా, తగినంత సాధన తర్వాత, చేతన మనస్సు కూడా తగిన విధంగా మలచబడి, ఉపచేతన మనస్సుతో సామరస్యంగా పనిచేయడం ప్రారంభిస్తుంది. విధంగా సాధించిన ఫలితం లోతుగా వ్రేళ్ళూనుకుని, శాశ్వతంగా ఉంటుంది. చివరికి ఆత్మ యొక్క స్వభావమైన ప్రశాంతత ప్రధానమౌతుంది.

ఆలోచనలను రాకుండా చూసుకునేందుకు మరో మార్గదర్శన సూచన కూడా ఉంది. మనమంతా ధ్యానంలో మన మనస్సులను ఒక నిశ్చల స్థితికి, ఆలోచనా రహిత స్థితికి తీసుకురావాలని కోరుకుంటున్నాము; కానీ రోజులో మిగిలిన ఇరవై మూడు గంటలూ మనస్సులతో మనమేం చేస్తూ ఉన్నాము?

మీకై మీరు గమనించి చూడండి. మిగిలిన సమయమంతా అది అటూ ఇటూ తిరుగుతూ ఉన్నప్పుడు, అది ఒక్క గంట సేపు నిశ్చలంగా, ప్రశాంతంగా ఎలా ఉండగలదు?

ధ్యానం చేస్తున్నప్పుడు మీరు అనుభూతి చెందిన స్థితిని మీతో పాటు నిలుపుకుంటూ, రోజంతా ధ్యాన స్థితిలో ఉండడమే మీ మనస్సును క్రమబద్ధం చేసేందుకు ఏకైక మార్గం. ఎక్కడికి వెళ్ళినా, మీరు ఈ క్రింది సూచన కూడా చేయవచ్చు.

> మీ చుట్టూ ఉన్నవన్నీ దైవ స్మరణలో లీనమై ఉన్నట్లు అనుకోండి. ముందుగా మీకై మీరు దైవ స్మరణలో అనుభూతి చెందడం ప్రారంభించండి, తద్వారా దాని ప్రతి ధ్వనిని అనుభూతి చెందుతారు.

మీకు అసలు ఆలోచనలే ఉండని ఒకానొక సమయం వస్తుందని మీరు గుర్తిస్తారు. మనస్సు నిశ్చలంగా, ప్రశాంతంగా ఉంటుంది. నెమ్మది నెమ్మదిగా, కొద్దికొద్దిగా, అది మరింత మెరుగుపడుతుంది. చివరకు బయట ఉన్నవి కూడా దివ్యస్మరణలో లీనమై ఉన్నాయన్న భావనను మీరు సాధన చేస్తే, అది మీ మనస్సును కేంద్రీకరిస్తుంది. 'స్టార్-వార్స్' లో యోదా చెప్పినట్లుగా, "మనం ఈ ముడిపదార్థం కాదు, ప్రకాశవంతమైన జీవులం. మీ చుట్టూ ఉన్న శక్తిని మీరు అనుభూతి చెందాలి. ఇక్కడ, మీకు, నాకు, చెట్టుకు, రాయికి... ప్రతి చోటా. అవును, చివరికి ఈ భూమికి, ఆ ఓడకూ మధ్య ఉన్న శక్తిని మీరు అనుభూతి చెందాలి." ఇది ఒక అద్భుతమైన ప్రయోజనం. మరో ప్రయోజనం కూడా ఉంది: మీరు థియేటరులో ఉన్నా, షాపింగ్ ఉన్నా, కాలేజీలో ఉన్నా, మీరు ఈ సూచన చేసినప్పుడు, మీ చుట్టూ ఉన్న మనోభావన (ఫీలింగ్)కు ఏమి జరుగుతుందో మీరు ఊహించగలరా? దీనిని ఒక ప్రయోగంలా చేసి చూడండి!

మీకు చేయడానికి ఇంకే పనీ లేనప్పుడు, ఈ సూచన చేయండి. మీరు దైవస్మరణలో లీనమౌతారు, నెమ్మదిగా ఆ విలీనత విస్తరిస్తుంది. అది కేవలం మీ చుట్టే కాదు, వేరే ఎక్కడో ఉంటున్న మీ స్నేహితుని గురించి కూడా మీరు ఆలోచిస్తారు; మీరు అంతటా ప్రకంపనలను పంపుతారు. ఈ మనోభావాన్ని విస్తరించనీయండి. మీకై మీరు విధించుకున్నవి తప్ప, వేరే పరిమితులు అంటూ ఏమీ ఉండవు. మీరు మీ చైతన్యాన్ని విస్తరించేలా చేసినప్పుడు, ఈ భూమి చాలా చిన్నది అవుతుంది, చివరికి ఈ విశ్వం కూడా చాలా చిన్నది. అవుతుంది; ప్రేమతో నిండిన చైతన్యం అవుతుంది.

ధ్యానం కూడా ఎల్లప్పుడూ విస్తరించే సాధనే. ఈ రోజు కొద్దిగా చేస్తే, రేపు మరి కొంచెం ఎక్కువగా చేయండి. ప్రతిరోజూ ధ్యానం చేయడానికి ప్రయత్నించండి.

అపుడు మీరు, ధ్యానంలో ప్రావీణ్యతను సంపాదించిన తర్వాత, ప్రతిరోజూ ఒకే సమయంలో ధ్యానం చేసేందుకు ఒక సమయాన్ని నిర్ణయించుకోండి. మీ ధ్యానస్థితి ఇతరులలో ప్రతిధ్వనించే సమయం వస్తుంది; మీరు ఇతరులపై ప్రభావాన్ని కలిగిస్తారు.

ఒకసారి మీరు ధ్యానంలో మీ మనస్సును క్రమబద్ధం చేసుకున్న తర్వాత, మీరు చేయవలసిన పని, మీ మనస్సును, మిగిలిన సమయంలో క్రమబద్ధం చేసుకోవడం. ఆలోచనలు ఎప్పుడూ వస్తూనే ఉంటాయి, కానీ, ధ్యానంలో మీలో ఏమి జరుగుతూ ఉందో మీకు పూర్తిగా తెలుస్తుంది. అందుకే అవి అంత స్పష్టంగా తెలుస్తాయి. వేరే సమయాలలో కంటే, మీరు ప్రశిక్షకునితో [ట్రైనర్] కూర్చుని ధ్యానం చేస్తున్నప్పుడు ఒక్కొక్కసారి ఆలోచనలు మరింత ఉధృతంగా వస్తూ ఉంటాయి. అవి మంచి ఆలోచనలు అయినప్పుడు, తరచుగా మీరు వాటిని ఆనందిస్తారు. అవి అంతకంతకూ విస్తరిస్తాయనిపిస్తుంది. కానీ ఆ ఆలోచనలు అంత మంచివి కానప్పుడు, కష్టమైన ఆలోచనలు పైకి వచ్చినప్పుడు, 'ఇప్పుడు అలాంటి ఆలోచనలు ఎందుకు వస్తున్నాయా?', అని మీరు ఆశ్చర్యపోయి, లోలోపలే వాటితో పోరాడుతూ ఉంటారు. మంచివైనా, చెడ్డవైనా – ఈ ఆలోచనలన్నీ కేవలం మీ ఉపచేతన మనస్సు నుండి తొలగిపోవటం కోసం మాత్రమే బయటకొస్తున్నాయని గుర్తుంచుకోవాలి. తర్వాత అసలు ఆలోచనలను మీరు చాలా అరుదుగా గుర్తు తెచ్చుకోగలుగుతారు. ఎందుకంటే అవి తెలియని చోటునుండి వస్తాయి, తెలియని చోటికి వెళ్ళిపోతాయి కాబట్టి. అందుకని వాటిని వెళ్ళిపోనివ్వండి. మీరు ధ్యానం చేస్తున్నారన్న విషయాన్ని సున్నితంగా గుర్తు చేసుకోండి, చాలు!

అలాంటి ఆలోచనలు ఎలా మొట్టమొదటగా మన ఉపచేతనా మనస్సులోనికి ప్రవేశించి, ఉపచేతనాన్ని తమ స్వగృహంలా చేసుకుంటాయి? ముద్రలు ఎలా ఏర్పడతాయో, వాటిని ఎలా తొలగించుకుంటామో, వచ్చే అధ్యాయంలో చదివినప్పుడు మనకు సులువుగా అర్థం అవుతుంది.

పరిశీలన

ధ్యానం తర్వాత నాకు ఎలా అనిపించిందీ, నాలో ఏం జరిగిందీ అనేది గమనించేందుకు నా శారీరక వ్యవస్థను పరిశీలించేందుకు కొన్ని నిముషాలు గడిపితే ఎంతో ప్రయోజనకరం అని నాకు ఎప్పుడూ అనిపిస్తుంది. అప్పుడు నేను గమనించిన దానిని ఒక పుస్తకంలో [డైరీలో] వ్రాస్తాను. ప్రతిసారి భిన్నంగా జరుగుతూ ఉండడం నేను గుర్తించాను. ఒక్కొక్కసారి ఏమీ జరిగినట్లే అనిపించదు.

అది కూడా ఫర్వాలేదు. ఉదాహరణకు, 'ఈ రోజు నాకు ఏ అనుభవమూ కలుగలేదు' అని గాని, లేదా 'నా మనస్సు ఆలోచనలతో నిండిపోవడంతో సరిగ్గా ధ్యానం చేయలేదు' అనో వ్రాయవచ్చు. ఒక శాస్త్రవేత్త వ్రాసినట్లుగా, ఏమి జరిగితే అది వ్రాయండి. మీ సాధనలో, మీ ఆసక్తిలో, మీ లోపల గమనించే సామర్థ్యంలో, వివిధ స్థితులను గమనించగలిగే మీ సూక్ష్మగ్రాహ్యతలో, మీ మానసిక స్థితులలో ఆవృతాలను కూడా మీరు గమనించడం ప్రారంభిస్తారు. వివిధ రకాల అనుభవాలను మీరు గుర్తిస్తారు.

ఇక్కడ ఒక వ్యక్తిగత ఉదాహరణ చెపుతాను వినండి. కొన్ని సంవత్సరాల క్రిందట నా డైరీలో వ్రాసిన విషయాన్ని చూసి నేను ఆశ్చర్యపోయాను. ఆ రోజు నాకు కలిగిన ఒక అనుభవం చాలా చిన్న విషయంలా అనిపించింది. 'నా ద్యానంలో ఒకానొక వ్యక్తిని నేను చూశాను. మేమిద్దరం ఒక్కటయ్యాము' అని వ్రాశాను. నిన్న, అనుకోకుండా, నేను ఆ డైరీలో ఆ పేజీని తెరచి చూశాను. అది ఒక రాకెట్టులా నా హృదయాన్ని తాకింది.

ఆ తర్వాత ఏడవడం ప్రారంభించాను. అది నాపై అంతటి ప్రభావాన్ని చూపింది, కానీ ఆ రోజు నేను అలా వ్రాసినప్పుడు, నాకు అదేమీ గొప్ప విషయంగా అనిపించలేదు.

1979లో, నేను ఇంకా భారతదేశంలోనే ఉన్న రోజుల్లో జరిగిన మరో సంఘటన. నాకు ఒక కల వచ్చింది; కలలో కనిపించిన ప్రదేశాన్ని వర్ణిస్తూ నేను నా డైరీలో వ్రాశాను. అక్కడ ఒక కాలువ ప్రవహిస్తూ ఉంది. నూట ఏభై అడుగుల ఎత్తైన వృక్షాలు ఉన్నాయి. ఒక పెద్ద పందిరి ఉంది, పచ్చటి తివాచీలా ఉన్న విశాలమైన పచ్చికబయలు, ఒక చిన్న ఇల్లు నాకు కనిపించాయి. కలలో నేను నా రెండవ మార్గదర్శి అయిన చారీజీ ప్రక్కనే కూర్చుని ఉన్నాను. మాతో పాటు నలుగురు, ఐదుగురు ఉన్నారు. 'ఇది విదేశాలలోని ఒక ప్రదేశం, కానీ నేను భారత దేశంలోనే ఉన్నాను కదా!' అని కలలో కూడా నేను ఆశ్చర్యపోయాను. తర్వాత 1986లో, మేము అట్లాంటాలో ఉన్నాము. 'మనం ఆల్బనీ వెళదాము' అని చారీజీ అన్నారు. న్యూయార్కు రాష్ట్రంలో ఉన్న ఆల్బనీకి మేము ఐదారు మంది వెళ్ళాము. మేము వెళ్ళిన ప్రదేశం, గతంలో నాకు కలలో కనిపించి, నా డైరీలో వర్ణించి వ్రాసుకున్న ప్రదేశమే. ఖచ్చితంగా అదే ప్రదేశాన్ని గురించి నేను కలగన్నాను.

కాబట్టి, చివరికి ఏదైనా ప్రాపంచికమైనదిగా అనిపించినప్పటికీ, దానిని మీ డైరీలో వ్రాసి ఉంచుకోండి. ఉదాహరణకు, నేను ఒక ఉడుతను చూశాను' – ఏమో, మీరు ఆ తర్వాత దానితో కలియవచ్చునేమో! ఎవరికీ తెలుసు. ధ్యానంలో

మీకు ఏమనిపిస్తే అది వ్రాయండి. మీకు వచ్చిన కలలను, మీ పట్ల, మీ కుటుంబ సభ్యుల పట్లా, ఇతరులపట్లా, మీ మార్గదర్శి పట్లా, భగవంతుని పట్లా, మీరు చదివిన పుస్తకాలను గురించి, మీరు చూసిన సినిమాలను గురించీ, మీకు కలిగిన మనోభావాలను గురించి కూడా మీరు వ్రాయండి. ఇలా ఎన్నో విషయాలను మీరు డైరీలో వ్రాయవచ్చు.

ఈ అంతర్గత స్థితులను 'కండిషన్స్' అని కూడా అంటారు. ఇప్పుడు, మనం ఈ అంతర్గత స్థితులను ఎలా గమనించి, తెలుసుకోవాలి?

మొదటిగా, ఒక స్థితిని సృష్టించుకోవాలి. తర్వాత దానిని మనతో మాట్లాడనివ్వాలి. డైరీలో మన అనుభవాలను వ్రాయడం వలన ఈ సామర్థ్యం పెంపొందుతుంది. ఆ స్థితిని నిలుపుకునేందుకు ఇది కూడా తొలి మెట్టు.

అంతర్గత స్థితిని తెలుసుకోవడం (రీడింగ్) అనేది, సాపేక్షికమైనది. మీకు తెలియని ఒక విదేశీ భాషను చదవడానికి ప్రయత్నిస్తే ఎలా ఉంటుందో ఊహించుకోండి. ఉదాహరణకు, చైనీస్ భాష, తమిళం, గ్రీకు – ఇవన్నీ నాకు కొత్తగా కనిపిస్తాయి – ఎందుకంటే నాకు ఆ అక్షరాలు అలవాటు లేదు కాబట్టి. ఒక్కొక్కసారి కాగితం మీద వ్రాసింది ఏ భాషో నాకు తెలియదు! కానీ ఏదో వ్రాసి ఉంది అని తెలిస్తే చాలు. అలా ప్రారంభించండి. ఏదో వ్రాయబడింది తో, ప్రారంభించండి. తర్వాత అక్షరాలను, ఆ తరువాత, పదాలను గుర్తించి, ఆ తరువాత వాక్యాలనూ, సూక్ష్మమైన అర్థాలనూ తెలుసుకోవడం ప్రారంభించండి. మీరు ఎక్కడో ఒక చోట ప్రారంభించినప్పుడు, అవి మీకు అప్రయత్నంగా తెలుస్తాయి.

దీనికి సహాయపడేందుకు, ధ్యానానికి ముందుగా, పై నుండి క్రింది వరకూ మీ శరీరాన్ని పరిశీలించి, గమనించండి. తర్వాత, నెమ్మదినెమ్మదిగా, ధ్యానంలోనికి ప్రవేశించండి. చివర్లో, ధ్యానానికి ముందు, ధ్యానం తర్వాత మీ స్థితిలో ఏదైనా తేడా ఉందేమో గమనించండి. ఆ తేడాను మీ మనస్సులో నిలుపుకోండి.

దానికి మీరు నిర్వాణ స్థితి, నిర్మోహత్వ స్థితి, లేదా సత్–చిత్– ఆనంద స్థితి వంటి పేర్లేమీ పెట్టలేకపోవచ్చు. కానీ ఆ రోజులో అది మీకు ఎలా అనిపించిందో గుర్తుతెచ్చుకోండి. అది మీకు నచ్చితే, ఒక వారం రోజుల తర్వాతైనా మీరు, "గత శుక్రవారం నాటి ధ్యానం ప్రత్యేకంగా ఉంది. అది చాలా బాగుంది" అని దానిని గుర్తుంచుకుంటారు. ముందుగా అనుభవాలకు అలవాటుపడి, వాటిని గమనించండి. ఆ తర్వాత ఏమి జరుగుతుంది? మామిడిపండు పేరు తెలియని వానికి ఒక మామిడిపండు ఇవ్వడం లాంటిది; మళ్ళీ దానిని తినడానికి ఎవరినైనా అడగాలనుకున్నప్పుడు మాత్రమే దాని పేరు తెలుసుకోవడం ముఖ్యం.

కాని దాని పేరు తెలియకపోయినా, లేదా దాని పేరు మరచిపోయినా, 'ఆ పండు నాకు బాగా గుర్తుంది. అది చాలా మధురంగా ఉంది', అని అంటారు. మీకు అనుభవాలు కలిగినప్పుడు, వాటిని గుర్తు తెచ్చుకుని, అప్పుడప్పుడూ వాటిని స్మరిస్తూ ఉండండి.

గతంలో జరిగిన ధ్యాన సమావేశాలలో కలిగిన కొన్ని అనుభవాలను ఈనాటికీ నేను మరచిపోలేకపోతున్నాను. ఎందుకంటే అవి ఎంతో బాగున్నాయి నన్ను సమ్మోహనపరచాయి. ఆ ధ్యానం అంత ముఖ్యమైనదిగా ఉందా? లేదు; ఆ స్థితే నన్ను మార్చింది, నన్ను ఉద్ధరించింది, ఇంకా నన్ను వెంటాడుతూనే ఉన్నది. అటువంటి ధ్యానం తర్వాత, మీ మానసిక స్థితిలోనూ, హృదయంలోనూ గల వ్యత్యాసాన్ని మీరు గమనిస్తే, అప్పుడు మీరు దానిని పట్టుకుని ఉండగలరు. దానిని మీరు ఏ పేరుతో పిలిచినా పర్వాలేదు.

ధ్యాన స్థితిని సృష్టించుకోవడం

ప్రతి ధ్యానంలోనూ, మనకు ప్రసాదించబడిన అపూర్వమైనది ఒకటి ఉంటుంది. ఈ విధంగానే, మనం ఆధ్యాత్మిక పోషణను లేదా ఆధ్యాత్మిక సంపదను పొందుతాము. మనకు కానుకగా ప్రసాదింపబడిన ఈ కొత్త స్థితిని మనం ఎలా భద్రపరచుకుంటాము?

మొదటగా, మనకు ఆధ్యాత్మిక పోషణ ఇవ్వబడుతున్నదని తెలుసుకునేందుకు తగినంత సూక్ష్మగ్రాహ్యతను కలిగి ఉండాలి. తర్వాత దానిని నిలుపుకునేందుకు ప్రయత్నించాలి. దానిని సంరక్షించుకుని, దానిని వృద్ధి చెందనివ్వాలి. దీనినే నేను: పొందండి (Acquire), జీవించండి (Enliven), జీర్ణించుకోండి (Imbibe), మమేకం అవ్వండి (become One) చివరికి విలీన స్థితికి చేరుకోండి (state of Union) అని, లేదా ఇంగ్లీషులో *A-E-I-O-U* అని చెపుతూ ఉంటాను. మనం దానిని పరిరక్షించుకోవటం వలన అది మనలో ఒకటిగా మారుతుంది; మనం దానితో కలిసిపోతాము.

మన అంతరంగంలో గమనించేందుకు, గుర్తించడానికి ప్రయత్నించేందుకు, మన స్థితితో ఏకం అయ్యేందుకు, దానిని ఆస్వాదించి, జీవించి, స్వంతం చేసుకునేందుకు, ధ్యానం తర్వాత మనకు కేవలం ఐదు నిముషాలు మాత్రమే కావాలి.

అప్పుడు అది పెరిగేందుకు ఒక అవకాశం ఉంటుంది. మనం కత్తికి పదును పెట్టడం, కూరగాయలు తరిగేందుకు చేస్తాము. మనం మన చైతన్యానికి పదును

పెట్టడం, దానిని మనం పగటిపూట ఉపయోగించడానికే. మన చైతన్యం ఎంత పదునుగా ఉందో తెలుసుకోవడం ఎంతో ఉపయోగకరమైన విషయం. ఉదయం ధ్యానం చేస్తున్నప్పుడు, మనం ఒకానొక స్థాయికి చెందిన చైతన్యాన్ని సాధిస్తాము. మనం దానిని పట్టుకుని, మన రోజువారీ పనులను నిర్వర్తించినప్పుడు – కళ్ళు తెరచి కూడా – ఉదయం ధ్యానస్థితి మీద పూర్తిగా పట్టు నిలుపుకుంటాము.

'ఆ స్థితిని పట్టుకుని ఉండడం' అంటే ఏమిటి? ఇక్కడ ఒక ఉదాహరణ ఉంది: ఎవరో ఒకరు మీకు ఒక జోకు చెప్పారని అనుకుందాము; తర్వాత మీరు ఇంటికి వెళ్ళాక, అక్కడ మీకు ఈ జోకు గుర్తుకు వచ్చి మీరు బిగ్గరగా నవ్వుతారు. "నాన్నా! ఏమిటి గతి? అని మీ అబ్బాయి అడుగుతాడు. అప్పుడు మీరు "నాకు ఒక జోకు గుర్తుకు వచ్చింది," అని చెపుతారు. అదే విధంగా, ఉదయధ్యానం నుండి కలిగిన స్థితి చాలా బాగుండి, ఎంతో శ్రేష్ఠమైనదిగా, తిరిగి మీ దగ్గరికి వచ్చేంత తీవ్రంగా ఉండవచ్చు. మీరు దానితో పాటు నడవడం, కలిసి పనిచేయడం, దానితో రిలాక్స్ అవ్వడం, దానిని పూర్తిగా మీలో తీసుకోవడం ఎలాగో నేర్చుకోండి. రాత్రనక, పగలనకా మనం తీసుకొనిపోవడానికి ప్రయత్నించే ధ్యానస్థితి ఇదే.

ఒకసారి ధ్యానం ద్వారా ప్రశాంతత, స్వచ్ఛత మనలో సృష్టించబడినప్పుడు, వాటిని వదలకుండా పట్టుకుని ఉండడం ఎలాగో మనం నేర్చుకుంటాము. దీనినే 'కళ్ళు తెరచి ధ్యానం చేయడం' లేదా 'నిరంతర స్మరణ' అని అంటారు. ఈ ప్రక్రియలో మనం ధ్యానం. చేస్తున్నప్పుడు కలిగిన స్థితిని మనతో పాటు, మన దైనందిన జీవితం యొక్క అన్ని పనులలోనికి తీసుకొని పోతాము.

దీనిని సాధించేందుకు, ధ్యానం తర్వాత ఆ ఐదు–ఆరు నిముషాలు ఎంతో ఫలప్రదమైనవి. మీ మేలుకోసం వాటిని తెలివిగా వినియోగించుకోండి. అంతర్గత ధ్యాన స్థితి, గులాబీ పరిమళం కంటే. మరింత సూక్ష్మమైనది. అది సులభంగా పిల్లగాలిలో కలిసిపోతుంది: అందువలన మనం దానిని వెనక్కి పిలువలేము. అందుకని, ధ్యానంలో మనకు ప్రసాదించబడిన స్థితిని నిలుపుకునేందుకు. ధ్యానం ముగిసిన వెంటనే కొన్ని పనులు చేయడం మానుకోవాలి.

ధ్యానం తర్వాత వెంటనే మీ దృష్టిని బయటకు మళ్ళించడానికి ప్రయత్నించకండి. అంటే, బాహ్య వాతావరణంలోని విషయాలు. మార్చకుండా అలానే ఉండనీయడం అన్నమాట. ఫ్యాన్ తిరుగుతూ ఉంటే, దానిని అలాగే తిరుగుతూ ఉండనివ్వండి. ఫ్యాన్ ఆగి ఉంటే అలాగే ఉండనివ్వండి; దానిని తిరిగేందుకు స్విచ్ ఆన్ చేయకండి – ఎందుకంటే అది మీ దృష్టిని బయటకు మళ్ళిస్తుంది. అది విధంగా ధ్యానం ముగిసిన వెంటనే నీరు త్రాగకండి. ఎవరైనా ఏడుస్తూ ఉన్నా, లేదా ఎవరికైనా మీరు

దుర్వార్త చెప్పాల్సి వచ్చినా, మీరు ఒక గ్లాసుతో నీళ్ళు తీసుకు వెళ్లి వాళ్లకు ఇస్తారు. దాని వలన ఆ వ్యక్తి నెమ్మదిస్తాడు. ఎందుకంటే అది వారి దృష్టిని లోపలినుండి బయటకు మళ్ళిస్తుంది కాబట్టి. ఆ పరిస్థితిలో, మీరు నీరు త్రాగించడం ద్వారా, స్థితిని మెరుగ్గా మారుస్తున్నారన్నమాట. ఇది కారణంగా, ధ్యానం తర్వాత కలిగి ఆ స్థితిని నీరు త్రాగడం ద్వారా పోగొట్టుకుంటాము. అది మన దృష్టిని బయటకు మళ్ళిస్తుంది.

అప్పుడే వేసిన కాంక్రీటునే [సిమెంటు] ఉదాహరణగా తీసుకోండి. అది పూర్తిగా గట్టిపడే వరకూ, దానిమీద నడవకుండా ఉంటేనే మంచిది. మనం దాని మీద నడిస్తే, లేదా కుక్కలు దాని మీదనుండి పరుగెడితే, లేదా ఎవరైనా రాతలు దాని మీద వ్రాస్తే, అప్పుడు ఆ ముద్రలు కాంక్రీటులో ఎప్పటికీ అలాగే ఉండిపోతాయి. కాంక్రీట్లాగే, మనలోని స్థితి కూడా మన హృదయంలో స్థిరపడాలి. దానికి శ్రద్ధ అవసరం. అది మీలో ఎలా స్థిర పడుతుందో గమనించండి, అది మీ శారీరక వ్యవస్థను ఎలా నింపుతుందో అనుభూతి చెందండి. అప్పుడు, కళ్ళు తెరచినా కూడా, మీరు దానిని గమనించి ఆ స్థితిని పట్టుకుని ఉండగలమన్న నమ్మకం మీకు కలిగినప్పుడు, ఆత్మ విశ్వాసంతో లేచి, మీ రోజువారీ పనులు చేసుకోండి.

ధ్యానంలో మీకు లభించే స్థితి కాంక్రీటు కంటే చాలా సున్నితమైనది. సూక్ష్మమైనది. ఏ మాత్రం అజాగ్రత్తగా ఉన్నా, అది మాయమౌతుంది. కాబట్టి, దానితో సున్నితంగా, జాగ్రత్తగా ఉండండి. దానిని నిలబెట్టుకోవడానికి ఐదు నిముషాలు గడపండి. దానిని మీలో జీర్ణించుకోండి, ఆపై దానిని అలాగే మీలో నిలబెట్టుకోవడానికి, పెంపొందించుకోవడానికి అవసరమైన సహాయాన్ని మీరు పొందుతున్నారనే ఒక నిశ్చయంతో పైకి లేవండి. మార్గదర్శనం మీకు లోనుండి వస్తుంది. అది చెదిరిపోకుండా పరిరక్షించుకునేందుకు సంసిద్ధత, ఆసక్తి, సంకల్పాన్ని ఏర్పరచుకుని, దానిని అభివృద్ధి చెందనివ్వండి.

కళ్ళు తెరచుకుని అదే ధ్యానస్థితిలో ఉండేందుకు ప్రయత్నించండి. హృదయంలో కేంద్రీకరించండి, గ్రహించడానికి సిద్ధంగా ఉండండి, అన్నింటినీ మీ హృదయంతో అర్థం చేసుకోవడానికి ప్రయత్నించండి. మీ చుట్టూ ఉన్నవాటిని మీరు గమనిస్తున్నప్పుడు, మీ దృష్టిని మీ హృదయంలో ఉంచండి. మీ హృదయంలో ఉన్న సహజజ్ఞానాన్ని ('రాడార్') పనిచేయనివ్వండి. ఎక్కువగా తెలుసుకునేలా మారాలనుకుంటే, మీరు ఈ అలవాటును పెంపొందించుకోవాలి.

సమతుల్యత మనస్సు తనలోని రాడారును, దాని దిశనూ చేజార్చుకుంటుంది. నిర్మలమైన మనస్సు తన దిశను లోలోపలే కనుగొంటుంది; ఎందుకంటే అది తనలో

కేంద్రీకృతం అయ్యింది. కాబట్టి, స్థిరపడిన మనస్సు తన కేంద్రాన్ని కనుగొంటుంది. కాబట్టి ధ్యానం చివరికి మిమ్మల్ని మీ కేంద్రానికి చేర్చి, దానిని ప్రత్యక్షంచేస్తుంది. అప్పుడు మీకు ఎల్లప్పుడూ లోలోపలి నుండి మార్గదర్శనం లభిస్తుంది. అది మీతో మాట్లాడుతుంది – ముఖ్యంగా కూడని విషయాలను గురించి! సత్యాన్ని గురించి అది ఎంతమాత్రమూ మాట్లాడకపోవచ్చు; ఎందుకంటే, దాని స్వభావమే సత్యం కాబట్టి.

ఆధ్యాత్మికత్వంలో మొదటి మెట్టు, లేదా మొదటగా సాధించేది, విచక్షణ లేదా వివేచన. తప్పు–ఒప్పుల మధ్య, మంచి–చెడ్డల మధ్య, గౌరవ అగౌరవాల మధ్య గల తేడాను తెలుసుకోగలిగిన విచక్షణే లేకుంటే, మీలోని రాడారు [సహజజ్ఞానం, అంతర్దృష్టి] పనిచేయదు. మీ హృదయం స్వచ్ఛంగా ఉన్నప్పుడు, మీలోని రాడారు ఎంతో శక్తివంతం అవుతుంది. స్వచ్ఛమైన హృదయంతో మీరు ఎన్నో విషయాలను తెలుసుకోగలరు.'

ధ్యాన స్థితి మరింత లోతుగా వెళ్లి, నిరంతర స్మరణగా మారినపుడు, చైతన్యం సంపూర్ణంగా మీ కేంద్రంతో అనుసంధానమై, మీ అస్తిత్వంలో ఒక అంతర్భాగమై ఉంటుంది. కాలక్రమేణా దాగిఉన్న ఈ సంబంధం ప్రేమగా వికసిస్తుంది. ప్రేమించేవారిని మనం ఎప్పుడూ గుర్తుచేసుకుంటూ ఉన్నట్లే, దానికి కూడా జరుగుతుంది: అంటే మనం ఎంత ఎక్కువగా స్మరిస్తే, అంత ఎక్కువ ప్రేమ పుట్టుకొస్తుంది.

హార్ట్ ఫుల్‌నెస్ అంటే ఏమిటో నిర్వచించవలసి వస్తే, అది ప్రేమ అని చెప్పవచ్చు. అది మనకు, మన సృష్టికర్తకూ మధ్య ఉండే ప్రేమ కథ. ప్రారంభంలో సృష్టికర్త అంటే ఏమిటో, భగవంతుడు అంటే ఎవరో మనకు తెలియదు; తెలియని దానిపై ప్రేమలో పడడం కష్టం. అందుకని మనం, మన దృష్టిని మన వైపు సంబంధం మీద 'నేను' మీద, లోలోపలికి చూస్తూ కేంద్రీకరించడం ప్రారంభిస్తాము. అప్పుడు మార్గదర్శి మనకు సహాయం చేయడానికి వస్తారు.

మార్గదర్శికి భగవంతుని సామ్రాజ్యంలో అనుభవం ఉంది. ఆయన సుఖంగా ఉన్నాడు. కాబట్టి అతడు నెమ్మదిగా, సున్నితంగా మన దృష్టిని 'నేను' నుండి దూరంగా 'మేము' మీదకు మళ్ళిస్తారు. 'నేను' నుండి 'మేము' మీదకు మరల్చిన దృష్టి వికాసం చెంది, కాలక్రమేణా వివిధ చైతన్యస్థాయిల ద్వారా విస్తరిస్తుంది. మనం ఈ చైతన్య స్థాయిల గుండా వెళుతున్నప్పుడు, ఆయన మానవ స్థాయిలో మనం చైతన్య స్థాయిల గుర్తించగలిగిన వ్యక్తి కూడా అవుతాడు. ఆయన ప్రాణాహుతి ప్రసారం ద్వారా, ఊతం ద్వారా, మనకు సహాయం చేసినకొద్దీ, అంత

ఎక్కువగా మనం సహాయాన్ని లోనికి తీసుకుని, ఆయన పట్ల మనం మరింత ఎక్కువ కృతజ్ఞతను అనుభూతి చెందుతాము; ఎందుకంటే మన దృష్టి కానుకల మీదనుండి, అవి ఇచ్చేవాని మీదకు మళ్ళుతుంది కాబట్టి. ఈ కృతజ్ఞత ఆయనను మరింత తరచుగా మనము గుర్తుచేసుకునేందుకు దారితీస్తుంది. కొంతకాలానికి ప్రేమ కూడా ఉదయిస్తుంది. ఒకానొక సమయంలో మనం ఎంతగానో ప్రేమను అనుభూతి చెందుతాము. అదెలా జరిగిందో మనకు తెలియదు.

ఇదంతా ఒక చిన్న ధ్యానంతో ప్రారంభమవుతుంది. ధ్యానం నిరంతర స్మరణకు తల్లి లాంటిది. తల్లి లేకుండా పిల్ల ఉండదు; ధ్యానం-తల్లి లేకుండా నిరంతర స్మరణ ఉండదు.

అన్ని పనులూ చేసుకుంటూ కూడా, రోజంతా ధ్యాన స్థితిలో ఉండడం మరో ప్రక్రియ. దానిని గురించి మనందరికీ చాలా బాగా తెలుసు. అది కష్టమైనదేమీ కాదు. సైకిలు తొక్కడం నేర్చుకుంటున్న ఒక చిన్న అమ్మాయి గురించి ఆలోచించండి. మీరు ఆ అమ్మాయికి ముందుగా నేర్పినప్పుడు, ఒక మూడుచక్రాల సైకిలు ఇంటికి తీసుకుని వచ్చి, ఆమె తొక్కడం నేర్చుకుంటూ ఉండగా, మీరు దానిని పట్టుకుని ఆమెకు సహాయం చేస్తారు. మూడు చక్రాల బండి నేర్చుకున్న తర్వాత, రెండు రకాల చిన్న సైకిల్ తెస్తారు. నేర్చుకునేందుకు దాని వెనక చకానికి అటు, ఇటూ రెండు చిన్న చక్రాలు కూడా ఉంటాయి. కొంత అలవాటైన తర్వాత, మీరు వెనుకనున్న రెండు చిన్న చక్రాలనూ తొలగిస్తారు. ఆమె రెండు చక్రాల మీదనే తొక్కుతుంది. అప్పుడు ఏం జరుగుతుంది? ఆమె స్కూలుకు పెద్ద సైకిలు మీద వెళుతుంది. ఆమె తన స్నేహితురాళ్ళతో కలిసి ముచ్చట్లాడుకుంటూ, పాటలు పాడుకుంటూ, ట్రాఫిక్ ను గమనిస్తూ, తాను ఎక్కడికి వెళుతూఉందో గుర్తుంచుకుంటూ సైకిలు తొక్కుతుంది. సైకిలు తొక్కుతూనే ఆమె అన్నింటినీ గమనిస్తూ ఉంటుంది. ఒక చిన్న పిల్లకు అది చాలా సులభం. దానికి ఎంతో కాలం పట్టదు.

వేరే పనులు చేస్తూ, ఒక చిన్నపిల్ల సైకిలు తొక్కడంలో ప్రావీణ్యాన్ని పొందగలిగినప్పుడు, మనం కూడా ఆధ్యాత్మిక స్థితిని నిలబెట్టుకోవడంలో ప్రావీణ్యాన్ని సంపాదించగలము. మనం ఎలాగూ అప్పుడప్పుడూ మర్చిపోతాము. కానీ మనకు నిజంగా ఆసక్తి ఉంటే, అప్పుడు ప్రతి ధ్యానం తర్వాత స్థితిని నిలుపుకోవడం ప్రారంభిస్తాము. ధ్యాన స్థితిని అలా కొనసాగిస్తూ, వేరే పనులు కూడా ఎలా చేయాలో మనం నేర్చుకుంటాము. పగటిపూట మనం మన స్థితిని ఎలా నిలుపుకోవాలో నేర్చుకుంటే, ఒకే సమయంలో మనం ఎన్నో పనులు చేయగలము. అదే నిరంతర స్మరణ అంటే. ఇది చాలా సులభం.

తామరపువ్వులా ఉండడం

కొన్ని వాతావరణాలలో, ఆ అంతర్గత స్థితిని నిలుపుకోవడం చాలా కష్టం. ఉదాహరణకు, కాలేజీలో తమకు లభించే వసతి విషయంలో విద్యార్థులు ఫిర్యాదు చేస్తూ ఉంటారు. ఏదైనా మనం సరిగ్గా గ్రహించకపోతే, అది మనకు సరిపడక పోవచ్చు. నేను కూడా తొమ్మిదవ తరగతి నుండి నా మాస్టర్స్ డిగ్రీ పూర్తి చేసేంతవరకూ హాస్టల్లోనే ఉన్నాను. ప్రతికూల పరిస్థితిని కూడా అనుకూలంగా మార్చుకోగలమని నేను నేర్చుకున్నాను.

మీరు ధ్యానం చేస్తున్నందుకు మీ స్నేహితులు కొందరు మిమ్మల్ని ఆటపట్టిస్తే, "చూడండి! దీనివల్ల మీకు గొప్ప మేలు జరుగుతుందని హామీ ఇస్తున్నాను" అంటూ వారికి సవాలు చేయండి. 'మీరు మారాలని అనుకుంటున్నారా? అందుకు ఇది మీకు సహాయపడుతుంది.' అని చెప్పండి నేను కాలేజీలో చదువుకునే రోజుల్లో, నా స్నేహితుడు ఒకడు నిద్రపోలేక పోయేవాడు.

తీరా నిద్రపట్టేసరికి, సమయం మించిపోయేది. అందుకని, 'వచ్చి ధ్యానం చేయి, నీ నిద్రించే విధానంలో మార్పు వస్తుంది.' అని మేము వాడిని కవ్వించాము. మొట్టమొదటిసారి ధ్యానంలో కూర్చోగానే, అతని నిద్రించే విధానం సాధారణ స్థాయికి చేరుకుంది. మరొకడికి, బాగా ఎలా చదువుకోవాలో తెలియదు. అతడికి ఏకాగ్రత చాలా తక్కువగా ఉండేది. దానితో మా ప్రొఫెసర్లు "కమలేష్ దగ్గరకు వెళ్ళు. అతడు నిన్ను ధ్యానానికి తీసుకు వెళతాడు. నీ ఏకాగ్రత మెరుగుపడుతుంది," అనేవారు. ఒకానొక సమయంలో 25 మందికి పైగా విద్యార్థులు ధ్యానం చేసేవారు. అందుకని ఒక ప్రశిక్షకుడు (ట్రైనర్) వచ్చి మాకు మా హాస్టల్లోనే ధ్యాన సమావేశాలను నిర్వహిస్తూ ఉండేవారు.

ఏ పరిస్థితిలోనైనా మనం ఏమి చేస్తామనే దాని మీదనే నిజంగా మన సఫలత ఆధారపడి ఉంటుంది. నిరాడంబరత ఒక బలహీనత కాదు. స్వచ్ఛత ఒక బలహీనత కాదు. వాటిని మనం మనలో పెంపొందించుకుంటే, అవి చాలా శక్తివంతమైనవి.

మనకు ధ్యానంలో ప్రసాదించబడిన సూక్ష్మ స్థితులను మనం జాగ్రత్తగా నిలుపుకుంటూ ఉంటే, కాలక్రమేణా అవి ఒక అందమైన వాతావరణాన్ని సృష్టిస్తాయి. మనం ధ్యానం చేస్తే, మన కుటుంబ సభ్యులు ధ్యానం చేస్తే, మన స్నేహితులు కూడా మన ఇంటికి వచ్చి ధ్యానం చేస్తే, అప్పుడు ఎలాంటి వాతావరణం సృష్టించబడుతుందో ఊహించండి. ఎంతో తేలికదనం, ప్రశాంతత, ఆనందాలు నెలకొంటాయి. ఆ వాతావరణంలో ప్రతి ఒక్కరూ ఆనందంగా ఉంటారు.

మనమందరమూ కలిసి చేసిన సమిష్టి ఆలోచన ద్వారా, మనోభావాల ద్వారా సృష్టించబడిన వాతావరణాన్ని సామూహిక ప్రభావం (ఎగ్రిగోర్) అని అంటారు. మనమంతా కలిసి ధ్యానం చేసినప్పుడు, ప్రేమతో కూడిన ఒక సూక్ష్మమైన ఐక్యతా క్షేత్రాన్ని మనం సృష్టిస్తాము. తగినంత మంది కలిసి సామూహికంగా ధ్యానం చేసినప్పుడు, సమగ్ర స్థితిలో పరాకాష్టకు చేరుకోగలము. అప్పుడు, మానవుల జీవన గతి మారుతుంది.

5

గతాన్ని తొలగించుకోవడం: నిర్మలీకరణ

ధ్యానం చేస్తున్నప్పుడు మనందరికీ ఎదురయ్యే సమస్యల్లో ఒకటి. మన ఆలోచనల వలన, మనోభావాల వలన కలిగే ధ్యానభంగం. మన చేతనారంగాన్ని తేటపరిచి, మనస్సులో ప్రశాంతతను సృష్టించడానికి మనకు ఏదో ఒకటి కావాలి. మనస్సులోని మాలిన్యాలను తొలగించేందుకు హార్ట్ ఫుల్ నెస్ లో మనకు 'నిర్మలీకరణ' అనే ఒక ప్రక్రియ ఉంది. అది మనకు ధ్యానంలోనికి లోతుగా వెళ్లి, రోజంతా మన మనస్సులలో పేరుకునే మాలిన్యాలను, సంక్లిష్టతలను, ఉద్వేగ పరమైన భారాన్ని తొలగించేందుకు మనకు సహాయపడుతుంది. దానివల్ల, మనకు తేలికగా, మరింత హాయిగా అనిపిస్తుంది. పడిపడి వచ్చే ఒక విధమైన అనుభూతులు, మనోభావాలు, ఉద్వేగాలు, ఆలోచనల ఫలితంగా ఈ సంక్లిష్టతలు, మాలిన్యాలూ పోగవుతాయి. దానివలన చేసిందే పదేపదే చేస్తూ ఉంటాము. ఈ పనులు మన మనస్సును ఆకట్టుకుని, దాని మీద ప్రభావాన్ని చూపి అలవాట్లుగా మారతాయి. దానివలన ఒక నిర్దిష్టమైన ప్రవర్తనా ధోరణులు మనలో ఏర్పడి, అవి రాను రానూ మరింత స్థిరపడి, మన సూక్ష్మ శరీరం మీద ముద్రలుగా ఏర్పడతాయి.

ఒక ఆంగ్ల సామెత ఇలా చెపుతూ ఉంది:

ఒక ఆలోచనను నాటితే, అది ఒక చర్యలా ఫలిస్తుంది.

ఒక చర్యను నాటితే, అది ఒక అలవాటుగా మారుతుంది.

ఒక అలవాటును నాటితే, అది ఒక వ్యక్తిత్వం అవుతుంది.
ఒక వ్యక్తిత్వాన్ని నాటితే, అది విధిగా మారుతుంది.

మనం ముద్రలను ఎలా ఏర్పరచుకుంటాము?

మీరు ఒక పూలతోటలో నడుస్తూ వెళుతున్నారని, గాలిలో ఒక గులాబీ పువ్వు యొక్క సుమధుర పరిమళం మీ ముక్కుకు సోకిందని ఒక్క నిముషం ఊహించుకోండి. తర్వాత రోజు అదే చోటు నుండి మీరు నడుచుకుంటూ వెళ్ళినప్పుడు, మీకు ఆ సువాసన గురించి మరింతగా తెలిసి, గులాబీ మొక్క కోసం అన్వేషిస్తారు. మీకు అది కనిపిస్తుంది. దగ్గరగా వెళ్లి, అది ఎంత అందంగా ఉందో గమనిస్తారు. దాని పరిమళాన్ని, అందాన్నీ చూసిన తర్వాత, మీరు వెళ్ళిపోతారు. మూడవ రోజు, మీరు ఆ గులాబీని చేతిలోనికి తీసుకుంటారు, నాలుగవ రోజు మీరు దానిని తుంచి మీ ఇంటికి తీసుకు వెళతారు. ఈ విధంగా మనం ముద్రలను ఏర్పరచుకుంటాము. ఒకసారి దాని పరిమళాన్ని ఆస్వాదించినంత మాత్రాన మనకు పూర్తిగా సంతోషం కలగలేదు. దానిని మన స్వంతం చేసుకోవాలని, దానిని మన దానిలా చేసుకోవాలని కోరుకుంటాము. అప్పుడే దీనిలో చిక్కుకుపోతాము!

అడవిలో ప్రశాంతంగా తపస్సు చేసుకుంటున్న యోగి కథ కూడా ఒకటి ఉంది. అతనికి ఏ సమస్యలూ లేవు. పరమానందభరితుడై ఉండేవాడు. సమీపంలోని గ్రామప్రజలు అతనిని ఎంతో గౌరవించేవారు. అతడు ఆందోళన చెందడానికి, అతని దగ్గర ఒక్క గుడ్డ మాత్రమే ఉండేది. దానిని అతడు ఉతికి రాత్రి చెట్టుకొమ్మ మీద వేలాడదీసేవాడు. అది చెట్టు కొమ్మ మీద ఉండగా కొన్ని చిట్టెలుకలు దాన్ని తినసాగాయి. ఫలితంగా అతని గోచీ గుడ్డ క్రమక్రమంగా చిన్నది అయిపోసాగింది.

ఆ గ్రామస్తులు 'మేము మీకు ఒక పిల్లిని ఇస్తాము' అని చెప్పారు. వాళ్ళు ఒక పిల్లిని తీసుకు వచ్చి, ఆ యోగికి ఇచ్చారు. కానీ పిల్లికి అతడు ఎప్పుడూ పాలు పోస్తూ ఉండాలి. అందుకని ఎవరో ఒకరు ప్రతిరోజు సాయంత్రం పిల్లికి పోసేందుకని పాలు తెస్తూ ఉండేవారు. రోజు సాయంత్రం గ్రామం నుండి అడవిలోనికి పాలు తెచ్చి మళ్ళీ ఆ చీకట్లో గ్రామానికి వెళ్ళవలసి వచ్చేది. దానితో కొన్నాళ్ళకు వాళ్ళు అలసిపోయారు.

"ప్రతిరోజు సాయంత్రం ఇక్కడ అడవికి వచ్చి, తిరిగి చీకట్లో గ్రామానికి వెళుతూ మా జీవితాలను ప్రమాదంలోనికి ఎలా నెట్టుకోగలము? ఇకపై పిల్లికి పాలు తేలేము" అని గ్రామ ప్రజలు అన్నారు.

వారు ఒక ఆవును అతనికి ఇవ్వాలని నిర్ణయించుకున్నారు. ఆ తర్వాత దాని పాలు పితికి, గోచీ గుడ్డను తినేస్తున్న చిట్టెలుకలను పట్టుకునే పిల్లికి పట్టాలి. అందుకని ఆవుపాలు పితకడానికి ఒక ఆడ పనిమనిషిని పంపారు. ఆమెతో ఆ యోగి ప్రేమలో పడి, కుటుంబ జీవనాన్ని ప్రారంభించాడు. ఒక చిన్న కోరిక వలన, ఇవన్నీ ఒకదాని తర్వాత మరొకటి సంభవించాయి!

ఒక కోరిక తీరినా తీరకపోయినా, లేదా అది తీరగలిగేది అయినా, కాకున్నా ఫర్వాలేదు. మీ మనస్సులో దాని యొక్క బీజం ఉన్నంతకాలం, అది అంకురించడానికి ఒక అవకాశం కోసం ఎదురుచూస్తూ ఉంటుంది. అది పది జన్మల వరకూ కూడా అలా అణగారి ఉంటుంది. చిన్న పిల్లవాడిలా ఉన్నప్పుడు, మీరు నిజంగా 'రిమోటు'తో నడిచే ఒక చిన్న కారు కావాలని కోరుకుని ఉంటారు. ఇప్పుడు పెరిగి పెద్దవారైనా, "నేను అలాంటి కారును కొనాలి" అని ఆ ముద్ర ఇంకా మిమ్మల్ని వెంబడిస్తూ ఉంటుంది. దానిని పొందేవరకూ, మీకు బాధాకరంగా ఉంటుంది. అతిపెద్ద సమస్యేమిటంటే, సాధారణంగా అలాంటి కోరికలు ఉన్నాయని కూడా మనకు తెలియదు.

ముద్రలు ఏర్పడే ఈ విధానాన్ని, తద్వారా మనలో ఏర్పడే గుర్తులనూ స్వామి వివేకానంద తన "జ్ఞాన యోగ" అనే పుస్తకంలో ఇలా వివరించారు:

'ఒకవేళ నేను వీధిలోనికి వెళ్లి, ఒక కుక్కను చూశాను అనుకోండి. అది కుక్క అని నాకు ఎలా తెలుసు? దానిని నేను నా మనస్సుకు సూచిస్తాను. నా మనస్సులో నా గత అనుభవాలన్నీ సమూహాలుగా, పావురాళ్ళ గూళ్ళల్లా అమర్చబడి ఉంటాయి. ఒక కొత్త ముద్ర పడిన వెంటనే, నేను దానిని పాత పావురాయి గూళ్లలో కొన్నింటికి సూచిస్తాను. అప్పటికే అలాంటి ముద్రలే ఏర్పడి ఉన్న ఒక సమూహం, లేదా వర్గం నాకు కనిపించిన వెంటనే, దానిని ఆ వర్గంలో ఉంచి, నేను సంతృప్తి చెందుతాను.

అది ఒక కుక్క అని నాకు తెలుసు, ఎందుకంటే అది అప్పటికే అక్కడ ఏర్పడి ఉన్న ముద్రలతో సరిపోతుంది కాబట్టి. 'నాలో కలిగే ఈ కొత్త అనుభవం యొక్క గుర్తులు నాకు తెలియనప్పుడు, నేను అసంతృప్తి చెందుతాను. ముద్రల గుర్తులు తెలియక, మనం అసంతృప్తి చెందే మానసిక స్థితినే "అజ్ఞానము" అని అంటారు. కానీ అప్పటికే ఏర్పడి ఉన్న ఒక ముద్ర యొక్క గుర్తులను గుర్తించినప్పుడు, మనం సంతృప్తి చెందుతాము. దీనినే 'జ్ఞానము' అని అంటారు. ఒక యాపిల్ పండు పై నుండి పడినప్పుడు, మనుషులు అసంతృప్తి చెందారు. తర్వాత క్రమక్రమంగా వారు దాని వర్గాన్ని తెలుసుకున్నారు. వారు కనుగొన్న ఆ వర్గం ఏమిటి? అన్ని యాపిల్ పళ్ళు క్రిందకు పడతాయి కాబట్టి, దానిని వారు 'గురుత్వాకర్షణ'

అని అన్నారు. అప్పటికే ఒక అనుభవం భద్రపరచబడి ఉండకపోతే, ఏ కొత్త అనుభవమూ సాధ్యపడదు అని మనకు తెలుస్తుంది. ఎందుకంటే, ఒక ముద్రను కొత్తదిగా సూచించడానికి, అక్కడ ఏదీ ఉండదు కాబట్టి.[1]

ఏ ఆలోచనైనా, ఏ చర్య అయినా ఒక ముద్రకు దారి తీస్తుంది. ఆలోచనలు లేదా ముద్రలు మళ్ళీ మళ్ళీ ఏర్పడినప్పుడు, అవి అలవాట్లకు దారితీసి, గట్టిపడిపోయిన ఆలోచనా రూపాలను సృష్టించి, అవి అంతకంతకూ గాఢంగా మారేందుకు దారితీస్తాయి.

అడుగుభాగం స్పష్టంగా కనిపిస్తూ, స్వచ్ఛంగా, కదలకుండా ఉన్న ఒక నీటి కొలనులా, మీ మనస్సు పూర్తిగా స్వచ్ఛంగా, ప్రశాంతంగా ఉందని అనుకోండి. ఎలాగైతే ప్రశాంతంగా ఉన్న నీటిలో రాయి విసరితే అలలు పుట్టుకొస్తాయో, అలాగే ఒక ఆలోచన, ఒక ఉద్వేగం, లేదా ఒక అనుభవం మనోరంగంలోనికి ప్రవేశించినపుడు, దానిలో అలలను, అలజడులనూ సృష్టిస్తుంది. ఆ కల్లోలాన్ని తొలగించకపోతే, అది ఒక శక్తి ముడిని – ఒక ముద్రను – సృష్టిస్తుంది. ఆ ముద్ర లోతుగా నాటుకుని, గట్టిపడినప్పుడు, ఒక సంస్కారంగా స్థిరపడిపోతుంది. ఎలాగైతే నీటిబొట్లు కలిసి ఒక కాలువలా తయారై, ఒక మార్గంలో ప్రవహించి, చివరికి నదీప్రవాహంగా మారతాయో, అలాగే పదిపదీ జరగటం వలన సంస్కారాలే మన అలవాట్లకు, మన భయాలకు, మన కోరికలకూ మూలం అవుతాయి.

మనం సంస్కారాలను తొలగించుకోకపోతే, మనం పంథాలలోనే చిక్కుకుని, మనం ఎంతగా మారాలనుకున్నా వాటిని ఛేదించుకుని బయట పడలేము.

మనం గతాన్ని మార్చలేము, కానీ మనము గతంలో చేసిన ఆలోచనలు, చర్యల ఫలితంగా ఏర్పడిన సంస్కారాలను మనం తొలగించుకోగలము. ఈనాటి జీవితం, గతంలో ఏర్పడిన ఈ పాత సంస్కారాలను తొలగించుకునే శ్రమకు సంబంధించినదే ఐతే, మరి రేపటి జీవితం ఎలా ఏర్పడుతుంది? ఈ జన్మలో గత సంస్కారాలన్నింటినీ మనం తొలగించవచ్చు; కానీ మనం మరిన్ని సంస్కారాలను ఏర్పరచుకుంటూ పోతామా? భవిష్యత్తులో మన విధిని మనం ఎలా రూపొందించుకుంటామనే విషయానికి సంబంధించిన అత్యంత ముఖ్యమైన అంశాలలో ఇది ఒకటి.

మనం ముద్రలను ఏర్పరచుకునే మార్గం మరొకటి కూడా ఉంది. అది టీవీలు, సినిమాలు, వీడియో గేమ్స్ చూడడం. దానిలో హింసాత్మక సంఘటనను కాని,

---

[1] వివేకానంద స్వామి, 1899, జ్ఞాన యోగ, అధ్యాయము 12, ది కాని స్, ది మైక్రోకాలం,' వేదాంత ప్రెస్, యూ.ఎస్.ఏ.,

శృంగార సన్నివేశాన్ని కానీ చూసినప్పుడు మనం దానిలో మునిగిపోతాము. అక్కడ జరిగినది. మన జీవితాలలో జరిగిన సంఘటన కాకపోవచ్చు, కానీ ఆ కార్యక్రమాన్ని చూసిన తర్వాత, ఈ ముద్రలను మనం మనలోనికి తెలియకుండానే జీర్ణించుకుంటాము. నిద్రపోయేముందు ఇదే సంఘటనలు మన మనస్సుల్లో గింగిర్లు తిరుగుతూ ఉంటాయి. ఆ సమయంలో మన హృదయానికి ఏమవుతుంది? అది ప్రశాంతంగా, ఎలాంటి ప్రభావానికి గురికాకుండా ఉంటుందా? తరచుగా అది, ఆ సంఘటన నిజ జీవితంలో జరిగితే ఎలా ఉంటుందో, అలానే ఆ ప్రభావానికి లోనవుతుంది. అటువంటి ముద్రలు ఏర్పడకుండా మనం ఉండగలమా?

మనం టీవీలను, సినిమాలను చూడడం మానివేయాల్సిన అవసరం లేదు; కానీ అటువంటి ముద్రలు ఏర్పడకుండా మనల్ని మనం తయారు చేసుకోవలసిన అవసరం ఉంది. రోగనిరోధక శక్తి పెంచడానికి టీకాలు వేసినట్లుగా, అటువంటి ముద్రల నుండి మనల్ని మనం రక్షించుకోడానికి మనమూ టీకాలు వేసుకోవడం లాంటి చర్య చేపట్టాలి. నాకు తెలిసిన అలాంటి టీకా ఒకటి ఉంది.

అది మనలో ఉన్న అత్యున్నత ఆత్మ, పరమాత్మతో అనుసంధానం అవ్వడం ద్వారా, మన చైతన్యపు అత్యంత లోలోతులలో లీనమై ఉండడం. అప్పుడు చుట్టూ ఉన్న బురద ఏమాత్రం అంటకుండా, బురద నీటిలో పూసిన తామరపువ్వులా మనం ఉంటాము. లేదంటే మనం ముద్రలకు లోనవుతూనే ఉంటాము.

టీవీ, ఇంటర్నెట్ అనే ఆధునిక కాలక్షేపానికి మరో అంశం కూడా ఉంది. అవి అన్నీ వేటి గురించి? అవి మనకు మన అసంపూర్ణతను గుర్తు చేస్తాయి. 'మీ శ్రీవారు ఇలా లేరు' అనో, లేదా 'మీ పిల్లలు ఇలా ఉండాలి' అనో అవి మనకు గుర్తు చేస్తాయి. మనకు ఇలాంటి ఇల్లు లేదు, మనకు ఇలాంటి కారు కావాలి, మనకు ఇలాంటి స్నేహితులు లేరు, మనం ఇలాంటి ఆహారాన్ని తినాలి, మనం సెలవురోజుల్లో ఇక్కడికి వెళ్ళాలి, లేదా అక్కడికి వెళ్ళాలి అని, ఇవి మనకు గుర్తు చేస్తాయి. మనం వాటిముందు కూర్చుని, మన స్వంత జీవితాలలో లేని ఆకాంక్షలతోను, అంచనాలతోను, స్వప్నాలతోను, భ్రమలతోనూ, కల్పనలతోను, అద్భుతమైన ఊహాత్మక కథలతోను, ఉత్తేజాలతోనూ మన మనస్సులను నింపుకుంటూ ఉంటాము. 'నా జీవితమే అలా అయి ఉంటే అనే భావనతో మనం ఎల్లప్పుడూ అసంతృప్తితో ఉంటాము.

ముద్రలలో రకాలు

ఏ రకాల ముద్రలు మన జీవితాలమీద ఆధిపత్యాన్ని చలాయిస్తాయి? ఎన్నో రకాలు ఉండవచ్చు. ఉదాహరణకు, ప్రాపంచిక చింతలు, లైంగిక ఆకర్షణ,

సంబంధాలలో సమస్యలు, దురభిప్రాయాలు, దురాశ, దుఃఖము, విచారం, తనపై తనకు జాలి, అపరాధ భావన, సిగ్గు, బిడియం మొదలైనవి. మన ఆలోచనలు, మనం చేసే పనుల వలన ఏర్పడిన ముద్రలు మాత్రమే కాకుండా, మనం చేయవలసిన పనులు చేయకపోవడం వలన కూడా, అపరాధ భావనను కలిగి, ముద్రలను ఏర్పరచుకుంటాము. అలాంటివి జన్మ జన్మలకూ వెంటాడుతూనే ఉంటాయి. ఉదాహరణకు, మనం మనకు చాల ఇష్టమైన వారిని బాధపెట్టి, కనీసం 'మన్నించండి' [సారీ] అని కూడా చెప్పకపోవచ్చు. అలాంటి ముద్రలను తొలగించడం కష్టం.

అంతే కాక, మన ముద్రలను మనము ఏర్పరచుకోవడంతోపాటు, ఇతరుల జీవితాలలో ముద్రలను ఏర్పరచే సాధనంగా మనం మారే సంగతి ఏమిటి? ఉదాహరణకు, మనం ఎదుటివారిపై విసరిన ఒక చిన్న విమర్శ, వారు కొన్ని రోజుల పాటు బాధపడేంత లోతుగా వారి మనస్సును గాయపరచవచ్చు. ఒక అందమైన అమ్మాయి విసరిన సరసమైన కొంటె చూపు, కొన్ని వారాల పాటు యువకుడి మతి పోగొట్టవచ్చు. ఈ అందమైన భూగ్రహాన్ని మన నిర్లక్ష్యపు జీవన శైలులతో కలుషితం చేస్తూ ఉంటే మున్ముందు ఖచ్చితంగా మన చర్యలకు తగిన పర్యవసానం లభిస్తుంది.

మరో కోణంలో చూస్తే, ప్రేమతో మన జీవితాన్ని గడపాలన్న సూత్రం నుండి మనం పెడత్రోవ పట్టినప్పుడు, సంస్కారాలు ఏర్పడతాయి. మనం అసహజంగా తయారవుతాము; అటువంటి అస్వభావికమైన జీవితంలో, మనం సంస్కారాలను ఏర్పరచుకుంటాము.

దీనిని గురించి సరదాగా ఉండే కథ ఒకటి ఉంది: పూర్వం, బౌద్ధపద్ధతి ఐన జెన్ గురించి తెలుసుకోవడానికి వచ్చిన ఒక విద్యావేత్తను జపాన్ దేశపు జెన్ గురువు స్వాగతించాడు. గురువు టీ ఇచ్చాడు. అతడు, విద్యావేత్త కప్పులో టీ నింపి, పొంగిపోతూ ఉన్నప్పటికీ కూడా అలా పోస్తూనే ఉన్నాడు.

దీనిని ఆ విద్యావేత్త కొంతసేపు చూశాడు. ఇక ఎంతమాత్రమూ ఉండలేక, 'అది పొంగిపోతూ ఉంది, ఇక ఆపండి.' అని అన్నాడు.

"ఈ కప్పు లాగే, నువ్వు కూడా నీ స్వంత అభిప్రాయాలు, నమ్మకాలతో నిండిపోయి ఉన్నావు. నువ్వు నీ కప్పును ముందుగా ఖాళీ చేసేంతవరకూ, నేను నీకు ఎలా బోధించగలను?' అని జెన్ గురువు అన్నాడు.

నిర్మలీకరణ ఎలా చేసుకోవాలి?

హార్ట్ ఫుల్‌నెస్ నిర్మలీకరణను మనం ఆ రోజు పని ముగిసిన తర్వాత చేస్తాము; సూర్యాస్తమయానికి ముందు చేయగలిగితే ఉత్తమం. మనల్ని మనం తాజాగా చేసుకుని, మనలో ఒక శూన్యత్వాన్ని సృష్టించుకుని, ఆ రోజంతా పేరుకున్న భారాన్ని తొలగించుకుని, మన వ్యవస్థను పరిశుద్ధం చేసుకుంటాము.

ఇది సరళమైనది అయినప్పటికీ, నిర్మలీకరణను చేసుకోవడంలో, కొన్ని అంచెలు (స్టెప్స్) ఉన్నాయి. అందుకని ప్రారంభంలో వాటిని ఈ క్రింది విధంగా, వరుసగా సాధన చేస్తే మంచిది.

- ఆ రోజు పేరుకున్న ముద్రలన్నింటినీ తొలగించుకోవాలన్న సంకల్పంతో ఒక సుఖమైన భంగిమలో కూర్చోండి.
- కళ్ళు మూసుకుని, రిలాక్స్ అవ్వండి.
- సంక్లిష్టతలు, మాలిన్యాలు అన్నీ మీ శరీరంలో నుండి పూర్తిగా వెళ్ళిపోతున్నాయి అని ఊహించుకోండి.
- మీ శిరస్సుతో ప్రారంభించి, మీ వెన్నెముక చివరి భాగం వరకూ, అవి మీ వెనుక వైపు నుండి బయటకు వెళ్ళిపోతున్నాయి అని ఊహించుకోండి.
- అవి మీ శరీరంలో నుండి పొగ రూపంలో వెళ్ళిపోతున్నట్లు అనుభూతి చెందండి. ఆకాశంలో మేఘాలు వెళ్ళిపోతున్నప్పుడు ఎలాగైతే చూస్తూ ఉంటామో, అ విధంగా ఈ ప్రక్రియ జరుగుతున్నప్పుడు అప్రమత్తంగా, ఒక సాక్షిలా చూస్తూ ఉండండి.
- అవసరమైనట్లుగా మీ సంకల్పాన్ని వినియోగిస్తూ, ప్రక్రియను ఆత్మస్థైర్యంతో, దృఢ నెమ్మదిగా ఈ నిశ్చయంతో వేగవంతం చేయండి.
- మీ ధ్యాస ప్రక్కకు మరలుతున్నా. ఆ రోజు జరిగిన సంఘటనలు మీ మనస్సులో ప్రవేశిస్తూ ఉన్నా. మీ దృష్టిని సున్నితంగా, వెనక్కి నిర్మలీకరణ మీదకు తీసుకురండి.
- ముద్రలు పొగ రూపంలో మీ వెనుకవైపు నుండి వెళ్ళిపోతూ ఉండగా, మీరు మీ హృదయంలో తేలికదనాన్ని అనుభూతి చెందడం ప్రారంభిస్తారు.
- ఈ ప్రక్రియను ఇరవై, ఇరవై ఐదు నిముషాల సేపు కొనసాగించండి.

★★★

- మీలో మీరు తేలికదనాన్ని అనుభూతి చెందినప్పుడు, మీరు సహజంగానే దివ్య మూలంతో అనుసంధానం. కావడం సులభం అని గుర్తిస్తారు. దివ్యమూలం నుండి వస్తున్న స్వచ్ఛత మీ శరీరంలోనికి ముందు వైపు నుండి ప్రవహిస్తున్నట్లు అనుభూతి చెందండి.
- మీలో ఏవైనా మిగిలి ఉన్న సంక్లిష్టతలను, మాలిన్యాలనూ తొలగిస్తూ, ఈ ప్రవాహం మీ శరీరమంతా ప్రవహిస్తూ ఉంది.
- ఇప్పుడు మీరు ఒక సరళమైన, స్వచ్ఛమైన, మరింత సమతుల్య స్థితికి తిరిగి చేరుకున్నారు. మీ శరీరంలోని ప్రతి కణమూ సరళత్వాన్ని, తేలికదనాన్ని, స్వచ్ఛతనూ ప్రసరిస్తూ ఉంది.

సైకిలు పెడల్ తొక్కడం అలవాటైనట్లుగా, కొంతకాలం సాధన చేసిన తర్వాత, మీకై మీరు ఈ సూచనలను ఇక ఎంత మాత్రమూ చేసుకోవలసిన అవసరం ఉండదు; మీరు కళ్ళు మూసుకుని కూర్చున్న క్షణంలోనే, వాటంతట అవే మీలో సంభవించడం ప్రారంభిస్తాయి. మీకు ఇక సూచనల అవసరం ఉండదు.

కానీ, మీరు క్రమం తప్పకుండా నిర్మలీకరణ చేసుకున్నప్పటికీ, 'నేను నిర్మలీకరణ సరిగ్గా చేసుకున్నానా?' అని మీకు ఇంకా అనిపించవచ్చు. నిర్మలీకరణ చేసుకోవలసిన విధంగా చేసుకున్నానా లేదా అనేది మీరు ఎలా నిర్ణయించగలరు? దానికి ఒక మార్గం ఉంది: మీరు ఒక ప్రశిక్షకుని[ట్రైనర్] దగ్గరికి వెళ్ళినప్పుడు పోల్చి చూడండి. మీరు ప్రశిక్షకునితో కూర్చుని ధ్యానం చేసినప్పుడు, మీ స్థితిని పరిశీలించి, అది ఎలా ఉందో చూడండి. అటువంటి తేలికదనాన్ని మీ ఇంట్లో మీరు నిర్మలీకరణ చేసుకున్న తర్వాత కూడా మీరు అనుభూతి చెందారా లేదా?

అవును, అనుభూతి చెందాము అనేది మీ సమాధానం అయితే, మీరు చక్కగా నిర్మలీకరణ చేసుకున్నారని అర్థం; లేదంటే చేసుకుంటూ ఉండండి.

దేనిని నిర్మలీకరిస్తున్నాము?

మనం సాయంత్రం నిర్మలీకరణ చేసుకున్నప్పుడు, ఆ రోజు ఏర్పరచుకున్న ముద్రలను మనం తొలగించుకుని, హృదయంలో ఒక శూన్యతను సృష్టించుకుంటాము. స్నానం చేసి మన భౌతిక శరీరం నుండి మలినాలను ఎలా తొలగించుకుంటామో, అదే విధంగా ఈ నిర్మలీకరణ ప్రక్రియ మన సూక్ష్మ శరీరంలో ప్రోగుపడిన ముద్రలను తొలగిస్తుంది.

మనం దేనిని నిర్మలీకరిస్తూ ఉన్నాము? మన చైతన్యాన్నే! అప్పుడు మన సంపూర్ణ ప్రపంచ దృష్టి మీద స్పష్టత తీసుకు వస్తూ, అవగాహనను, జ్ఞానాన్నీ కలిగిస్తూ దాని తరంగాల ప్రభావం ఉంటుంది. పరిశుద్ధమైన చైతన్యం సులువుగా, స్పష్టంగా తెలుసుకుని, తెలివైన నిర్ణయాలు తీసుకోగలదు. ఒకసారి లాలాజీ, "ఒక వ్యక్తి విచక్షణా శక్తి, అతని ఆత్మ యొక్క నిర్మలతకు తగిన నిష్పత్తిలో ఉంటుంది" అని చెప్పారు. హృదయం ఎంత స్వచ్ఛంగా ఉంటే, అంత ఎక్కువ జ్ఞానం మనకు ఉంటుంది. మనలను సంరక్షించగల ఈ జ్ఞానం పోయినప్పుడు, మనం దెబ్బ తింటాము. పూర్తిగా జ్ఞానంతో నిండిన జీవితాన్ని గడపాలనుకునే వారికి ఇది అత్యంత ఆచరణాత్మకమైన మార్గదర్శనం. నిర్మలీకరణ ప్రక్రియ యొక్క ప్రాముఖ్యతలో ఇది ముఖ్యమైనది.

నిర్మలీకరణ ఎప్పుడు చేసుకోవాలి?

సాధారణంగా రోజు చివర్లో మనం నిర్మలీకరణ చేసుకుంటాము. కానీ, మనం ప్రశాంతంగా ఉండడానికి రోజంతా మన శాయశక్తులా ప్రయత్నించినా, మన మీద ప్రభావాన్ని చూపి సంఘటన ఏదైనా జరిగినప్పుడు ఏం చేయాలి?

దాని ప్రభావాన్ని తొలగించడానికి మనం సాయంత్రం వరకూ నిరీక్షించాలా? మీ చేతులకు మురికి అంటుకుంటే, సాయంత్రం స్నానం వరకూ ఆగి, అపుడు వాటిని శుభ్రం చేసుకుంటారా? మీరు మధ్యాహ్నం భోజనం చేస్తున్నప్పుడు, అనుకోకుండా ఆహారం మీ చొక్కా మీద పడింది అనుకోండి, సాయంత్రం వరకూ ఆ మచ్చను అలాగే వదిలేస్తారా? లేదు. ఆ మరకను తగ్గించడానికి, వెంటనే నీటితోనో, సబ్బుతోనే అప్పటికప్పుడి మీరు మీ చొక్కాను శుభ్రం చేసుకుంటారు.

అదే విధంగా, మీరు ఎవరితోనైనా వాదనకు దిగారనుకోండి, లేదా మనస్సును చెల్లాచెదరు చేసే సంఘటన ఏదో జరిగింది అనుకోండి, దాని ముద్రను అప్పటికప్పుడి తొలగించుకోండి. 'ఇప్పుడు ఏదైతే నా మీద ప్రభావాన్ని చూపిందో, అది నా వెనుకవైపు నుండి పొగ రూపంలో వెళ్ళిపోతూ ఉంది', అని ఒక సూక్ష్మమైన సూచన చేసుకోండి. కొన్ని నిముషాల తర్వాత, ఆ ముద్ర వెళ్ళిపోయిందన్న నమ్మకం మీకు కలిగినప్పుడు, అది నిజంగా పోయింది అనే ఒక దృఢనిశ్చయం చేసుకోండి. మీరు క్లాసులోనో, లేదా మీటింగులోనో ఉంటారు కాబట్టి, బహుశా మీకు కళ్ళు మూసుకోవడం సాధ్యం కాకపోవచ్చు. అయినప్పటికీ, మీరు కొన్ని నిముషాల సేపు నిర్మలీకరణ చేసుకోవచ్చు.

నిర్మలీకరణ ప్రతిదాన్నీ మారుస్తుంది. సంస్కారాలు తొలగించినప్పుడు, మన మీద గతం యొక్క పట్టు తొలగిపోతుంది. మన కర్మాధారిత విధిరేఖ ఇక

ఎంతమాత్రమూ నిలిచి ఉండదు; మన జీవితాలు ఎలా ఉండాలో అలా మలచుకునే అవకాశం మనకు ఉంది.

ముద్రలు ఏర్పడకుండా ఎలా నివారించుకోవాలి?

మనలో అప్పటికే ఏర్పడిన ముద్రలను నిర్మలీకరణ తొలగిస్తుంది. కానీ అసలు వాటిని ఏర్పడకుండా మనం ఎలా నిరోదించాలి? కొన్ని సరళమైన వైఖరులు, ప్రవర్తనలూ అందుకు సహాయపడతాయి. ఉదాహరణకు, మీరు ఎవరితోనైనా వాదానికి దిగి ఉండవచ్చు. అది ఎంతకీ తేలేది కాదని, అది మిగిలిన ఆ రోజంతా మీ చైతన్యాన్ని చెడగొడుతుందని మీకు తెలుసు. అప్పుడు మీరు వాదించడం. మానుకుని, 'క్షమించండి' అని చెప్పేసి, ఆ వాదన నుండి విరమించుకుని, బయటపడండి. మీకు ఆ అవకాశం ఉంది. నివారణ తెలివైన ఎంపిక.

ఆఫీసులో ఆ రోజు చాలా చెడ్డ రోజు అయ్యిందని, ఎంతో మానసిక ఒత్తిడి, నిరాశలతో మీరు ఇంటికి తిరిగి వచ్చారనుకోండి. పాపం మీ భార్యకు కూడా ఆరోజు చాలాపనిగా ఉంది: అలసి ఆకలితో ఉన్న పిల్లలకు వంట చేసేందుకు ప్రయత్నిస్తూ ఉంది అనుకోండి. అప్పుడు ఏమి జరుగుతుంది? మీరు పరస్పరం స్నేహంగా ఉంటారా? చాలా తరచుగా, అటువంటి పరిస్థితులలో, మీరు వాదించుకుంటారు. అందుకని, అలా వాదించడానికి బదులుగా, మీకు ఆ రోజంతా. ఒత్తిడితో నిండి ఉందని మీరు తెలుసుకున్నప్పుడు, ముందుగా మీరు కుదుట పడండి. మీరు ఇంటిలోనికి ప్రవేశించగానే, మీ ముఖాన్ని, కాళ్ళు చేతులను కడుగుకుని, నిర్మలీకరణకు కూర్చోండి. ఆ తర్వాత మీ చైతన్యం చాలా తాజాగా ఉంటుంది: పునరుజ్జీవమై ఉంటుంది. అప్పుడు మీ కుటుంబ సభ్యులతో కాని, స్నేహితులతో కానీ మీరు ఎలాంటి ఘర్షణకు పూనుకోరు. మీ చైతన్యం సురక్షితంగా ఉందని మీరు చెప్పగలరు, ఎందుకంటే మీరు వాదనకు పూనుకోరు, దానివలన వారిని కలియడం ద్వారా అధికంగా ముద్రలు ఏర్పడి, మీ చైతన్యం చెడిపోకుండా నిరోధించుకోగలరు.

ప్రతి విషయానికీ స్పందించే కంటే, అటువంటి ఒక జీవనశైలిని అవలంబించడం ఎంతో మంచిది. కానీ అది, అంటే ఆ ఆదర్శ జీవనశైలి కూడా, అంతిమం కాదు. ఎందుకంటే, అది ఇంకా ఒక రక్షణ సాధనం లాంటిదే. ఆదర్శజీవనం, మనం అసలు ముద్రలను ఏర్పరచుకోకోకుండా స్వేచ్ఛగా ఉంటుంది. ఇదే జీవితం మీద ప్రావీణ్యాన్ని సంపాదించడం అంటే.

ఇది మాస్టర్ లేదా మార్గదర్శి యొక్క జీవితం. ముద్రలను ఏర్పరచుకోవడానికి బదులుగా, 'వారు ముద్రలు ఏర్పడకుండా ఇతరులకు సహాయపడతారు. ఏదీ

కూడా మనల్ని తాకని అటువంటి జీవన శైలిని సాధించడమే మన లక్ష్యం. మనం ఈ లోకంలో జీవించవలసి వచ్చినప్పుడు, అదెలా సాధ్యపడుతుంది? ధ్యానస్థితిని గుర్తుంచుకోండి. ఇరవైనాలుగు గంటలూ ఉండేది మన చైతన్యం. మన చైతన్యాన్ని వికాసం చెందించి, విస్తరించడం ద్వారా, కొంత కాలానికి మనం దానిని ఒక రక్షణ సాధనంగా కూడా అనుకోము. ఎందుకంటే, అది మన అస్తిత్వం కాబట్టి. మనమే అది కాబట్టి, రక్షణకోసం అది ప్రత్యేకంగా కావాలని మనం అర్థించవలసిన పనిలేదు.

ఉదయం ధ్యానం తర్వాత ధ్యానస్థితిని మనం ఎంత ఎక్కువ సేపు నిలుపుకుంటే, ముద్రలు ఏర్పడని విధంగా మనం జీవితాన్ని గడపడం అంత సులభం అవుతుంది. ఇలా చేసేందుకు తగిన పద్ధతి మనకు ఇప్పటికే తెలుసు. అదే కళ్ళు తెరచి ధ్యానం చేయడం! ఈ స్థితిలో మనం ప్రేమలో మునిగిపోతాము; మార్గదర్శితో పూర్తిగా తాదాత్మ్య స్థితిలో ఉంటూ, విశ్రాంతి స్థితిలో ఇతర కార్యకలాపాలన్నింటినీ నిర్వహిస్తూ ఉంటాము. దీనికి ఎరుకతో కూడిన జీవనశైలి అవసరం.

భావోద్వేగ ప్రతిచర్యలు

హార్ట్ ఫుల్ నెస్ నిర్మలీకరణ ద్వారా మనం ముద్రలను తొలగించుకోగలము. కానీ మనల్ని వ్యక్తుల్లా తెలియజేసే ప్రవర్తనా ధోరణులు, అలవాట్ల మాటేమిటి? ముద్రలను నిర్మలీకరణ చేసుకున్నప్పుడు, అవి కూడా వాటికవే మాయమౌతాయా? లేదా వాటిని తొలగించుకోవడానికి కూడా మనం ఇంకేమైనా చేయవలసి ఉందా?

ఆ ధోరణులు తరచుగా అలవాటుగా మారిన భావోద్వేగ స్పందనలకు దారితీస్తాయి. ముల్లా నసీరుద్దీన్ కథనే తీసుకుందాము. మధ్యాహ్న భోజనంలో ఒకే రకమైన పదార్థాలు తినలేక విసుగుగా ఉందని ప్రతిరోజు భోజన సమయంలో ఫిర్యాదు చేస్తూ ఉండేవాడు. అతని తోటివారు అతని ఫిర్యాదులను కొన్ని వారాలపాటు పదేపదే విని, దానికి ఒక పరిష్కారాన్ని సూచించారు.

'ప్రియమైన ముల్లా గారూ, వేరేది ఏదైనా వండమని మీరు మీ భార్యకు చెప్పవచ్చుకదా; మరింత సృజనాత్మకంగా వండేందుకు ఆమెను ప్రోత్సహించండి'

'నాకు వివాహం కాలేదు', అని ముల్లా చెప్పాడు.

'అయితే మీకు మధ్యాహ్న భోజనం ఎవరు తయారు చేస్తారు?' 'నేనే' అని సమాధానం చెప్పాడు ముల్లా!

మన ఆహారపదార్థాల తీరులు ఎలాంటివి? వాటిని మార్చేందుకు. మనమేమి చేస్తున్నాము?

మనం మన ముద్రలను, ప్రవర్తనా ధోరణులనూ నదిలో ప్రవహిస్తూ ఉండే నీటితో పోల్చవచ్చు. సంస్కారాలు నదిలో ఉన్న నీరు లాంటివి అనుకోండి; సంస్కారాలను తొలగించినట్లుగా, మనం. నీటిని కూడా తొలగించవచ్చు. కానీ మళ్ళీ వర్షం పడినప్పుడు ఏమి జరుగుతుంది? ఎండిపోయిన ఆ నదీప్రవాహమార్గంలో నుండే నీరు మళ్ళీ ప్రవహించడం ప్రారంభిస్తుంది. ఆ నదీప్రవాహమార్గమే మన అలవాట్లకు క్షేత్రం; కాబట్టి మనం అవే సంస్కారాలను మరల సృష్టించుకుంటాము. ఎందుకంటే మనం మన ప్రవర్తనా ధోరణులను వదిలించుకోము. నదీప్రవాహమార్గం తొలగించడమే దీనికి ఏకైక పరిష్కారం.

దానిని ఎలా తొలగించాలి? వ్యక్తిగతంగా నేను స్వేచ్ఛా వైఖరిని పెంపొందించుకోవడం నేర్చుకున్నాను. అది ఒకానొక అంగీకార స్థితికి దారితీస్తుంది. అది సుసాధ్యమే కాదు, మీరు ఊహించే దానికంటే సులభమైనది కూడా! దానికి ఒక చిన్న చిట్కా: ధ్యానం చేసి, ఆ స్థితిని నిలుపుకుని, దానిని పెంచుకోవాలి. ఒక మెట్టు మిమ్మల్ని మరో మెట్టుకు తీసుకు వెళుతుంది. ప్రతిసారీ ఒక అడుగు వేయండి. దానిని సాధన చేయండి. దానితో పాటు ప్రతీదీ అనుసరించి వస్తుంది. ఒక్కొక్కసారి అది కష్టంగా ఉంటుంది, ఎందుకంటే, తర్వాత ఏది వస్తుందో మనకు తెలియదు కాబట్టి. ఇది ఎలాంటిదంటే, రాత్రి వేళ పర్వతాలలో, పొగమంచు నిండిన రోడ్డు మీద కారు నడపడం లాంటిది. మీకు ఏమీ కనిపించదు. మీరు నెమ్మదిగా నడుపుతారు; ముందుకు సాగుతున్న కొద్దీ మీకు రోడ్డు స్పష్టంగా కనిపిస్తుంది. మీరు నడపడం మానేస్తే, మీరు ఎక్కడికి చేరుకోలేరు. ఆధ్యాత్మిక యాత్ర కూడా అలాంటిదే. మన సామర్థ్యాల పట్ల నమ్మకంతో, ఆత్మ విశ్వాసంతో, ఆత్మ స్థైర్యంతో ముందుకు సాగవలసి ఉంటుంది. దానిని అర్థించండి. మనం చేయవలసినది సరిగ్గా చేసినప్పుడు, మార్గదర్శి తన శాయశక్తులా మరింత మెరుగ్గా చేయగలడు.

అత్యంత మధురమైన సంగీతాన్ని గురించి ఆలోచించండి. ఉపయోగించే వాయిద్యాలను పరిశుభ్రంగా ఉంచినప్పుడు ఏమి జరుగుతుందో ఉహించండి. వాటి నుండి శ్రావ్యమైన ధ్వని వెలువడుతుందా లేదా? దుమ్ము, ఉమ్ము పేరుకుపోయిన వేణువును, దానినుండి వెలువడే వక్రధ్వనినీ ఒకసారి ఊహించండి. తుప్పు పట్టిన తీగలతో ఉండే గిటారును ఊహించండి. జీవితపు సంక్లిష్టతల మధ్య చిక్కనంతవరకూ, వేణువు, గిటారు లాగే, హృదయం కూడా శ్రావ్యమైన సంగీతాన్ని వినిపిస్తుంది. నిర్మలీకరణ చేసుకుంటూ మారుతూ మనం అంతకంతకూ సరళంగా, పరిశుద్ధంగా ఉన్నప్పుడు, అంతిమ బహుమానాలను అందుకునేందుకు హృదయం సిద్ధంగా తయారవుతుంది. అటువంటి హృదయం లోనికి స్వర్గం దిగి వస్తుంది.

6

దివ్యమూలంతో అనుసంధానం: ప్రార్థన

ఇంతవరకూ మనం రిలాక్సేషన్[విశ్రాంతస్థితి], ధ్యానం, నిర్మలీకరణల గురించి తెలుసుకున్నాము. తరువాయి హార్ట్ ఫుల్‌నెస్ సాధన, 'ప్రార్థన'. చాలా మంది ప్రార్థిన మతానికి సంబంధించినది అని అనుకుంటారు. మన స్థితి కంటే ఉన్నత స్థితిని ప్రసాదించేందుకు, మనకు కలిగిన దానికంటే మరింత ఎక్కువగా ఇచ్చేందుకు, మనలను దేనితోనైనా భర్తీ చేసేందుకూ భగవంతునికి మన కోరికలను, అభీష్టాన్నీ, ఆశయాన్నీ విన్నవించుకునేందుకు ప్రార్థినను ఒక మార్గంగా ఉపయోగిస్తాము. ప్రస్తుతస్థితి నుండి కోరుకున్న స్థితికి మనల్ని తీసుకు వెళ్లేందుకు ఇది రూపొందించబడింది.

మనకు లేవని భావించే వాటికోసం మనము ప్రార్థిస్తాము. తరచుగా మనం కష్ట కాలాల్లో ప్రార్థిస్తాము. మనం సహాయం కోసం, ఆశించినవినెరవేరడం కోసం, మోక్షం కోసం ప్రార్థిస్తాము. మనకు ప్రియమైన వారి క్షేమం కోసం ప్రార్థిస్తాము. మనం చేసిన తప్పిదాలను క్షమించేందుకు ప్రార్థిస్తాము. మన వ్యక్తిత్వము, ప్రవర్తనా వైఖరులూ మారాలని ప్రార్థిస్తాము. సంతోషం కోసం, మరింత సంపద కోసం, మంచి ఉద్యోగం కోసం, లేదా ఆరోగ్యవంతమైన పిల్లల కోసమూ మనం ప్రార్థిస్తాము.

భగవంతుడు మన బాధలను, మన సమస్యలనూ తీరుస్తాడని, తద్వారా మన జీవితాలు, ఇతరుల జీవితాలూ మెరుగుపడతాయని ఆశిస్తాము. మనం నిరాశతో కూరుకుని ఉన్నప్పుడు, మనకి మనం సమస్యలను పరిష్కరించుకోలేనప్పుడూ, మన చుట్టూ ఉన్న ప్రపంచమనే అద్దంలో ప్రతిబింబించే మన బలహీనతలను చూసినప్పుడు, తరచుగా మనం ఇలా ప్రార్థిస్తూ ఉంటాము.

లోతైన స్థాయిలో, మనం ఆధ్యాత్మికంగా ఎదిగి, వికాసం చెందగలిగేందుకు, మనలో లోపించిన ఆధ్యాత్మిక స్థితుల కోసం ప్రార్థిస్తాము. జ్ఞానోదయం కోసం, నిర్వాణం, స్వర్గం, మోక్షం, దైవ సాక్షాత్కారాల కోసమూ మనం ప్రార్థించవచ్చు. ప్రార్థిన స్వార్ధంతో కూడుకున్నది కానీ, లేదా స్వార్థరహితమైనది కానీ కావచ్చు. అది శక్తివంతమైనది లేదా సూక్ష్మమైనదీ కావచ్చు. అది అల్పమైన విషయాలకోసం కావచ్చు. లేదా జీవితాన్ని మార్చే సంఘటనల కోసమూ కావచ్చు. అది ప్రాపంచికమైన వాటి కోసం కావచ్చు, లేదా ఆధ్యాత్మిక స్థితుల కోసం కావచ్చు.

ప్రార్థన అనేది మనోభావాన్ని వ్యక్తీకరించే ఒక పద్ధతి. అది ఉపరితల స్థాయితో ప్రారంభమై, లోలోతు స్థాయి వరకూ ఉండవచ్చు. అది మామూలు సంభాషణ కావచ్చు. అది క్రమక్రమంగా లోతైన భావవ్యక్తీకరణ స్థాయిలకు కూడా వికాసం చెంది, చివరికి ఒక విలీన స్థితిలా కూడా మారగలదు. ఆ విధంగా ప్రార్థన మనస్సులోని అభిప్రాయాలను ఆ పరమాత్మతో చెప్పుకునే ఒక శక్తివంతమైన సాధనంగా మారుతుంది. ఆ పరమాత్మతో అనుసంధానాన్ని గురించి, ఆ అనుసంధానం ద్వారా, మనం ప్రాణాహుతి శక్తి ప్రసార ప్రవాహాన్ని ఎలా చైతన్యవంతం చేస్తాము అనేదానికి సంబంధించినదే ప్రార్థన. ఆ ప్రవాహంలో, చివరికి ఒక తాదాత్మ్య స్థితిని లేదా సమత్వస్థితి (ఆస్మాసిస్) ఎలా సాధిస్తామో తెలిపేది కూడా ప్రార్థనే.

మొక్కలు, జంతువులలో వాటి పోషణకు కణాల గోడల ద్వారా పోషకాహారం ప్రవహించగలిగేలా, ద్రవాలు ఏ విధంగా వ్యత్యాసాలను సృష్టిస్తాయో, ఇక్కడ కూడా జరిగేది అదే. ఆధ్యాత్మిక స్థాయిలో దివ్యత్వాన్ని మనలోనికి ప్రవహించి, పోషించేందుకు అనుమతించేందుకు, మనం కూడా ప్రార్థనలో దివ్యత్వానికి, మనకూ మధ్య, అలాంటి వ్యత్యాసాన్నే సృష్టించుకుంటాము. ఇది సాధారణ విజ్ఞాన శాస్త్రం, దివ్యత్వపు తరంగం మన హృదయం లోనికి ప్రవహించీ, చివరికి ఆ దివ్యత్వంతో తాదాత్మ్యం చెందే స్థితికి (ఆస్మాసిస్) దారితీసే విధంగా, మన హృదయంలో ఒక శూన్య స్థితిని పెంపొందించుకోవడం ద్వారా, మనం ఆ వ్యత్యాసాన్ని సృష్టించుకుంటాము. ఆ శూన్యత్వపు స్థితి లేదా అభావస్థితి కూడా

దివ్యత్వం పట్ల ఒక భక్తి సంబంధాన్ని ఏర్పరుస్తుంది. అత్యంత పరిశుద్ధ స్థితిని సాధించేందుకు మనకు వీలు కల్పించిది ఇదే.

ఎలా ప్రార్థించాలి?

మనం ప్రార్థస్తున్నప్పుడు, విధానము, విషయమూ కూడా ముఖ్యమైనవే. విధానం అంటే మనం ఏ విధంగా ప్రార్థిస్తున్నాము అనేది. ప్రార్థంచే సమయంలో మన వైఖరి ఎలా ఉంది? దివ్యత్వపు తరంగాలు మన హృదయం లోనికి ప్రవహించే విధంగా మనం ఒకానొక స్థితిని మనలో ఎలా సృష్టించుకుంటాము?

ఈ విధానం చాలా సాధారణమైనది, సుందరమైనది. ఎంతో శాస్త్రీయమైనది కూడా! మనలోని వినమ్రత, ప్రార్థనా పూర్వక వైఖరి, అమాయకత్వం, అల్పత్వధోరణి హృదయంలో ఒక శూన్యత్వాన్ని సృష్టిస్తాయి. తద్వారా, కరెంటు [విద్యుత్] తీగలో ధనాత్మక ధృవం నుండి ఋణాత్మక ధృవానికి ప్రవహించిన దివ్యమూలం నుండి తరంగాలు మన హృదయంలోనికి ప్రవహించి, ఆ సంబంధానికి ప్రాణం పోస్తాయి. మన హృదయంలో ఒక గ్రాహ్య స్థితిని, శరణాగత స్థితిని సృష్టించుకునేందుకు ఋణాత్మక ధృవాన్ని సృష్టించడమే మన పని.

మనం అలాంటి స్థితిని మనలో సృష్టించుకోకుంటే, మన వైఖరి గట్టిగా, హక్కుగా అడిగేటట్లు ఉంటే, స్వీయ ప్రాధాన్యతతో, లేదా శక్తితో ఉంటే, అప్పుడు హృదయంలో ఏ శూన్యత్వమూ సృష్టింపబడదు; కాబట్టి దివ్యమూలం నుండి తరంగాలు మన హృదయంలోనికి ప్రవహించడం జరుగదు. ఇది ఒక సహజమైన విధానం, దివ్యత్వపు ప్రవాహం చైతన్యవంతం అవ్వాలా వద్దా అనే స్థితిని మన వైఖరే సృష్టిస్తుంది. మనం ప్రార్థనను ఎంత సూక్ష్మంగా నివేదిస్తాము అనే దానిని బట్టి, ఈ ప్రవాహంలో గొప్ప వ్యత్యాసం ఉంటుంది. అది మనం మన అభ్యర్థనను ఎంత సున్నితంగా, ఎంతటి శరణాగత భావంతో నివేదిస్తున్నామో, మన పిలుపు ఎంత సున్నితంగా ఉందో అనే దానిమీదనే ఆధారపడి ఉంటుంది. అంతేకాదు, ప్రార్థన ఒక ఆచార వ్యవహారంలో ఒక మత ఆచారంలా మారిన తక్షణం, అది తన శక్తిని కోల్పోతుంది.

మేము పర్యటనలు చేస్తూ ఉన్నప్పుడు ఒకసారి చారీజీతో పాటు, ఆయన పడకగదిలో నేనూ ఉన్నాను. ఒక సమయంలో ఆయన లేచి, మంచం మీద కళ్ళు మూసుకుని కూర్చున్నారు. కొద్ది నిముషాల తర్వాత, ఆ గదిలో వాతావరణం ఎంతో హాయిగా మారిపోయింది. ఆయన తన పనిని ముగించిన తర్వాత, మీరు ఏం చేస్తున్నారని నేను చారీజీని అడిగాను. 'బాబూజీని ప్రార్థిస్తున్నాను' అని జవాబు

చెప్పారు. ప్రార్థన అటువంటి శక్తివంతమైన సాధన. దానిని మనలో చాలామంది చాలా తక్కువగా వినియోగిస్తున్నారు.

ఒక విధంగా చెప్పాలంటే, కన్నీటి ముత్యాలు నెమ్మదిగా ముఖం మీద నుండి జాలువారుతూ, హృదయంలోని సంక్లిష్టతలకు అందాన్నిచ్చే ఒక ప్రార్థనా పూర్వకమైన హృదయ ఆక్రందన ప్రార్థనంటే. ప్రార్థనాపూర్వకమైన హృదయం ఎక్కడికి వెళ్ళినా శాశ్వతత్వపు పరిమళాన్ని, లేదా దివ్యత్వపు మూలతత్వాన్నీ వెంట తీసుకు వెళుతుంది. ప్రార్థన అంటే ప్రియతమునితో మాత్రమే పంచుకోగలిగిన ప్రేమ యొక్క వ్యక్తీకరణ. ప్రేమలో పూర్తిగా మునిగిన హృదయం మనల్ని మన లక్ష్యం పట్ల మనం అప్రమత్తంగా ఉండేటట్లు చేస్తుంది. ఈ విలీనత మనకు మన లోపాలను గుర్తించి, వాటిని తొలగించుకునేందుకు వీలైన పరిష్కారాలను కనుగొనడానికి కూడా సహాయపడుతుంది.

ఇప్పుడు విషయానికి – మన ప్రార్థనాంశానికి వద్దాం. మనం వివిధ విషయాలకోసం ప్రార్థిస్తాము. ఒకరకమైన ప్రార్థన అవాంచితమైన ప్రవర్తనలు, కలతలు, కష్టాలు లేదా బాధ కలిగించే పరిస్థితులను తొలగించేందుకు చేసేది. అటువంటి ప్రార్థనలు సాధారణంగా సహాయాన్ని అర్థించే ఆక్రందనలు ఇతరులకు బాధల ఉపశమనం కోసం తరచుగా అలాంటి ప్రార్థనలు చేస్తూ ఉంటాము. మన బాధలను పోగొట్టుకునేందుకు కూడా ప్రార్థనలు చేయవచ్చు – ముఖ్యంగా, పరిస్థితి చాలా భయానకంగా ఉండి, వేరే ఎక్కడి నుండి ఎలాంటి సహాయమూ లభించని నిస్సహాయ స్థితిలో మీరు ప్రార్థించవచ్చు. ఇది కర్మయోగి చేసి ఆఖరి ప్రయత్నం. అటువంటి ప్రార్థన హృదయం నుండి వెలువడే ఆక్రందన అయినప్పుడు, అది. సులువుగా నెరవేరుతుంది.

రెండవ రకానికి చెందిన ప్రార్థన, నిరంతర అభివృద్ధి కోసం, ఉత్తమ లక్షణాలు పెంపొందించుకునేందుకు, అభివృద్ధి చెంది వికాసం చెందడం కోసం చేసే చాలా సకారాత్మకమైన మొర.

ఉదాహరణగా, నాకు చాలా బాగా నచ్చిన అలాంటి కొన్ని ప్రార్థనాపూర్వక సూచనలు:

- మానవులందరూ సరియైన ఆలోచన, సక్రమమైన అవగాహన, నిజాయితీగల జీవనవిధానమూ పెంపొందించుకుంటున్నారు వారు చేసే పనులలో సత్య సంధతను, వ్యక్తిత్వంలో సమగ్రతనూ సాధిస్తున్నారు.

- మన చుట్టూ ఉన్న వ్యక్తులు, గాలి కణాలు, పక్షులు, చెట్లూ – అన్నీ దివ్యత్వపు స్మరణలో లోతుగా లీనమై ఉన్నాయి.
- ప్రపంచంలోని ప్రజలంతా శాంతికాముకులు అవుతున్నారు.

ఆపైన, ఇక దీనిని మార్చవలసిన అవసరం లేని ప్రార్థనలు కూడా ఉన్నాయి. బదులుగా, ఆ క్షణంలో ఏమి జరుగుతూ ఉన్నా, దానిని అంగీకరిస్తూ, మనం కృతజ్ఞతతో ప్రార్థనలను నివేదిస్తాము. ఉదాహరణకు, మన దుఃఖాన్ని ఒక అంతర్గత ఆక్రందనతో మనం పంచుకున్నట్లే, మన హృదయం పరవశించి, ఆనందంగా ఉన్నప్పుడు, ఆ ఆనందాన్ని భగవంతునితో పంచుకోగలము. గౌరవం, కృతజ్ఞత కలిగిన స్థితిలో మన హృదయం పరమానంద భరితంగా ఉన్నప్పుడు, అది మనల్ని దివ్యత్వంతో కలుపుతుంది. అన్ని సమాజాల్లోనూ, ఈ అంతర్గత ఆనందాన్ని ప్రార్థనా పూర్వకంగా నాట్యం, భక్తి పాటలు మొదలైన వాటిద్వారా వ్యక్తపరుస్తారు.

కానీ చివరికి మన కృతజ్ఞత కూడా ఒకానొక స్థితికి ప్రతిస్పందనే. ఈ సందర్భంలో అది ఆనందము, పరవశత్వాల అనుభూతి. మనకు జరిగిన ఏదో ఒక అద్భుతం పట్ల మనం కృతజ్ఞతతో ఉన్నా మన ఆకాంక్ష ఇంకా ఉంది.

హార్ట్ ఫుల్ నెస్ ప్రార్థన పూర్తిగా ఒక భిన్నమైన స్థాయిలో పనిచేస్తుంది. అక్కడ మనం ఏవిధమైన మార్పుకోసమూ. వేడుకోము బదులుగా, మనం మన మానవ స్థితిని తెలియజేసి మూడు సాధారణమైన వివరణలను విన్నవించుకుంటాము. మనకు మన ఆధ్యాత్మిక లక్ష్యాన్ని గురించి, ఆ యాత్రలో మనకు ఎదురయ్యే అవరోధాలను గురించి, అక్కడికి చేరుకునేందుకు. మనకు సహాయపడేది ఏమిటి అనే దాన్ని గురించీ, ఈ మాటలు మనకు గుర్తు చేస్తాయి. ఈ ప్రార్థనలో బహిరంగమైన ఆపేక్షలేదు; కానీ మనము ఇంకా 'ఆ దశకు చేరుకోలేదు అనే వ్యత్యాస భావన ఇంకా మనలో ఉంది. మన ముందు అనంతయాత్ర ఉందని, అంతకంతకూ మెరుగైన స్థితులను అనుభూతి చెందాలనే ఆకాంక్ష మనకు ఉంటే, మనం నిరంతరంగా మెరుగుపడుతూ, మన కోరికలను తొలగించుకోవాలని అది తెలియజేస్తూ ఉంది. ఈ ప్రార్థనను నివేదిస్తున్నప్పుడు, మన యాత్రలో ప్రస్తుత క్షణాన్ని మనం గౌరవిస్తూ, ఈ యాత్ర కొనసాగాలన్న ఆశయాన్ని కూడా వ్యక్తం చేస్తాము.

నిద్రపోయే ముందు మన దివ్య మూలంతో అనుసంధానమయ్యేలా మనకు సహాయపడడానికి, పరుండబోయే ముందు హార్ట్ ఫుల్‌నెస్ ప్రార్థన చేస్తాము. ఆ సంబంధాన్ని మరల పునరుద్ధరించుకునేందుకు ఉదయధ్యానానికి ముందు

కొన్ని నిముషాల సేపు ఈ ప్రార్థన చేస్తాము. ఈ విధంగా రోజును ప్రారంభించి ముగించడం ద్వారా పగలు, రాత్రి కూడా దివ్యమూలంతో సంబంధం ఏర్పడుతుంది. కాలక్రమేణా ఈ అంతర్గత సంబంధం ద్వారా, మనపై మనకు నియంత్రణ ఏర్పడుతుంది.

హార్ట్ ఫుల్ నెస్ ప్రార్థన

సుఖంగా కూర్చుని, నెమ్మదిగా కళ్ళు మూసుకుని రిలాక్స్. [విశ్రాంతంగా] అవ్వండి. వినమ్రత, ప్రేమ కలిగి, నిశ్శబ్దంగా, నెమ్మదిగా ఈ పదాలను మీ హృదయంలో ప్రతిధ్వనించనివ్వండి. మధ్యమధ్యలో కొంచెం ఆగుతూ, వాటిని ఒకటి, రెండు సార్లు చెప్పవచ్చు.

ఓ మాస్టర్!
మానవ జీవితమునకు యదార్థ లక్ష్యము నీవే.
మేమింకనూ కోరికలకు బానిసలమై యుండుట
మా ప్రగతికి ప్రతిబంధకమై ఉన్నది.
మమ్ము ఆ దశకు చేర్చు
ఏకైక స్వామిని, శక్తివి నీవే.

పై పదాల అర్థం మీద పది నుండి పదిహేను నిముషాల సేపు ధ్యానం చేసి, వాటిలోనే మిమ్మల్ని మీరు మరచిపోవటానికి ప్రయత్నించండి.
ఆ మాటల వెనుక గల అనుభూతి మీకు కలుగనీయండి.
మీరు ఆ ప్రార్థనాపూర్వక అనుభూతిలో కరిగిపొండి.

ఈ మాటలు ఆధారం లాంటివి. అవి వాటి వెనుక గల అనుభూతిని మనకు గుర్తుచేయాల్సి ఉంది. చివరికి మాటలు ఎంత మాత్రమూ ఉండవు. ఈ ప్రస్తుత క్షణం మనకు ఏమి ఇస్తుందో దానిని పూర్తిగా అంగీకరించడమే. ఇది మనలో అతి ప్రగాఢమైన ప్రార్థనాపూర్వక స్థితిని తీసుకువస్తుంది.

హార్ట్ ఫుల్‌నెస్ ప్రార్థన మనల్ని ఆ భగవంతునితో సంభవమవగల అంతిమ తాదాత్మ్య స్థితి, లేదా సమస్థితి, లేదా సంపూర్ణ ఐక్యతాస్థితికి తీసుకు వెళుతుంది. కానీ, అది భగవంతునితో అత్యంత సమీప స్థితి ఐనప్పటికీ, పూర్తిగా ఒక్కటికాదు. ప్రార్థన ద్వారా భగవంతునికి మనకూ మధ్య మనం అనుభూతి చెందే వ్యత్యాసం

ఎప్పుడూ అవసరమే. ఎందుకంటే ఆ వ్యత్యాసం వల్లనే మనల్ని మన కేంద్రంతో అనుసంధానం చేసుకుంటూ, మనం మన హృదయం నుండి ప్రవహిస్తున్న ప్రవాహంతో ముందుకు ఈదుతూ ఉంటాము.

ప్రార్థన వలన కలిగే ఫలితం ఏమిటి?

ప్రార్థన చేస్తున్నప్పుడు, రెండు కీలకమైన విషయాలు దగ్గరవుతాయి. అవి రెండూ కలిసినప్పుడు, శాశ్వత మార్పుకీ, నిజమైన అభివృద్ధికి సామర్థ్యాన్ని సృష్టించగలవు. ప్రకృతి యొక్క జగమెరిగిన సత్యాలలో ఇది ఒకటి.

ఒక వైపు, అన్నింటికీ దివ్యమూలమైన దానితో మీరు అనుసంధానం అయ్యేలా, లోలోతుగా చేరుకునేందుకు, ప్రార్థన మిమ్మల్ని హృదయం ద్వారా అత్యున్నతమైన ఆత్మతో అనుసంధానం చేస్తుంది. మరోవైపు, మార్పు తీసుకువచ్చేందుకు ఆలోచనాశక్తిని లేదా సూచనాశక్తినీ అది ఉపయోగిస్తుంది. దీనినే మనం యోగ శాస్త్రంలో సంకల్ప శక్తి అని అంటాము.

సంకల్పం ఎంతో శక్తివంతమైనది కాబట్టి, అది ఆజ్ఞలు, ఆదేశాల కంటే కూడా బాగుగా పనిచేస్తుంది. సంకల్పం అంటే ఇంగ్లీషులో సూచన అని అర్థం చెప్పబడుతుంది కానీ, అది పూర్తిగా సరిపోయే అనువాదం కాదు. సంకల్పం లేదా సూచన, ఒక రకమైన ఆలోచన సాధారణంగా మెరుగుపరచే అభిప్రాయంతో, లేదా దార్శనికతతో మార్పుకోసం ఒక ఉద్దేశ్యాన్ని ముందు పెట్టడం. కాబట్టి, ప్రార్థనాపూర్వకమైన సంకల్పం [సూచన] దివ్యత్వంతో అనుసంధానమై ఉన్న ఒక పవిత్రమైన, వికసించిన, ప్రేమతో నిండియున్న హృదయంలో అనునదించే ఒక అత్యంత సూక్ష్మమైన సూచన.

దీనిని ప్రక్కన పెడితే, చాలా వరకూ మానవాళి యొక్క వైఫల్యాలకు మూలకారణం ప్రతికూల సూచనలే అనే నిజాన్ని గురించి మీరు ఎన్నడైనా ఆలోచించారా? మనపట్ల మనకై మనం చేసుకునే స్వీయ సూచనలకు కూడా ఇది నిజంగా వర్తిస్తుంది.

ప్రార్థనలో మనం సూచన [సంకల్పం] ను ఎలా ఉపయోగిస్తాము అనేది అత్యంత ముఖ్యం. 'దయచేసి' అని చెప్పాల్సిన అవసరం లేదు. ఎందుకంటే 'దయచేసి' అనే పదం కూడా చాలా భారమైనది. 'ఫలానా ఫలానా సంభవించుగాక' అని చెప్పిన సూచన, కాస్త మృదువుగా ఉన్నప్పటికీ, అది కూడా తగినంత సూక్ష్మమైన సూచన కాదు. దివ్యత్వపు నిశ్శబ్దాన్ని భంగపరచకుండా మనం ఎలా ప్రార్థించగలమో, అది ఉత్తమమైన ప్రార్థన.

అనుసంధానము, సంకల్పము అనే ఈ రెండు ప్రక్రియలూ, రసాయనిక చర్యలో రసాయనాల్లా కలిసిపోయి, మన అంతర్గత మూలతత్వంతో ఒక శక్తివంతమైన విలీన స్థితిని సృష్టిస్తాయి. ప్రార్థనలో మనం హృదయం లోలోతుల్లో ఉంటాము. కాబట్టి మనం ఆ భగవంతునికి సమర్పించే ఆలోచన లేదా మనోభావన, కేవలం మామూలు ఆలోచన కాని, ఒక సిద్ధాంతపరమైనది కాని, లేదా మేధస్సుకు సంబంధించినది మాత్రమేకాదు అది, హృదయం ద్వారా, మన చైతన్య ఆవరణం అంతటా, బ్రహ్మాండ క్షేత్రంలోనికి [క్వాంటం ఫీల్డ్] వ్యాపిస్తుంది. దాని ప్రభావం చాలా శక్తివంతమైనది. అది ఇక ఎంతమాత్రమూ మన స్వీయ వ్యక్తిగత స్థాయిలో ఉండదు. పరిణామ ప్రారంభానికి, పరివర్తనను తీసుకు వచ్చేందుకూ అది తాళం చెవిలా కీలకంగా మారుతుంది.

హార్ట్ ఫుల్ నెస్ ప్రార్థనలో మనం దివ్యాత్మ, మనలో ఉన్న పరమాత్మతో మన మనోభావాన్ని పంచుకుంటాము. ఈ ప్రక్రియలో, మన జీవితాలకు కేంద్రం అయిన ఈ పరమాత్మ సముచిత స్థానాన్ని అంగీకరించడం ద్వారా, మన మీద మనం నియంత్రణను, ఆధిపత్యాన్ని సంపాదిస్తాము. ఇది కేవలం ఒక ఒప్పుకోలు మాత్రమే కాదు. వాస్తవానికి, మనం ప్రార్థనాపూర్వక స్థితిలో ఆ పరమాత్మకు నివేదిస్తాము. తద్వారా క్రమక్రమంగా మనం హృదయం చెప్పే మాటను వినడంలో ప్రావీణ్యాన్ని సంపాదిస్తాము.

ప్రార్థనలో చెప్పే మాటలు మనలో అనుభూతిని రేకెత్తించాలి. ఒకసారి అనుభూతి కలిగిన తర్వాత, మనకు ఇక మాటలతో పని ఉండదు. ప్రార్థనాపూర్వక స్థితి ఎల్లప్పుడూ ఉండే సమయం వస్తుంది. అప్పుడు మన అంతర్యామి అయిన పరమాత్మ (మాస్టర్) ఎల్లప్పుడూ మన దృష్టిలో ఉన్నప్పుడు, మనం రాత్రి పరుండబోయే సమయంలో రెండు నిముషాల సేపు చేసే ప్రార్థన ఇరవై నాలుగు గంటల సేపూ విస్తరిస్తుంది. అప్పుడు మనం మనలో ఉన్న స్థితిని ప్రార్థనాపూర్వకంగా కొనసాగిస్తూ, ఎల్లప్పుడూ మనతో మనం మమేకమై ఉంటాము.

ప్రార్థనాపూర్వకంగా ఆ స్థితిని కొనసాగిస్తూ, అది అభివృద్ధి చెందేందుకు మనం దోహదం చేస్తాము. కాబట్టి, మనం చదువుతూ ఉన్నా, చూస్తూ ఉన్నా, స్నానం చేస్తూ ఉన్నా, అల్పాహారాన్ని భుజిస్తూ ఉన్నా. స్నేహితులతో గడుపుతూ ఉన్నా, పార్టీలో పాల్గొంటున్నా – మనం ఏమి చేస్తున్నప్పటికీ ఫరవా లేదు, మన అంతర్గత స్థితి మాత్రం ఎల్లప్పుడూ అక్కడ అలాగే ఉంటుంది.

హార్ట్ ఫుల్‌నెస్ యొక్క సౌందర్యం ఇదే. అది మన సమయాన్ని ఎంతమాత్రమూ దోచుకోదు. మనం సాధనలో ప్రావీణ్యాన్ని సంపాదించినప్పుడు, దానికి చాలా

చాలా తక్కువ సమయం పడుతుంది. అయినప్పటికీ, అది ఇరవైనాలుగు గంటల సేపూ ఉంటుంది.

అందుకని మాటలతో ప్రారంభించండి. రాత్రి పడుకునే సమయంలో చేసే ప్రార్థనలో ప్రతి మాటా మీ హృదయంలో ఒక విధమైన అనుభూతిని తెరువగలదు. ఆ అనుభూతిని అనుసరిస్తూ, ఆ భావం మీద లోతుగా ద్యానం చేయండి. అదే స్థితిలో నిద్రపొండి. అది మీ జీవితాన్ని మార్చుతుంది.

7

వైఖరి

ఇప్పుడు మీరు రిలాక్సేషన్, ధ్యానం, నిర్మలీకరణ, ప్రార్థన అనే ఈ నాలుగు హార్ట్ ఫుల్‌నెస్ సాదనలను ప్రతిరోజూ చేస్తున్నారని అనుకుందాము. సాధారణంగా మనలో చాలా మందికి, ఈత, క్రీడలు, సంగీత వాయిద్యం, అందమైన చేతివ్రాత, గుండె ఆపరేషన్లు, లేదా ధ్యానం లాంటివి ప్రతి రోజు చేస్తూ ఉన్నప్పుడు, అవి పదేపదే చేసే ప్రక్రియల్లా మారతాయి. వాటిని ఎప్పుడూ ఒకే విధంగా యాంత్రికంగా చేస్తూ ఉంటాము. ఏదైనా పనిని సజీవంగా మార్చి, ప్రకంపనలను సృష్టించేది ఏమిటి? అది మన వైఖరి, ఆసక్తి. విజయానికి 95 శాతం కారణం మన వైఖరే. ప్రేమ, వినమ్రత, ప్రార్థనాపూర్వక వైఖరులు నాకు ఎంతగానో సహాయపడ్డాయి అని నేను తెలుసుకున్నాను.

దీనిని ఇలా ఆలోచించండి: ఒక అమ్మాయిని మొదటిరోజే సినిమాకు రమ్మని మీరు అడిగారనుకోండి; ఆమెను కలుసుకోవాలని మీరు ఎంతో ఆత్రుతతో ఉంటారు. అందుకని ఒక గంట లేదా అంతకంటే ముందే అక్కడికి చేరుకుంటారు. మనస్సులో ఎంతో ఉత్సాహం, ఉద్వేగంతో ఆమె రాకకోసం ఎదురుచూస్తారు. కానీ మీరు ఇంతగా ఎదురుచూస్తున్నా సినిమా ప్రారంభమయ్యే ఐదు నిముషాల ముందు వరకూ ఆమె రాదు. అప్పుడు ఏమని అనిపిస్తుంది? అప్పుడు మీకు క్షణం ఒక యుగంలా అనిపిస్తుంది. మీరు ఎంతో అసహనంతో ఉంటారు. ధ్యానానికి కూడా మీలో అలాంటి ఉత్సాహమూ, తపన ఉన్నాయా? ధ్యానంలో అంతర్ముఖమై

ఉన్న మీరు, మీలోని ఆ అంతరాత్మను కలిసేందుకు. అంతటి ప్రేరణ అనుభూతి చెందుతారా? అలాంటి వైఖరి ధ్యానానికి: జీవం పోస్తుంది.

మీరు నిద్రపోయే ముందు, రేపు ఉదయం చేయబోయే ధ్యానాన్ని గురించి తలచుకోండి. 'రేపు ఉదయం నిన్ను కలుసుకునేందుకు ఆత్రంగా ఎదురుచూస్తూ ఉన్నాను' అని మీరు మీ ఉన్నత ఆత్మకు సూచించండి. మీ ద్వారా ప్రవహిస్తూ వున్న ప్రాణాహుతి, సంస్కారాలు ప్రతీ దాని ఎరుక మీకు కలిగేలా ఆసక్తితో సాధన చేయండి. సంస్కారాలు వెళ్ళిపోయే ముందు వరకూ, అవి మీవి. మీ నుండి బయటకు అవి వెళ్ళిపోయిన తర్వాత తేడాను అనుభూతి చెందండి. స్వయంగా సాధన పట్ల తపన, అభిరుచి, అవిశ్రాంతతా కలిగేందుకు అది ఎంతగానో సహాయపడుతుంది. లేదంటే అది కేవలం శ్రమ, నిస్సారమైన, యాంత్రికమైన చర్య మాత్రమే కాగలదు. అప్పుడు దానికి విలువేమీ ఉండదు.

పొలంలో పనిచేసే కూలి, చాలా కష్టపడి, తన రోజువారీ భత్యాన్ని సంపాదించుకుంటూ ఉంటాడు. కానీ అతడు తాను నిరంతరంగా పనిచేస్తూ ఉండడాన్ని గురించి ఫిర్యాదు చేస్తూ ఉంటాడు. అతడు రోజంతా పనిచేస్తూ ఉండవచ్చుగాక, కానీ ప్రతిరోజు వ్యాయామ శాలకు వెళ్ళి, అక్కడ కేవలం ఒక అరగంట సేపు వ్యాయామం చేసే వ్యక్తికి పెరిగిన కండరాల్లా, రోజంతా శ్రమపడి పనిచేసిన కూలీకి రావు. ఇదంతా వైఖరికి సంబంధించిన విషయం. మీరు చేస్తున్న సాధన కేవలం యాంత్రికమైనదే అయినప్పుడు, 'అబ్బా! నేను నిద్ర లేచి మేల్కొని ధ్యానం చేయాలి" అని అనుకుంటే, లేదా వేరొకరిని సంతృప్తి పరచడానికి మాత్రమే మీరు చేస్తే, మీరు మీ సమయాన్ని వృథా చేసుకుంటారు కాబట్టి, అలా చేయవలసిన అవసరం ఎంతమాత్రమూ లేదు.

మీరు ఏమి చేసినా, దానిని ఖచ్చితంగా ఆనందంగా, ఉత్సాహంగా, ఉల్లాసంగా చేయండి. మీరు నిజంగా ధ్యానాన్ని ఆనందిస్తే, ఆ రోజంతా మీరు ధ్యానాన్ని పదేపదే చేయగలరు. అలాగని మీరు వేరే పనులు మానుకోవలసిన అవసరం లేదు. కానీ, ప్రతిరోజు ఉదయాన్ని ఒకసారి ధ్యానం చేస్తే చాలు అనుకుంటూ, మీకై మీరు పరిమితిని విధించుకోవలసిన అవసరం లేదు.

దైనందిన కార్యక్రమం

ఇన్ని సంవత్సరాలుగా నేను నా మార్గదర్శుల నుండి మరో ముఖ్యమైన వైఖరిని నేర్చుకున్నాను. అది, నాకు, నా ధ్యానాన్ని మరింత లోతుగా సాధన చేసి, దానిని సజీవంగా ఉంచడంలో తోడ్పడింది: స్వయంచాలకం [ఆటోమాటిజం].

స్వయంచాలకం అంటే ఏమిటి? ఈ స్వయంచాలకానికి రెండు అంశాలు ఉన్నాయి. మొదటిది, నా ధ్యాన స్థితిని ఏ క్షణంలోనైనా, కళ్ళు తెరచి కూడా, తిరిగి పొందడాన్ని నేను నేర్చుకున్నాను. ఇక రెండవది నా సాధనలో ఒక జీవ సంబంధమైన గడియారాన్ని (బయోలాజికల్ క్లాక్) ఏర్పరచుకునేందుకు, ప్రతిదానికీ నిర్దిష్టమైన సమయాలను నిర్ణయించుకున్నాను.

ఈ జీవ సంబంధమైన గడియారం అంటే ఏమిటి? 1890లో డాక్టర్ ఇవాన్ పావ్లోవ్ అనే ఒక రష్యా దేశపు శాస్త్రవేత్త జరిపిన నిర్దుష్టమైన ప్రవర్తనా ప్రయోగాలను గురించి బహుశా మీరు వినే ఉంటారు. ఆయన నిర్వహించిన ఒక ప్రయోగంలో, ప్రతిరోజు ఒకే సమయంలో గంట కొట్టి, కుక్కలకు ఆహారం పెట్టేవాడు. కొన్ని రోజులపాటు కుక్కలకు అది అలవాటు చేశాడు. తర్వాత ఒకరోజు గంట కొట్టి, వాటికి ఆహారం పెట్టలేదు. దానితో ఆ కుక్కలకు పిచ్చి పట్టినట్లయ్యి, అరవడం మొదలుపెట్టాయి; విపరీతంగా చొంగ కార్చుకోవడం ప్రారంభించాయి. అవి దానికి సంబంధించి నేర్చుకున్న స్పందన ఇది.

మనం కూడా ప్రతిరోజు ఒక సమయంలో ధ్యానం చేయడం వలన దానికి సంబంధించిన స్పందనను పెంపొందించుకుంటాము. కొన్నాళ్ళకు మనం ధ్యానంలో కూర్చున్న వెంటనే సులువుగా ధ్యానంలోనికి వెళ్లిపోతాము. ఎందుకంటే మనం దానికి అలవాటుపడిపోతాము కాబట్టి. ఇది ధ్యానానికి ఒక సమయాన్ని నిర్దిష్టపరచుకుని దానికి కట్టుబడి ఉండడమంత సులభం. అది ఉదయం ఆరు గంటలు కావచ్చు. ఏడు గంటలు కావచ్చు. లేదా మీకు అనువైన ఏ సమయమైనా కావచ్చు. ఆ సమయాన్ని నిర్దిష్టంగా పాటించడం ముఖ్యం.

ఒక రోజు ఉదయం ఎనిమిది గంటలకు, మరో రోజు తొమ్మిది గంటలకు, ఇంకో రోజు ఆరింటికి, మరో రోజు తెల్లవారుఝామున మూడింటికీ, ఒకరోజు ఒక గంట సేపు, మరో రోజు రెండు గంటల సేపూ కాకుండా, ప్రతిరోజు ఒక నిర్ధారిత సమయంలో, నిర్దిష్టమైన వ్యవధి ప్రకారం సాధన చేయాలి. అప్పుడు కొంతకాలానికి, గంట కొట్టి ఆహారం పెట్టకపోతే ఆ కుక్కలు ఎలాగైతే అనుభూతి చెందాయో, మీరు కూడా ఆ నిర్దిష్ట సమయంలో ధ్యానం చేయలేకపోతే, అదే విధమైన అనుభూతి పొందుతారు. అదే కీలకం.

మీరు ఏయే సమయాల్లో ధ్యానం చేసుకుంటారో తెలిసినప్పుడు, ఇతరులు కూడా మీ దైనందిన కార్యక్రమాన్ని గౌరవించి, అందుకు మీకు అవకాశం ఇస్తారు. మీరు ఉదయమే ఆరు గంటలకు ధ్యానం చేసుకుంటారని ఒకసారి మీ స్నేహితులకు, మీ కుటుంబ సభ్యులకూ తెలిస్తే, వాళ్ళు ఆ సమయంలో మీ ధ్యానానికి భంగం

కలిగించరు. కానీ మీరు ఇష్టమొచ్చిన సమయాల్లో ధ్యానం చేసుకుంటూ ఉంటే, మీరెప్పుడు ధ్యానం చేసుకుంటారో ఎవరికీ తెలియదు కాబట్టి, వాళ్ళు మీ ధ్యానానికి భంగం కలిగిస్తారు.

భారతదేశంలో, గుజరాత్ రాష్ట్రంలో ఒక గ్రామంలో నేను పెరిగాను. ఉదయం సూర్యోదయం అయిన తర్వాత, పశువులను మేతకోసం గ్రామం నుండి పొలాలలోనికి వదిలేస్తారు. సాయంత్రం అవన్నీ ఒక్కటిగా కలిసి గ్రామంలోనికి తిరిగి వస్తాయి. ప్రతి ఒక్కటీ తన వీధిని, ఆ వీధిలో తన కొట్టాన్ని (పశువుల పాక), రాత్రి దానిని కట్టి రాటనూ గుర్తుపట్టి, అక్కడికి చేరుకుంటాయి. అవి పొరపాటున కూడా వేరే ఎక్కడికీ వెళ్ళవు. అవి తప్పు చేయవు. అవి తమ ఇంటికి, తమ రాట దగ్గరికే వెళతాయి.

మనం కూడా ధ్యానానికి ఒక ప్రదేశాన్ని నిర్దిష్టపరచుకోగలము. మనకు ఒకసారి ఉదయం సోఫాలోను, తర్వాత మంచం మీద, ఆఫీసుకు ఆలస్యం అవుతూ ఉన్నప్పుడు, ప్రయాణిస్తున్న రైలులోనూ ధ్యానం చేసుకునే అలవాటు ఉంటుంది. కానీ ఒక నిర్దిష్ట ప్రదేశంలోనే ధ్యానం చేస్తూ ఉంటే, అది చాలా సహాయపడుతుంది. ఎందుకంటే ఆ ప్రదేశంలో వాతావరణం రానురానూ మెరుగుపడుతుంది. అప్పుడు మనం అక్కడ కూర్చున్నప్పుడు, ధ్యానం చేయడం చాలా సులభం అవుతుంది. పశువుల్లా మనమూ తెలివైనవారమే అయితే, మనమూ ఒక చోటును నిర్ధారించుకుంటాం.

ప్రేమ ఆకర్షిస్తుంది

ఇన్ని సంవత్సరాలుగా నేను నేర్చుకున్న మరో చక్కటి విషయం. 'ప్రేమ ఆకర్షిస్తుంది' అని. కఠిన హృదయము, పరుషమైన ముఖమూ గలవారు దివ్య కృపను దూరంగా నెట్టివేస్తారు. ఆనందంతో నిండిన హృదయం కృపను సులువుగా, సహజంగా ఆకర్షిస్తుంది. నేను వ్యాపారంలో యాభై మంది ఉద్యోగులతో కలిసి పనిచేసినప్పుడు, వ్యక్తుల మధ్య ఉండే వ్యత్యాసాలు గురించి నాకు తెలిసింది. వారి పనిలో, ఎన్నో ముఖ కవళికలు, వైఖరులూ ఉండేవి. ఎవరైనా ఆనందంగా పనిచేసి, సరియైన సమయానికి వచ్చినప్పుడు, ఆ వ్యక్తితో నేను కలిసి పని చేయాలనుకునే వాడిని. అలాంటి వ్యక్తులు సంస్థలో ఉన్నందుకు నాకు ఆనందంగా ఉండేది. 'నాకు ఇది ఇష్టం లేదు', 'నేను ఇది చేయను', 'నేను ఇప్పుడు రాలేను' అంటూ ఎవరైనా ఎప్పుడూ ఫిర్యాదు చేస్తూ ఉంటే, వారిని భరించడం అంత సులభం కాదు. వారు సంస్థను వీడి వెళ్ళినప్పుడు, వారు లేని లోటును ఎవ్వరూ అనుభూతి చెందరు.

కానీ నిజంగా పనిలో నైపుణ్యాన్ని సాధించిన ఒక మంచి పనివాడు, నిజంగా ఒక మంచి ఉద్యోగి ఒక్క రోజు రాకపోయినా, అతని లోటును అందరూ అనుభూతి చెందుతారు. అలాంటి వ్యక్తులు వచ్చినప్పటి కంటే, రానప్పుడే వారిని గురించి ఎక్కువగా ఆలోచిస్తాము. వారి లోటు ఎక్కువగా తెలుస్తుంది.

అదే విధంగా, మన ఆధ్యాత్మిక సాధనలో కూడా, మనం అత్యుత్తమమైన దానిని సాధించేందుకు క్రమం తప్పకుండా సాధనచేస్తూ, ఉల్లాసంగా, అవిశ్రాంతంగా ఉండగలిగితే, మనం మరో పరిమాణానికి చేరుకుంటాము.

ఉదయాన్నే మనం సాధించిన ఆధ్యాత్మిక స్థితిని ఎల్లప్పుడూ కొనసాగిస్తూ, దానితో మమేకమై ఉండడం వలన, అది మన దైనందిన కార్యకలాపాలకు ఏ విధంగానూ భంగం కలిగించదు, నిజానికి మనం చైతన్యపు ఉన్నత స్థాయిలలో ఉన్నప్పుడు, మనం దానికోసం వినియోగించే సమయం కూడా తగ్గుతుంది. చేసిన పనికి అంతకంతకూ తక్కువ సమయం అవసరమౌతుంది. మనం ఏదైనా చదువవలసిన అవసరం ఏర్పడినప్పుడు, మనం నిశ్శబ్దంగా, ప్రశాంతమైన, ఏకాగ్రత కలిగిన మనస్సుతో చదువగలము. ఒక్కసారి చదివితే చాలు, ప్రతీదీ మనం సులువుగా గ్రహిస్తాము. వేరేవాళ్ళకు మాత్రం అదే విషయాన్ని పదేపదే చదువవలసి వస్తుంది.

మనం చేసే పనులు ఎప్పటికప్పుడు మరింత మెరుగ్గా చేయడానికి అవకాశం ఉన్నప్పటికీ, హార్ట్ ఫుల్ నెస్ ధ్యానం ద్వారా అవి పరిపూర్ణం అయ్యే దిశగా సాగుతాయి. మనం ఎల్లపుడూ పరిపూర్ణంగా మారడానికి ప్రయత్నిస్తూనే ఉంటాము. పని మరింత సమర్థవంతంగా అయ్యేందుకు, నేను ఇంకెంత మారగలను?' అంటూ నిరంతరంగా ప్రశ్నించుకుంటూ మార్గదర్శి కూడా తన అంతరంగంతో పాటు పనిలో కూడా పరిపూర్ణతను సాధించడానికి కృషి చేస్తూ ఉంటాడు. ఎల్లప్పుడూ అంతకంతకూ మెరుగ్గా మారడానికి మనమందరమూ కూడా ప్రయత్నించగలగాలి.

సహకారం

ఆధ్యాత్మిక సాధనలో ముఖ్యమైన లక్షణం సహకారం. మనం ఎవరెస్టు పర్వత శిఖరాగం మీదకు ఎక్కబోతున్నట్లో, లేదా వ్యోమగామిలా ఆకాశంలోనికి ప్రయాణ చేయబోతున్నట్లో ఒక్క క్షణం ఊహించుకోండి. ఆయా పరిస్థితుల్లో మార్గదర్శి సూచనలను అనుసరించవలసిన అవసరాన్నీ, ప్రాముఖ్యతనూ మనం అంగీకరిస్తాము. అంతేకాదు, ప్రాణాంతకమైన వ్యాధితో బాధపడుతున్నప్పుడు,

డాక్టర్ సలహాను పాటించడం ముఖ్యమని అంగీకరిస్తాము. అదే విధంగా, ఆధ్యాత్మిక యాత్రలో, మనం మన అంతర్గత ప్రపంచంలోనికి పయనిస్తున్నాము కాబట్టి, మార్గదర్శిని అనుసరించడం ముఖ్యం.

మనకు ధ్యానమే అన్నింటినీ ఇస్తుంది అని కాదు. కానీ సక్రమంగా ధ్యానం చేస్తే, అది మనలో ఒక స్థితిని సృష్టిస్తుంది. ఆ స్థితి మనల్ని మారుస్తుంది. ఒకసారి మనలోని ఆ అంతర్గత స్థితి మారినప్పుడు, సహజమైన పద్ధతిలో, విశ్వాసం పెంపొందుతుంది. ఒకసారి విశ్వాసం పెంపొందినప్పుడు, అంగీకార స్థితి అభివృద్ధి చెందుతుంది. అంగీకారస్థితి కుదురుకున్న తరవాత, శరణాగతి అభివృద్ధి చెందుతుంది. అప్పుడు మనం ఆ దాతతో ప్రేమలో పడిపోతాము. అది ఆ దాతతో మమేకమై, మనల్ని మనం మైమరచిపోయే స్థితికి దారితీస్తుంది. ఇది ఒక చిన్న పిల్లవాడి ఆటలా మారుతుంది. దీనిని ఆధ్యాత్మికత్వంలో విలీనం అని అంటారు. మనం ఈ విధంగా అర్థం చేసుకున్నప్పుడు, మనలో సహకరించని వారికి మాత్రమే ఆధ్యాత్మికాభివృద్ధి కష్టతరమౌతుంది.

సూచన యొక్క శక్తి

హార్ట్ ఫుల్‌నెస్ సూచనాశక్తి మీద ఆధారపడి ఉంది. దీనినే 'సంకల్పం' అని కూడా అంటారు. మనం దీనిని గురించి ఇంతకు ముందే ప్రార్థన 'అనే అధ్యాయంలో చెప్పుకున్నాము. కానీ ఈ సూక్ష్మత్వంలో విభిన్న స్థాయిలు ఉన్నాయి. వాటిని ఈ క్రింది ఉదాహరణతో తెలుసుకుందాము:

ముగ్గురు స్నేహితులు రాత్రి భోజనం చేసేందుకు ఒక హోటల్ కు వెళ్ళారు. ఆ హోటల్ కిటకిటలాడుతూ ఉంది. వారు తొందరగా భోంచేసి వెళ్ళాల్సి ఉంది కాబట్టి, భోజనానికి ఆర్డర్ ఇచ్చేందుకు ఆత్రంగా, అసహనంతో ఎదురుచూస్తూ ఉన్నారు.

వారిలో ఒకడు, అటువైపుగా వెళ్ళిపోతున్న వెయిటర్ మీద "ఇదిగో, ఇలా రా! మేము ఆర్డర్ ఇవ్వాలనుకుంటున్నాము" అని అరిచాడు.

అది ఒక ఆజ్ఞ. వెయిటర్ సరేనని, త్వరలోనే తెస్తానని చెప్పి వెళ్ళిపోయాడు. ఐదు నిముషాలు గడిచాయి, మరో వెయిటర్ అటువైపు వచ్చాడు.

ఆ స్నేహితులలో రెండవ వాడు కాస్త మర్యాద తెలిసిన సౌమ్యుడు. "మేము ఆర్డర్ ఇవ్వాలనుకుంటున్నాము" అని ఆ వెయిటరుతో సౌమ్యంగా చెప్పాడు.

ఇది ఒక అభ్యర్థన – అంత శక్తివంతంగా చెప్పినది కాదు; కానీ కొంత ఆజ్ఞాపించడం ఉంది. ఆ రెండవ వెయిటర్ కూడా త్వరలోనే తెస్తానని చెప్పి వెళ్ళిపోయాడు.

కాసేపటి తర్వాత, వెయిటర్ తిరిగి వచ్చాడు. మూడవ స్నేహితుడు. చిరునవ్వుతో 'నీ కోసం మేము సిద్ధంగా ఉన్నాము, థాంక్స్' అని అన్నాడు. వెయిటర్ కూడా చిరు నవ్వు నవ్వి, ఆర్డర్ తీసుకున్నాడు.

పై ముగ్గురిలోనూ చిట్టచివరి వాడు అత్యంత సున్నితంగా, సూక్ష్మమైన సూచనలా చెప్పాడు. ఈ ముగ్గురి విధానాలలో ఎంత పెద్ద తేడా ఉంది! వీటిల్లో దేనికి అత్యంత శక్తివంతమైన ప్రభావం ఉందని మీరు అనుకుంటున్నారు? అన్నింటిలో ఉన్నట్లే, ప్రకృతిలో కూడా అత్యంత సూక్ష్మమైనదే ఎప్పుడూ అత్యంత సమర్ధవంత మౌతుంది. మనం చేసే ప్రతి పనికీ, సరిసమానమైన, వ్యతిరేక దిశలో ప్రతిచర్య ఉంటుందనే న్యూటన్ మూడవ సిద్ధాంతంలా, మనం బలవంతంగా శక్తిని ఉపయోగించినప్పుడు, ప్రతిఘటన ఎదురయ్యే అవకాశం ఎక్కువగా ఉంది.

అదే విధంగా సాధన చేస్తున్నప్పుడు కూడా మీరు వివిధ సూక్ష్మత్వపు స్థాయిలలో సూచనలు చేయవచ్చు. ఉదాహరణకు, నిర్మలీకరణ చేస్తున్నప్పుడు, 'ఈ ముద్రలన్నీ పోవాలి! స్నేహితుడు నన్ను నిరాశకు గురిచేశాడు. నేను అనుభవిస్తున్న ఈ కోపమంతా "వెనుకవైపు నుండి పోవాలి!' అని మీరు అనుకున్నారనుకోండి. అటువంటి బలమైన ప్రయత్నం వలన మీరు కష్టపడతారు; ఎందుకంటే, దేనినైనా మీరు బలవంతంగా తొలగించే ప్రయత్నం చేసినప్పుడు, వాస్తవానికి మీరు దాని ప్రభావాన్ని మరింత తీవ్రంగా ఉండేటట్లు చేస్తారు. 'ఇది పోవాలి' అనే ఉద్దేశ్యంతో మీరు కూర్చున్న క్షణం, మీరు దానిని మరింత అధ్వానంగా మారుస్తారు.

మరింత ప్రశాంతంగా, మరింత సూక్ష్మమైన పద్ధతిలో కూడా చేయవచ్చు. ప్రశాంతంగా కూర్చుని, ముందుగా మీ హృదయపు లోలోతుల్లో ఒక ప్రార్థనాపూర్వక స్థితిని సృష్టించుకోండి. ఆ తరువాత, వీలైనంత తక్కువ శక్తితో, 'నా ప్రభూ! ఇది తొలగింపబడుగాక!' అంటూ చాలా సున్నితమైన ఒక సూచన ఇవ్వండి. ఇది హృదయపు లోలోతులనుండి వెలువడే ఒక ప్రార్థనాపూర్వక సూచన. ప్రార్థన ఎందుకంత ముఖ్యమో చెప్పడానికి ఇది మరో కారణం. మనం ప్రార్థన చేయడంలో ప్రావీణ్యాన్ని సంపాదించినప్పుడు, మార్పు తీసుకు వచ్చేందుకు మన సూక్ష్మమైన శక్తి మరింత శక్తివంతం అవుతుంది.

"ఈ రోజు, ఇది, ఇది తప్పక పోయి తీరాలి" అనే ఆలోచనను మీరు బలంగా చేసినప్పుడు కూడా, నిస్సందేహంగా ఏదో ఒకటి జరుగుతుంది. మనం ఆజ్ఞాపించినా, అభ్యర్థించినా, సూక్ష్మమైన సూచన ఇచ్చినా, లేదా ప్రేమతో ప్రార్థనా పూర్వకంగా ఉన్నా, ఒకటి జరుగుతుంది. ఎందుకంటే ప్రకృతి ఎల్లప్పుడూ స్పందిస్తూనే ఉంటుంది. కాకపోతే, ఆ స్పందన మనం ఉపయోగించే సూక్ష్మత్వ స్థాయిని బట్టి ఉంటుంది.

అందుకని మీరు సాయంత్రంవేళ నిర్మలీకరణ సాధన చేసినప్పుడు, మీ హృదయం లోలోతుకు వెళ్లేందుకు ప్రయత్నించి, మీకు వీలైనంత సున్నితంగా, సూక్ష్మంగానూ సూచనలను ఇచ్చి, నిర్మలీకరణ జరుగుతున్నప్పుడు స్వచ్ఛత, పవిత్రత ఎంత సులువుగా పైనుండి. దిగి వస్తూ ఉందో గమనించండి.

ఆధ్యాత్మిక జీవితంలో మనం మరింత ముందుకు వెళ్ళినప్పుడు, పనులన్నీ మామూలుగానే సంభవిస్తూ ఉంటాయి కాబట్టి, ఏ. ఆలోచనా అవసరం లేని సమయం వస్తుంది. ప్రారంభంలో మనల్ని మనం మెరుగుపరచుకుంటూ ఉంటాము. 'ఇది సంభవించు గాక!'. 'ఇది తొలగింపబడుగాక!', 'ఆమెకు ధైర్యం కలుగు గాక!' అంటూ మన ప్రార్థనాపూర్వక సూచనలు అంతకంతకూ సున్నితంగా మారతాయి. కానీ దాని తర్వాత 'ఏమి జరగాలో అదే జరుగుతుంది' అంటూ కొంతసేపు మనం రిలాక్స్ అవుతాము.

చివరికి 'నేనేమీ చేయలేదు, కానీ ఈ రోజు ఏదో సంభవించింది' అని మనం ఆశ్చర్యపోతాము. అలా ఎందుకంటే, ఇప్పుడు మనం ఇక ఎంతమాత్రమూ పనికి సూచనలను ఇవ్వడం లేదు, మనం కేవలం మన ద్వారా పనిని ప్రవహింపజేస్తున్నాము. అంతే!

అలాగని మనం మొదటి రోజు నుండి ఈ సూచనలు చేసే విషయంలో ఏమీ చేయకుండా ఊరకనే ఉండిపోవాలా? ఎంత మాత్రమూ కాదు; మనం సూక్ష్మత్వాన్ని పెంపొందించు కునేందుకు, సూచనలను పాటిస్తూ, ఈ ప్రక్రియను నేర్చుకుని, ప్రారంభించి, అది మిమ్మల్ని ఎక్కడికి తీసుకు వెళుతుందో చూడండి. ఉదాహరణకు, మీరు నిర్మలీకరణను సాధన చేసినప్పుడు, అన్ని సంక్లిష్టతలు, మాలిన్యాలూ మీ వెనుక వైపు నుండి బయటకు వెళ్ళిపోతున్నాయి అనే సంకల్పంతో ప్రారంభించండి. చివరికి మీరు సాయంత్రం నిర్మలీకరణ చేసుకునేందుకు కూర్చున్నప్పుడు, ఆ క్షణంలో మీకు మాటల అవసరం లేకుండా, అన్నీ అలా జరిగిపోతూ ఉండే సమయం వస్తుంది.

అది చేసుకునేందుకు మనకు సహాయపడుతుంది. మన దైనందిన కార్యకలాపాలలో మనం నిరంతరంగా ఊహాకల్పన చేసుకుంటూనే ఉంటాము. అతని చొక్కా చూడు. అతడెక్కడ కొన్నాడో?', 'ఆహా! ఆమె దుస్తులు అంతబాగా లేవు', 'నా లెక్చరర్ హుషారుగా ఉన్నాడు', 'ఈ రోజు నా మనస్సు 'బాగో లేదు' – ఇలా మన తలలో ఉన్న స్వరంతో ఊహలను బిగ్గరగా కాకపోయినా, నిరంతరం ఊహించుకుంటూ ఉంటాము. ఈ పుస్తకంలో ఇంతక ముందు చర్చించినట్లుగా, మన ఇష్టాయిష్టాలే ఈ ఆలోచనక్రమాలు. అవి మనలో నిశ్చలత్వాన్ని, ప్రశాంతతనూ పెంపొందిస్తాయా?

మనస్సును ఇంతకంటే మరింత ప్రయోజనకరంగా ఉపయోగించవచ్చు. గంగానది పుట్టిన చోట నువ్వు ఉన్నట్లు ఊహించుకో. గంగానది నీరు బొట్లు బొట్లుగా పడుతూ ఉన్న మూలానికి నువ్వు చేరుకున్నట్లయితే, మొట్టమొదటిగా అది నీటిబొట్టుతో ఎలా ప్రారంభమయ్యింది, అది ఎక్కడికి ప్రవహించింది, దానికి ఎలాంటి నిరోధాలు, అవరోధాలూ ఎదురయ్యాయి, వాటిని తప్పించుకుంటూ అది ఎలా ముందుకు ప్రవహించింది, చివరికి అది సముద్రాన్ని ఎలా చేరుకున్నది ఇదంతా గమనిస్తే చాలా అద్భుతంగా ఉంటుంది. అదే విధంగా, మీ హృదయంలో మీ ఆలోచనలు పుట్టుకొచ్చిన క్షణంలో, అవి ఎక్కడికి వెళుతున్నాయో, అవి మీ స్థితిమీద ఎలాంటి ప్రభావాన్ని చూపుతున్నాయో, మీరు గమనించగలరు. ఒక నదీ ప్రవాహంలా, మీ ఆలోచనలు అంతకంతకూ గొప్పగా వికాసం చెందుతాయి; ఆ ఆలోచనలు పెరిగి విస్తరిస్తూ ఉన్నప్పుడు, అవి ప్రవహిస్తూ, వికాసం చెందుతూ ఉండడాన్ని మీరు గమనించగలరు. మీలో పుట్టుకొస్తున్న ఆలోచనలను మీరు చూస్తూ ఉండడం, వాటిని మీ ద్వారా సున్నితంగా, సూక్ష్మంగా ప్రవహించనీయడమే సచేతనత్వం [మైండ్ ఫుల్‌నెస్], ఇది యోగశాస్త్రంలో ప్రత్యాహారలో మొదటి మెట్టు కూడా. అది ఆలోచనా శక్తిని తెలివిగా ఉపయోగించేందుకు మీకు తోడ్పడుతుంది.

అంతకంటే ఎక్కువగా వివరించలేనప్పుడు, మీరు మీ ఆత్మలో లీనమై పోతారు. మీ మాటల్లో ఆలోచనలు దివ్యత్వంతో తాదాత్మ్యం చెందుతాయి. మీరు కేవలం ఒక ఉన్నతలక్ష్యం కోసం ఒక సాధనం అయ్యారు కాబట్టి, అప్పుడు సంకల్పాలన్నింటిలోనూ అత్యంత సూక్ష్మమైనది. అత్యంత శక్తివంతమైనది సాధ్యపడుతుంది.

8

ధ్యానము, యోగ, న్యూరో సైన్స్ (నాడీ శాస్త్రం)

తెలియని చోటుకు

ప్రాణాహుతి ప్రసారం వలన, మనం ధ్యానం చేస్తున్నపుడు, మన సాధనలో చాలా త్వరగానే లోలోతులకు వెళ్ళి, అంతర్గత స్థితిలో విలీనం కాగలము. దీనినే సంస్కృతంలో 'సమాధి' అని అంటారు. యోగ శాస్త్రంలో దీనిని చాలా ఎక్కువగా ఆశిస్తారు. పతంజలి అష్టాంగ యోగాలలో ఇది ఎనిమిదవ, అంతిమ అంగము. తన యోగ సూత్రాలలో, సమాధి యొక్క మొదటి స్థాయిని ఒక పాషాణతుల్య (బండరాయి లాంటి) చైతన్యంగా పతంజలి వర్ణించాడు. ఈ స్థితిలో మనకు ఎలాంటి అనుభూతి కలుగదు. ఎరుకకు అతీతంగా మనస్సు యొక్క వివిధ భాగాల ద్వారా మనం ప్రయాణించాము కాబట్టి, ఇక్కడ జరుగుతున్న దానిని గురించి మనకు తెలియదు.

హార్ట్ ఫుల్ నెస్ లో, మనం చాలా త్వరగా సూక్ష్మ స్థాయిలకు చేరుకొని, సూక్ష్మమైన, మరింత ఎక్కువగా వికాసం చెందిన సమాధి స్థితులను అనుభూతి చెందగలము. రెండవ దశలో, మనం ఒక స్వప్నం లాంటి ఉపచేతన సమాధి స్థితిలో ఉంటాము. మూడవ దశలో మనం పూర్తిగా ఎరుకను కలిగి, అదే సమయంలో విలీనమై ఉంటాము. దీనినే సహజ సమాధి అని అంటారు.

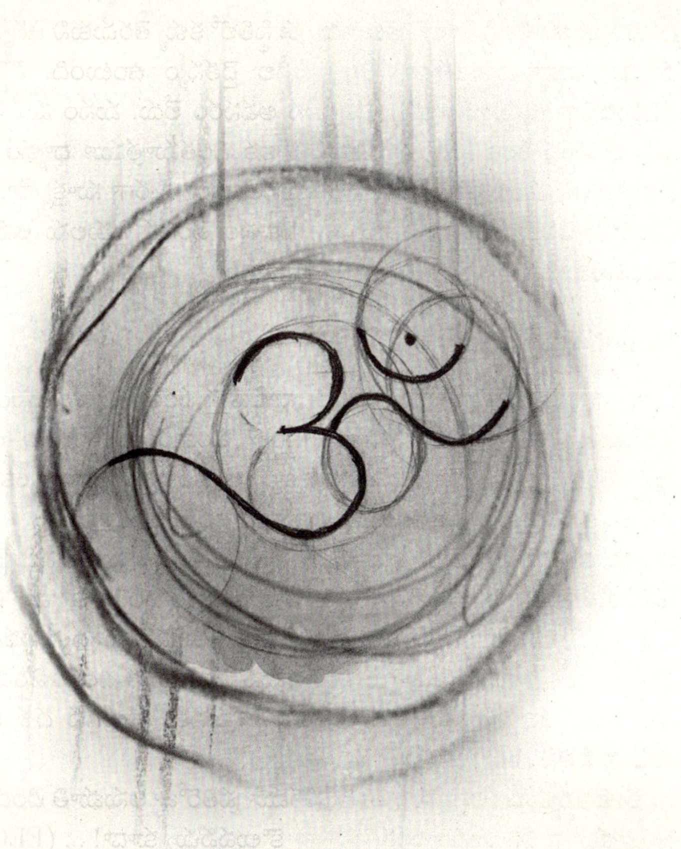

ద్యానంలో లోతుగా మునిగి ఉన్నప్పటికీ, అదే సమయంలో జరుగుతున్న ప్రతీదాని పట్ల పూర్తిగా స్పృహను కలిగి ఉండే స్థితి సహజ సమాధి. యోగ శాస్త్రాలలో దీనినే తురీయ స్థితి లేదా నాలుగవ దశ అని అంటారు. ప్రతీదీ కనిపిస్తూ ఉంటుంది. పగలు మనం వేరే పనులు చేసుకుంటూ కూడా, ఈ స్థితిని కొనసాగించవచ్చు! మనం ఒకే సమయంలో పని మీద, మన చుట్టూ ఉన్న పరిసరాల మీద, టీవీ మీద బయట జరుగుతున్న దానిమీదా మనం దృష్టిని కేంద్రీకరిస్తూనే, మన అంతర్గత ఆధ్యాత్మిక స్థితిపట్ల, ప్రాణాహుతి ప్రసారం పట్ల, మనలో నెలకొని ఉన్న స్థితి పట్ల, మన శారీరక వ్యవస్థ లోనికి రాబోతున్న దానిపట్ల, తలెత్తే ఆలోచనల పట్ల, మనం తీసుకోవలసిన తదుపరి చర్య పట్ల కూడా ఎరుకతో ఉంటాము. ఒకే క్షణంలో వీటన్నింటినీ చూస్తూ కూడా మనం ప్రశాంతంగా ఉంటాము. యోగ శాస్త్రంలో

దీనిని 'తురీయాతీతస్థితి' అని అంటారు. ఈ స్థితిలో కళ్ళు తెరచుకుని ఉన్నప్పటికీ, మనకు చుట్టూ నలువైపులా (360 డిగ్రీల చైతన్యం ఉంటుంది. నిర్దిష్టంగా దేనిమీదనైనా దృష్టిని కేంద్రీకరించవలసిన అవసరం లేదు. మనం మన దృష్టిని ఒక దానిమీద కేంద్రీకరించినప్పుడు, అది ఇక ఎంతమాత్రమూ ధ్యానం కాదు, ఏకాగ్రత అవుతుంది. హార్ట్ ఫుల్‌నెస్‌లో, మనం చాలా త్వరగా సూక్ష్మ స్థాయిలకు చేరుకొని, తేలికైన, మరింత ఎక్కువగా వికాసం చెందిన స్థితులను అనుభూతి చెందగలము.

ఓంకారము - నాడీ శాస్త్రం

యోగ శాస్త్ర పరంగా మాత్రమే కాకుండా, నాడీ శాస్త్ర పరంగా కూడా మనం వివిధ దశలను అర్థం చేసుకోగలము. యోగ శాస్త్రంలో, ఓంకారం (AUM; అ-ఉ-మ) సృష్టి ఏర్పడినప్పుడు వెలువడిన తొలి శబ్దం, ఆ ఓంకారం శబ్దం ఇంకా మన ఆత్మలో అంతర్లీనంగా ఉండే జ్ఞాపకశక్తిలో దాగి ఉంది.

అది అ (A) నుండి ప్రారంభమై, ఉ (U)కు, అక్కడి నుండి మ (M) కు చివరికి, ఆ 'మ్' తర్వాత వచ్చే శూన్యతకు అనుసరిస్తుంది. ఆ 'మ్' తర్వాత వచ్చే ధ్వని లేని శబ్దాన్ని మనం బంధించాలి. ఈ మూడు ధ్వనులకు వాటి తర్వాత వచ్చే ధ్వని లేని శబ్దానికి విపరీతమైన ప్రాముఖ్యత ఉంది. ఎందుకంటే ఓం కారం తర్వాత వచ్చే ధ్వని లేని శబ్దమే మనకు నాలుగవ దశ అయిన తురీయ స్థితిని గుర్తు చేస్తుంది.

ఈ చైతన్యపు దశలను మనము అందరమూ ప్రతిరోజు అనుభూతి చెందుతూనే ఉంటాము. వాటిని మనం పరికరంద్వారా కొలువవచ్చు కూడా! ... (EEG)

1. అప్రమత్తత, జాగృత స్థితులను మెదడు తరంగాల ఉన్నత పౌనఃపున్యాలు (ఫ్రీక్వెన్సీలు) తెలియజేస్తాయి. నేర్చుకొనుట, సమస్య పరిష్కారం వంటి మెదడు యొక్క ఉద్రేక కార్యకలాపాల వలన 31-120 హెర్ట్జ్ ఫ్రీక్వెన్సీ గల గామా తరంగాలు ఏర్పడతాయి.
   సంభాషణ, ఇతర కార్యకలాపాలలో మనం చురుకుగా పాల్గొన్నప్పుడు, 13-30 హెర్ట్ ఫ్రీక్వెన్సీ కలిగిన బీటా తరంగాలు: ఏర్పడతాయి. మనం హాయిగా రిలాక్స్ అయినప్పుడు, దీర్ఘంగా ఆలోచిస్తున్నప్పుడు, ధ్యానిస్తున్నప్పుడు, ఒక మధురమైన సంగీతంలో లీనమైనప్పుడు, లేదా మనం ధ్యానాన్ని ప్రారంభిస్తున్నప్పుడు, 8-12 వార్డ్ ఫ్రీక్వెన్సీ కలిగిన ఆల్ఫా తరంగాలు ఏర్పడతాయి.

2. మనకు మగతగా ఉన్నప్పుడు, నిద్రలోనికి, కలలలోనికీ జారుకుంటున్నప్పుడూ ఏర్పడి 4–7 హెర్ట్జ్ ఫ్రీక్వెన్సీ కలిగిన థీటాతరంగాల వలన స్వాప్నికావస్థ కలుగుతుంది.
3. 0.5–3 హెర్ట్జ్ ఫ్రీక్వెన్సీ కలిగిన డెల్టా తరంగాల వలన గాఢమైన నిద్రావస్థ కలుగుతుంది.

మేల్కొన్న స్థితులలో చైతన్యం, జ్ఞానాన్ని అన్వేషిస్తూ దివ్యమూలం నుండి దూరంగా బయటకు వెళుతూ ఉంటుంది; దీనినుండే ఈ ఆధునిక విజ్ఞాన రంగం పుట్టుకొచ్చింది. మెదడు తరంగాల ఫ్రీక్వెన్సీల వేగం తగ్గినప్పుడు, మనం మన లోలోనికి అంతర్ముఖమై, మరింత లోతైన చైతన్య స్థితులలోనికి వెళుతున్నామని అది తెలియజేస్తుంది. స్వాప్నికావస్థలోని చైతన్యం విధిస్తున్న స్థితికి, మేల్కొని ఉన్న స్థితికీ మధ్యలో ఎక్కడో ఉంటుంది. ఆ స్థితిలో మనం శ్లోకాలు, పద్యాలు, ఘజల్స్ మొదలైన వాటిని గూర్చిన కలలు కంటాము. ఇదంతా అంతర్గత అన్వేషణ గురించి. ఇది అంతర్గత ప్రపంచానికి సంబంధించినది. గాఢమైన నిద్రా స్థితిలో చైతన్యం తన దివ్య మూలం అయిన ఆత్మ వైపు పయనిస్తుంది. భావాతీత ధ్యానం, వివిధ బౌద్ధ ధ్యాన పద్ధతులను, మైండ్ ఫుల్‌నెస్ ధ్యానాన్నీ సాధన చేస్తున్న వారి మీద పశ్చిమ దేశాలలో జరిపిన శాస్త్రీయ పరిశోధన గురించి మీకు బాగా తెలిసి ఉంటుంది. పది, పదిహేను, లేదా ఇరవై వేల గంటలపాటు ధ్యానం చేసిన విశేష అనుభవం కలిగిన ధ్యాన సాధకులు, కొత్తగా ధ్యాన సాధన ప్రారంభించిన వారు, సన్యాసులు, సాధారణ వ్యక్తుల మీద వారు ప్రయోగాలు నిర్వహించారు.

వారు చేసిన పరిశోధనల అధ్యయనాలలో, ధ్యాన సాధకులు సాధారణంగా గాఢమైన నిద్రలో కలిగే డెల్టా ఫ్రీక్వెన్సీలు, స్వప్నం లాంటి థీటా ఫ్రీక్వెన్సీలు, రిలాక్స్ అయిన ఆల్ఫా స్థితులు, మెలకువగా ఉండే స్థితులలో సాధారణంగా కలుగని విధంగా ఎక్కువ ఫ్రీక్వెన్సీ గామా మెదడు తరంగాలను అనుభూతి చెందారు. నిజానికి, క్రమం తప్పకుండా ధ్యాన సాధన చేసే యోగులలో, గామా తరంగాలు సర్వసాధారణంగా హెచ్చుతూ, తగ్గుతూ ఉంటాయని, ఇతర బృందాలలో కంటే, గణనీయంగా ఎక్కువగా విస్తరిస్తూ ఉంటాయని గుర్తించారు. అందుకని, ధ్యానం చేసినందు వలన, మెదడు తరంగాల ఫ్రీక్వెన్సీలు రెండు దిశలలోనూ విస్తరించాయి.

ధ్యానం చేస్తున్న వ్యక్తికి పూర్తిగా ఎరుక కలిగి ఉన్నప్పటికీ – చివరికి డెల్టా తరంగాలు తెలిపే గాఢమైన నిద్రాస్థితి లేదా సుషుప్తి స్థితితో సహా – అన్ని క్షేత్రాలనూ తురీయ స్థితి యొక్క మెదడు తరంగాల క్షేత్రం ఆవరిస్తుంది. యోగులు, సన్యాసులూ

తమ శాయశక్తులా ఈ స్థితికోసం ప్రయత్నిస్తూ, ఆ స్థితికి చేరుకునేందుకు వేలకొద్దీ గంటల సేపు ధ్యానం చేస్తూ, ఒక్కొక్కసారి తపస్సులు, సాధనలూ కూడా చేస్తూ ఉంటారు.

ప్రాణాహుతి సహాయంతో, ఈ తురీయ స్థితిని అనుభూతి చెందడం చాలా సులభమౌతుంది. మీరు మీ జీవితంలో ఏనాడూ ధ్యానం చేయకపోయినా, ప్రాణాహుతి సహాయంతో చేసే హార్ట్ ఫుల్ నెస్ ధ్యానాన్ని మీరు ప్రారంభించినప్పుడు, మీ చైతన్యం మరో స్థాయిలో జాగృతమౌతుంది. తద్వారా, మీరు తురీయ స్థితిలోనికి విస్తరిస్తారు. మీ శరీరం పూర్తిగా విశ్రాంతిపొందగా, మీ మెదడు అన్నింటినీ గ్రహిస్తుంది. మీరు నిద్రపోవడం లేదు కానీ, మీలో చైతన్యాన్ని నింపి గాఢమైన నిద్రలాంటి విశ్రాంతిస్థితిలో మీరు ఉంటారు.

అప్పుడు మనం కళ్ళు తెరచి, మన దైనందిన జీవితంలోనికి ఈ స్థితిని ఎలా తీసుకు వెళ్ళాలో నేర్చుకుంటాము. మనం తురీయ స్థితిని అధిగమించి తురీయాతీత స్థితికి చేరుకుంటాము. ధ్యానంలో ఉన్నప్పుడు మాత్రమే తురీయ స్థితి అందుబాటులో ఉంటుంది. కానీ, మనలో ఏర్పడిన గాఢమైన ధ్యాన స్థితిని ఎల్లప్పుడూ మనతోనే తీసుకు వెళ్ళినప్పుడే, తురీయాతీత స్థితి కలుగుతుంది. 'అ' (A), 'ఉ' (U), 'మ్' (M) స్థితులను, ధ్వని లేని శబ్దస్థితిని – అన్నింటినీ అది ఆవరిస్తుంది.

మనం భావాతీతులం అయిపోతాం:
బాహ్య జాగృత స్థితి అయిన 'అ' (A) నుండి,
అంతర్గత స్వప్నం లాంటి స్థితి అయిన 'ఉ' (U) కు,
అక్కడి నుండి సుషుప్తి అనే గాఢమైన నిద్రాస్థితి అయిన 'మ్ (M)కు,
అక్కడి నుండి ధ్వని లేని శబ్ద స్థితి అయిన తురీయ స్థితికి,
అక్కడి నుండి చివరికి, తురీయాతీత స్థితిని మనం–అదిగమిస్తాము.

కాబట్టి క్రమం తప్పకుండా, క్రియాశీలంగా ధ్యానం చేస్తూ ఉండడం. మంచిది; కానీ ఎల్లవేళలా ధ్యాన స్థితిలో ఉండడం మరింత మంచిది. మనం ప్రతిరోజు ఉదయాన్నే చైతన్యవంతంగా ధ్యానం చేస్తూ, ఎల్లవేళలా ధ్యానపరంగా చైతన్యవంతంగా ఉంటాము. మనం కళ్ళు మూసుకుని, (ప్రాణాహుతిని) గ్రహించడం తప్ప, వాస్తవానికి మనం చేయవలసింది పెద్దగా ఏమీ ఉండదు.

9

మార్గదర్శనం

మార్గదర్శి

నేర్చుకునే ఏ రంగంలోనైనా ఒక మంచి ఉపాధ్యాయుడు, లేదా మార్గదర్శి లభించడం ఒక చక్కని వరం. ఎందుకంటే ఒక విషయంలో ప్రావీణ్యాన్ని సంపాదించడానికి వారు మనకు సహాయపడతారు. అనుభవ పూర్వకంగా అది మనకు తెలుసు, కాబట్టి దానిని వివరించవలసిన అవసరం లేదు. అయినప్పటికీ, సమన్వయం అనేది ఒకటి ఉందని గుర్తించడం ఒక ఆసక్తికరమైన విషయం. దీనిలో గురుశిష్యులు ఇద్దరూ ఒకరితో మరొకరు అనునాదం చెందుతూ ఉంటారు. వారిరువురి హృదయాల మధ్య ఒక తాదాత్మ్యత ఏర్పడుతుంది. ఒకరి హృదయం నుండి మరొకరి హృదయంలోనికి, జ్ఞానము, నైపుణ్యాలూ బదిలీ అవుతూ ఉంటాయి. నిజానికి, పూర్వం అనుకున్న దానికంటే కూడా – ఒక తల్లికి, ఆమె బిడ్డకూ మధ్య జరుగుతున్నట్లుగా ఒక హృదయం నుండి మరో హృదయానికి అంతకంటే ఎక్కువగా బదిలీ అవుతుందని, ప్రసారం జరుగుతుందనీ శాస్త్రజ్ఞులు ఇప్పుడు తెలుసుకున్నారు.

తమ వృత్తి, లేదా నైపుణ్యపు పరుగుల పందెంలో ముందుగా ఉండాలంటే, తాము ఎల్లప్పుడూ నేర్చుకుంటూ ఉండాలని, ముందుకు సాగుతూ ఉండాలనీ, ప్రాపంచిక రంగాలలో ప్రావీణ్యతను సాధించినవారికి తెలుసు. గొప్పగొప్ప క్రీడాకారులు శిఖరాగ్ర స్థాయిలో నైపుణ్యాన్ని కొనసాగించడానికి శిక్షకులను కలిగి వుంటారు. ఒక పుస్తకాన్ని, లేదా ఒక వ్యాసాన్నీ ప్రచురించే సమయంలో,

అత్యంత అధునాతన విద్యా పరిశోధనలో, తోటివారి సమీక్ష ఒక సహజమైన భాగము. ప్రపంచంలోని గొప్ప సంగీత విద్వాంసుల సైతం తమ నైపుణ్యాలను మెరుగుపరచుకునేందుకు తమ తోటి విద్వాంసుల నుండి పరస్పరం నేర్చుకుంటూనే ఉంటారు. నిజంగా తమ పనిని బాగా చేస్తున్న వారెవరైనా, మార్గదర్శకాన్ని, ఎదుటి వారి అభిప్రాయాన్నీ కోరుకుంటారు. దేనినైనా నేర్చుకోవడానికిగానీ, జీవితం వికాసం చెందే విధానంగానీ అదే. ఏ రంగంలోనైనా మనం ముందుకు వెళుతూ ఉన్నప్పుడు, ఆ మార్గంలో మనం పురోగమించేలా మనకు సహాయం చేసేందుకు ఒక మార్గదర్శి సహాయం చాలా ముఖ్యం. మనం నిరంతరంగా కొత్తవి, ఇంతవరకూ తెలియని ప్రాంతాలను అన్వేషిస్తూ ఉండే ఆధ్యాత్మిక రంగంలో ఇది మరింత ముఖ్యమైనది. కాబట్టి, ఆధ్యాత్మిక సాధకుని జీవితంలో మార్గదర్శి ఒక ముఖ్యమైన వ్యక్తి.

సజీవంగా ఉండే ఒక మార్గదర్శి లేదా గురువు యొక్క ప్రాముఖ్యత ఏమిటి? వారి ఉనికిని మనం ఎలా వినియోగించుకుంటాము? హార్ట్ ఫుల్‌నెస్ ప్రారంభమైన తొలి రోజుల్లో, అంటే ఇరవయ్యవ శతాబ్దపు తొలి రోజుల్లో, కేవలం సుమారు రెండు వందల మంది అనుచరులు ఉండేవారు. వారిలో లాలాజీతో ఎప్పుడూ ఐదు లేదా పది మంది మాత్రమే ఉండేవారు. భారతదేశంలో గురుకులాల్లా, పశ్చిమ దేశాలలోని సోక్రటిస్ బోధనలలా, గురుశిష్యులు పరస్పరం ముఖాముఖిగా వ్యవహరించడం చాలా సులువుగా ఉండేది. ప్రాచీన కాలాల్లో, శిక్షణ పొందడానికి, క్రీస్తు శిష్యులు ఆయనతో కలిసి ఉన్నట్లే, విద్యార్థులు తమ మార్గదర్శితో కొన్నాళ్ళపాటు కలిసి జీవించేవారు.

కానీ ఇప్పుడు ప్రపంచ వ్యాప్తంగా, లక్షలాదిమంది హార్ట్ ఫుల్‌నెస్ సాధన చేస్తున్నారు. ప్రతి ఒక్కరూ తమ వ్యక్తిగత సమయాన్ని మార్గదర్శితో ఎలా గడపగలరు? ఆధునిక కాలానికి అనువుగా మారేందుకు, మార్గదర్శి యొక్క ప్రత్యక్ష ఉనికి అవసరం లేకుండానే మన ఆధ్యాత్మిక ప్రగతి కొనసాగే విధంగా, ఈ హార్ట్ ఫుల్‌నెస్ పద్ధతి మొత్తంగా పరిణతి చెందింది.

కానీ మార్గదర్శిని సందర్శించే అవకాశం గానీ, ఆయనతో కలిసి ధ్యానం చేసే అవకాశం కానీ మీకు లభిస్తే, మీరిద్దరూ కళ్ళు మూసుకుని ధ్యానంలో కూర్చున్నప్పుడు, ఏదో అద్భుతం సంభవిస్తుంది. నిర్మలీకరణ ద్వారా ఆయన మిమ్మల్ని ఆధ్యాత్మిక యాత్రకు సిద్ధం చేసి, యాత్ర ప్రారంభాన్ని చైతన్యవంతం చేస్తారు. అంతేకాదు, మీరు ఎక్కడికి వెళుతూ ఉన్నారో అక్కడ రంగాన్ని మీకోసం ముందే సిద్ధం చేస్తారు. ఆయన సమక్షంలో కొన్ని జరుగుతాయి.

ఈ అవకాశాన్ని పూర్తిగా వినియోగించుకునేందుకు ముందుగానే మీరు సిద్ధమైతే, ఈ ప్రక్రియ సర్వోత్తమమైనది, వేగవంతమైనదీ అవుతుంది. ఆ తర్వాత, ఆయన ఆధ్యాత్మిక మూలతత్త్వం మీలోనికి రావాలని మీరు ఆహ్వానించ గలిగిన స్థాయిలో మీ తపన ఉంటే, అప్పుడు యాత్ర ఒక స్థాయి నుండి మరో స్థాయికి ప్రారంభమవుతుంది.

హార్ట్ ఫుల్‌నెస్ మార్గదర్శికి, సాధకునికీ మధ్య గల సంబంధాన్ని గురించి ఎన్నో అపోహలున్నాయి. ఏదైనా ప్రయోజనాన్ని పొందాలంటే, సాధకులు వ్యక్తిగతంగా మార్గదర్శితో కలిసి ఉండాలి అని కొందరు భావిస్తారు. కానీ ధ్యానంలో మీ కళ్ళు మూసుకుని, ఆయనను మీ హృదయంలో బంధిస్తే మంచిది. ఆయన ఆధ్యాత్మిక ఉనికిని మీరు మీ హృదయంలోలోపల ఉంచుకోనంత వరకూ, ఆయనతో కలిసి ఉండడం వలన ఏ విధంగానూ ఉపయోగం ఉండదు. ఆయన ఉనికిని మీ లోలోపల ఉంచుకుని, ఆయనతో కలిసి సమశృతిలో ఉంటే, అప్పుడు సజీవ మార్గదర్శి యొక్క భౌతికమైన ఉనికి వలన గొప్ప ప్రయోజనం కలుగగలదు. అప్పుడు, బాహ్యంగా ఉన్నదీ, అంతర్గతంగా కలుగుతున్నదీ ఒకటేనని మీరు తెలుసుకుంటారు.

ప్రేమ అభివృద్ధి చెందేందుకు, మార్గదర్శితో స్నేహపూర్వకమైన సంబంధాన్ని కలిగి ఉంటే, అది కూడా సహాయపడుతుంది. మీకు మార్గదర్శితో ఉండే సంబంధం, మీ జీవిత అనుభవాల మీద ఆధారపడి ఉంటుంది. ఆయనను మీరు మీ తాతలా, తండ్రిలా, తల్లిలా, స్నేహితునిగా లేదా గురువులా పరిగణించవచ్చు. ఆయన సహాయం ఎల్లప్పుడూ ఉంటుంది. దీనిని ప్రయత్నించి ఫలితాన్ని చూడండి. ఆయన ఉనికిని ఆమంత్రిస్తే చాలు. సాలోచనతో మీరు ఆయన సహాయాన్ని కోరితే, అది వెంటనే మీకు లభిస్తుంది.

ఇలాంటి నా వ్యక్తిగత ఉదాహరణలెన్నో చెప్పగలను. ఎన్నో సార్లు, నా జీవితంలో వెనక్కు తిరగలేని పరిస్థితులు సంభవించినప్పుడు, 'లేదు, ఇది ఇంతటితో ముగిసింది, ఇక మీదట నాకు ఎంతమాత్రమూ దీనినుండి విముక్తి లేదు', అని నాలో నేను అనుకున్న సందర్భాలు ఎన్నో ఉన్నాయి. అప్పుడు అప్రయత్నంగా నా దృష్టి నా మార్గదర్శి వైపు మరలేది. నా గుండె వేగంగా కొట్టుకోవడం ప్రారంభించేది. ఆశ్చర్యంగా ఏదో అద్భుతం జరిగినట్లుగా, సమస్యలన్నీ అంతర్ధానం అయ్యేవి.

అప్పుడు, ఇలాంటి నాలుగైదు అనుభవాలు కలిగిన తర్వాత, 'ఈ అద్భుతాలు చాలు' అని నాకు అనిపించడం ప్రారంభం అయ్యింది. ఈ అనుభవాలు, అద్భుతాలతో నేను అలసిపోయాను. 'నేను ఆయనలా మారాలనుకుంటున్నాను' అనే భావన నాలో ఉండిపోయింది.

మనం కూడా మార్గదర్శిలా మారాలని కోరుకునే సమయం వస్తుంది. అలాగని మనం ఆయన భౌతికంగా ఎలా కనిపిస్తున్నారో అలా తయారవ్వాలని అర్థమా? కాదు. ఆయనకు గడ్డం ఉందని, మనం కూడా గడ్డం పెంచుకోవలసిన అవసరం కానీ, ఆయన ధరించిన లాంటి దుస్తులనే ధరించాల్సిన అవసరం కాని, ఆయనకు ఇష్టమైన ఆహారాలను తినాల్సిన అవసరం కానీ మనకు లేదు. అలా చేయడం వలన అది మనల్ని ఎక్కడికీ తీసుకువెళ్ళదు. ఆయన వైఖరిని, ఆయన సాధనను, ఆయన గౌరవ మర్యాదలను, తన మార్గదర్శితో ఆయనకు గల సంబంధాన్నీ అనుకరించడానికి చేసే మన ప్రయత్నమే పని చేస్తుంది.

లాలాజీ శిష్యునిగా ఉన్నప్పుడు, బాబూజీ రాసిన డైరీలు మనం చదివితే, అది మనల్ని వినమ్రులని చేయడం మాత్రమే కాకుండా, మనల్ని ప్రోత్సహిస్తుంది కూడా. ఏకకాలంలో కొన్ని పనులు చేసినట్లుగా ఆయన వ్రాశారు. ఈ క్రింది వాటిని నేను అనుకరించడానికి ప్రయత్నించి, అవి చాలా ఉపయోగకరమైనవిగా తెలుసుకున్నాను.

1. ఎల్లప్పుడూ నీ మార్గదర్శితో హృదయంద్వారా అనుసంధానమై ఉండండి.
2 మీ ప్రస్తుత అంతర్గత స్థితితో మిమ్మల్ని మీరు సర్దుబాటు: చేసుకుని, దాన్ని నిలుపుకునేందుకు ప్రయత్నించండి.
3 తర్వాత రాబోయే స్థితి కోసం సిద్ధంగా ఉంటూ, దానికోసం నిరీక్షించండి, ఆకాంక్షించండి, దానికోసం ఎదురుచూస్తూ ఉండండి.
4. ఎల్లప్పుడూ మీ పరిసరాలను గురించి అప్రమత్తంగా ఉండండి: మీరు చేయవలసినది గమనిస్తూ ఉండండి.

తర్వాత లాలాజీకి ఆధ్యాత్మిక వారసునిగా బాబూజీ అయినప్పుడు, ఇవన్నీ ఒక్కసారిగా కలిసి సంభవించాయి; ఆయన కళ్ళకు కూడా 360 డిగ్రీల దృష్టి కలిగింది. 'వేరు వేరు సాధకులలో మరియు ఖండాలలో ఏమి జరుగుతూ ఉందో చూడగలిగే శక్తి ఆయనకు లభించింది. మానవుని మనస్సుకు కూడా ఎన్నో మార్గాలు ఉన్నాయి; అది ఎన్నో పనులను ఒకేసారి చేయగలదు.

మార్గదర్శి భగవంతుడు కాదు. మనం ఆ విధంగా ఆలోచిస్తే, మనం మతాన్ని ఆధ్యాత్మిక ప్రపంచంలోనికి తెస్తున్నట్లే. నిస్సందేహంగా అతడు దైవిక లక్షణాలను కలిగి ఉన్నవాడే, కానీ అతడు భగవంతుడు కాదు. మనం కూడా దివ్యలక్షణాలు కలిగిన వారిలా తయారవ్వడానికి ప్రయత్నిస్తూ ఉన్నాము. హార్ట్ ఫుల్‌నెస్‌లో మనం చేస్తున్న ప్రయత్నం అదే. మనం మార్గదర్శి కాము, కానీ ఆయన అంతర్గత స్వభావాలు, లక్షణాలూ కలిగినవారిలా మనం తయారుకాగలము.

మన ప్రాపంచిక, భావోద్వేగ సమస్యలన్నింటినీ పరిష్కరించేందుకే మార్గదర్శి ఉన్నాడనేది మరో తప్పుడు అభిప్రాయం. ఆ సమస్యలను మనం మన చేతుల్లోనికి తీసుకుని, మనకై మనమే వాటిని పరిష్కరించుకోగలగడమే హార్ట్ ఫుల్‌నెస్ అదెలా చేయాలో హార్ట్ ఫుల్‌నెస్ మనకు నేర్పుతుంది. అది మనల్ని మన లోలోపలి నుండి సిద్ధం చేస్తుంది, మన జీవితాలకు మనమే అధిపతులమయ్యే విధంగా అది మనలని బలోపేతుల్ని చేస్తుంది. అందుకే, 'మేము శిష్యులను తయారు చేయము, గురువులనే తయారు చేస్తాము' అని మన మార్గదర్శులు పదేపదే చెప్పారు. మన జీవితాలను మన అధీనంలో ఉంచుకోవడం ద్వారా, మనం సాఫీగా, ప్రశాంతంగా జీవితాన్ని ఎలా గడపాలో, మన లక్ష్యం వైపు ఎంత అద్భుతంగా వెళ్ళగలమో నేర్చుకుంటాము.

మనం ఎంత తేలికగా ఈ యాత్రను చేపట్టాలి। చివరికి నేను అనేదే లేనప్పుడు, సమస్యలకు తావెక్కడిది? మనం సమస్యల మీదనే మన దృష్టిని కేంద్రీకరించి ఉంటే, మనం అంతకంతకూ ఎక్కువగా వాటి వైపు ఆకర్షించబడతాము. నేను అనే భావనే లేనప్పుడు, చివరికి పరమానందానికి కూడా చోటెక్కడిది? వీటన్నింటికీ అతీతంగా మనం ముందుకు వెళతాము.

భగవంతుడంటే ఏమిటి?

మనలో కొందరు భగవంతుని నమ్ముతారు, మరికొందరు నమ్మరు. వ్యక్తిగత అనుభవాన్ని దృష్టిలో ఉంచుకుని మీరు హార్ట్ ఫుల్‌నెస్ సాధన చేసినప్పుడు, అది అంత ముఖ్యమైన విషయమేమీ కాదు. భగవంతుని నమ్మని వ్యక్తి సాధారణంగా 'నేను భగవంతుని అనుభూతి చెందలేదు. కాబట్టి నేను అతనిని ఎలా నమ్మగలను?' అని అంటాడు. భగవంతుని నమ్మేవారికి సాధారణంగా, భగవంతుడు ఉన్నాడనీ చెప్పుకోవడానికి నిదర్శనంగా ఏ వ్యక్తిగత అనుభవమూ ఉండదు.

'నీవు భగవంతుని అనుభూతి చెందావా? లేక భగవంతుడు ఉన్నాడని మీ తల్లిదండ్రులు, మీ పూజారీ చెప్పినందువలన నువ్వు భగవంతుని నమ్ముతున్నావా?' అని ఎవరినైనా అడిగితే, ఇతరులు నమ్ముతున్నందు వలన తామూ నమ్ముతున్నాము తప్ప, తమకు భగవంతుని పట్ల ఎలాంటి అనుభవమూ కలుగలేదని అంటారు.

దీనికి అతీతంగా ఎదిగి, భగవంతుని ఎలా అనుభూతి చెందాలి?

హార్ట్ ఫుల్‌నెస్ విధానం శాస్త్రీయమైనది. కాబట్టి భగవంతుడు ఉన్నాడన్న అభిప్రాయంతో కాని, లేదా లేడన్న అభిప్రాయంతో కానీ మీరు ఈ ప్రయోగాన్ని

ప్రారంభించడానికి మీకు స్వాగతం. అప్పుడు ఒక శాస్త్రీయ పద్ధతిలో, మీలో మీరు గమనించి మీదైన ఒక నిర్ణయానికి రాగలరు. సాధన యొక్క ఫలితాలు ఈ పద్ధతి యొక్క సామర్థ్యాన్ని మీ హృదయానికి ధృవీకరిస్తాయి. మీరు పెడతోవ పట్టినట్లయితే, మీ హృదయం మీకు వెంటనే తెలియజేస్తుంది.

మీరు సరియైన మార్గంలో ఉన్నప్పుడు, అనుభవం మీ హృదయాన్ని సంతృప్తి పరచినప్పుడూ, అది మీరు మరింత ముందుకు సాగేందుకు ఒక సానుకూల సంకేతం. మీరు పురోగమిస్తున్నప్పుడు, ధ్యాన స్థితులు, ధ్యానం కాని స్థితులు, ప్రశాంత స్థితులు, అంత ప్రశాంతంగా లేని స్థితులు మొదలైన వివిధ చైతన్య స్థితులు ఎన్నో మీకు ఎదురవుతాయి. మీరు విషయాన్ని బాగా గ్రహించి, అంతకంతకూ ఎక్కువగా మీరు ధ్యాన స్థితులను నమ్మేందుకు దోహదపడతాయి.

మీ దైనందిన కార్యకలాపాలు అన్నింటిలోనూ, ధ్యాన స్థితిలో ఉండే నైపుణ్యాన్ని మీరు క్రమక్రమంగా నేర్చుకుంటారు. మీరు భగవంతుని నమ్మినా, నమ్మకపోయినా, ఇది సంభవిస్తుంది. భగవంతుని నమ్మేవానికి, ఇది ఒక సానుకూల దృక్పథం కాబట్టి, అతని యాత్ర సులభతరం అవుతుంది. జీవితంలో ఎన్నో ప్రతికూల ధోరణులు లాగే, ప్రతికూల దృక్పథాన్ని తప్పించుకోవడం ఎల్లప్పుడూ కష్టమే. ఏది ఏమైనప్పటికీ, ఈ అపనమ్మకం త్వరలోనే, హృదయంలో అనుభూతి చెందే ఉన్నతమైన పరమాత్మ యొక్క సూక్ష్మ ఉనికి తెలిపే సానుకూల సంకేతాలుగా మారేటట్లు, ఈ సాధన చేస్తుంది.

ఎంతైనా, ధ్యానం చేస్తున్న సమయంలో దివ్యత్వపు అనుభూతి మీకు కలిగినప్పుడు, మీలో మీరు అంతకంతకూ ఎక్కువగా దివ్యత్వంగా మారినప్పుడూ, భగవంతుడు ఉన్నాడన్న నమ్మకం మీకు కలుగుతుంది. అప్పుడు 'అవును, భగవంతుడు ఉన్నాడని నాకు తెలుసు, అని మీరు ధైర్యంగా చెప్పగలరు. అప్పుడు దానికి ఒక అర్థం ఉంటుంది.

నేను తరచుగా కరెన్సీల ఉపమానం చెపుతాను. ప్రపంచ వ్యాప్తంగా ఎన్నో కరెన్సీలు (దేశాలవారీ రూపాయలు) ఉన్నాయి. వాటి వెనుక ఆధారంగా, సమాన విలువ గల బంగారము, వెండి, చమురు, ఖనిజాలు, ఈ రోజుల్లో రాజకీయ సుస్థిరత వంటివి కూడా, ఉంటాయి. ఏ దేశంలో ఎక్కువ వనరులు, సుస్థిరతా ఉంటాయో, ఆ దేశ కరెన్సీ అంత ఎక్కువ బలంగా ఉంటుంది. ఏ ఆధారంతో మనం భగవంతుడు ఉన్నాడని చెపుతున్నాము? మనకు అనుభవం యొక్క ఆధారం లేనప్పుడు, భగవంతుడు లేడు అని చెప్పడానికి, ఉన్నాడని చెప్పడానికీ మధ్య వ్యత్యాసం లేదు.

ధ్యానం ద్వారా ముందుగా మనకు శాంతి, ప్రశాంతత, నిశ్చలత, పరమానందాల తాత్కాలిక అనుభవం కలుగుతుంది. ఒక్క క్షణం సేపు మనం ఏదో తెలియని స్థితిలో మన ఉనికిని పోగొట్టుకున్నట్లు అనిపిస్తుంది. అదేమిటో మనకు తెలియదు. అది ఆహ్లాదకరంగా ఉంటుంది, కానీ అది తాత్కాలికమే. 'బహుశా ఇది దైవసంబంధమైన అనుభవం కావచ్చు' అని మనం అనుకోవచ్చు; కానీ మనకు అంత ఖచ్చితంగా తెలియదు. చివరికి ఆ అనుభవం అంతకంతకూ తరచుగా కలుగుతున్నప్పుడు, ఆపై శాశ్వతం అయినప్పుడు, మనలో భగవంతుని ఉనికికి సంబంధించిన మరింత స్పష్టమైన నిదర్శనం కలుగుతుంది. ధ్యానం చేస్తున్నప్పుడు, మన హృదయాలలోనికి దివ్యమూలం నుండి ప్రవహిస్తున్న ప్రాణాహుతి ప్రసారం యొక్క గొప్ప సహాయంతో ఈ ప్రక్రియ సంభవిస్తుంది. వ్యక్తిగత అనుభవం ద్వారా మాత్రమే దీనిని నిజంగా చేసుకోగలము.

మరో ప్రాపంచిక సారూప్యతను చెప్పాలంటే, ఒక నెలరోజుల పాటు కోటీశ్వరుడు అవ్వడంలో అర్థమేమీ ఉండదు. ఎవరో ఒకడు వచ్చి, 'నేను ఈ రోజు నీకు వంద కోట్లు ఇస్తాను, ఒక నెల తర్వాత నేను వాటిని వెనక్కి తీసుకుంటాను.' అని అన్నాడనుకోండి. అది ఎలా నేను నా మార్గదర్శి దగ్గరికి వెళ్ళినప్పుడు, నాకు ఒక కొత్త అనుభవం, అద్భుతమైన అనుభవం కలిగింది; కానీ ఆ తర్వాత నేను ఆ స్థితిని నిలుపుకోలేకపోయాను, అన్నట్లు ఉంది. తన కోట్ల రూపాయలను ఒక నెల తర్వాత పోగొట్టుకున్న కోటీశ్వరునిలాంటి వాళ్ళమా మనము? మనం మన మార్గదర్శి సమక్షంలో నుండి బయటకు వెళ్ళినప్పుడు, ఆధ్యాత్మికంగా చెప్పాలంటే మనం మళ్ళీ ఎప్పట్లాగే, అసహాయస్థితిలో ఉంటామా?

మనం మన మార్గదర్శితో గడిపి ఇంటికి వెళ్ళిన తర్వాత ధ్యానం చేస్తుంటే, మనకు అనుభవాలు కలుగుతాయి. ఒక్కొక్కసారి అవి తీవ్రంగా ఉండవచ్చు: మిగిలిన సమయాల్లో అలా ఉండకపోవచ్చు. మన ధ్యానం తన తీవ్రతను కోల్పోయినప్పుడు, మనం సాధారణంగా ఒక ప్రశిక్షకుడిని 'నేను మీతోపాటు కలిసి ధ్యానం చేయవచ్చా? నా స్థితి క్షీణించినట్లు అనిపిస్తోంది. భగవంతునితో, నా అంతరాత్మతో నా సంబంధాన్ని తిరిగి పొందాలని అనుకుంటున్నాను' అని అడుగుతారు. అందుకని మనం ఒక ప్రశిక్షకునితో కలిసి ధ్యానం చేస్తాము; మన హృదయంలో రగులుతున్న జ్వాలను మనం అనుభూతి చెందుతాము; మళ్ళీ మనం మనలో ఉన్న భగవంతుని అనుభూతి చెందుతాము. కానీ, కొంతకాలంతర్వాత, ఆ స్థితి మళ్ళీ చెల్లాచెదరు అవుతుంది. అందుకని మనం నిరంతరంగా సంబంధాన్ని కలుపుకుంటూ, సంబంధాన్ని త్రెంచుకుంటూ ఉంటాము. మానసికంగా ఆ సంబంధం యొక్క అనుభవం శాశ్వతంగా మారాలని కోరుకుంటాం.

మనకు ఎందుకు అంతటి గొప్ప అనుభవాలు కలుగుతాయి? వాటి ప్రయోజనం ఏమిటి? అవి మనల్ని ఎక్కడికి తీసుకు వెళతాయి? మనము లోతైన ధ్యానంలో ఉన్నప్పుడు, గంటల తరబడి మనకు ఏమి జరుగుతూ ఉందో తెలియదు; మనం అంతగా ధ్యాసను కోల్పోతాము. ఇది ఒక మత్తు లాంటిది. అదే సమయంలో ఇది ఒక ఆహ్లాదకరస్థితి కూడా. కానీ అది అవసరమా? ప్రతి దశలోనూ, అనుభవాలు తప్పక కలుగుతాయి. వాటిని మనకు కలుగజేసిది మార్గదర్శిగాని, భగవంతుడు కానీ కాదు. మనము రైల్లో ఒకచోటు నుండి మరోచోటుకి వెళుతున్నామనుకోండి.

రైలు కదులుతూ ఉన్నప్పుడు, మనకు కనిపించే దృశ్యాలలో మార్పు. మనం కదులుతున్నామని, ముందుకు వెళుతూ ఉన్నామనీ మనకు గుర్తు చేస్తుంది. ధ్యానంలో కూర్చున్నప్పుడు. రకరకాల అనుభవాలు కలగడానికి గల కారణాలలో అది ఒకటి – మన నమ్మకాన్ని కలిగించడానికి! లేదంటే మనం ఒకటి అనుభూతి. చెందుతూ ఉంటే, మనం ఆసక్తిని కోల్పోతాము.

ముఖ్యంగా మన అంతర్గత యాత్ర తొలి దశలలో ఇలా సంభవిస్తుంది. హృదయ మండలం, లేదా పిండ ప్రదేశ్‌గా పిలిచే ఛాతీ ప్రాంతంలో ప్రాపంచిక జీవితానికి సంబంధించిన చక్రాలను దాటుకుంటూ మనం యాత్రను కొనసాగిస్తూ ఉన్నప్పుడు, మనకు లెక్కకు మించిన అనుభవాలు ఎదురవుతాయి. దీనితర్వాత, శిరస్సులోని వివిధ భాగాలకు సంబంధించిన ఉన్నత చక్రాల ద్వారా మార్గదర్శి మనల్ని మరో ప్రపంచంలోనికి తీసుకువెళతాడు. ఇక్కడ మనం ఎంతమాత్రమూ ఈ ప్రాపంచిక ద్వంద్వాలలోను, ప్రాపంచిక అస్తిత్వంలోనూ ఉండము. మనం పూర్తిగా మరో లోకంలో ఉంటాము. చక్రాల ద్వారా సాగే ఈ ప్రయాణాన్ని 'యాత్ర' అని అంటారు. ఇది మన పురోగతిని, మన చైతన్య విస్తరణనూ వివరిస్తుంది. దీనిని గురించి మనం తర్వాత తెలుసుకుందాము.

భాగము III

జీవన శైలి

మార్పును బయటకు వ్యక్తపరచు

10

పరిణతి చెందాలి

హార్ట్ ఫుల్‌నెస్ సాధన ప్రారంభించిన తర్వాత, మనలో చాలామంది ఎన్నో అంతర్గత మార్పులను అనుభూతి చెందుతారు. మన చైతన్యం విస్తరిస్తుంది; పాత అలవాట్లు, ప్రతిచర్యలు తొలగిపోతాయి. ప్రపంచంలో మన స్థానమేమిటో మనకు మరింతగా తెలుస్తుంది. ఒకానొకప్పుడు చాలా ముఖ్యమైనవిగా అనిపించినవి తమ ఆకర్షణను, సౌందర్యాన్నీ కోల్పోవడంతో, మనం జీవన శైలిని కూడా సరళంగా మార్చుకుంటాము. కానీ జీవనశైలిలో మార్పు, మనం అప్రమత్తంగా ఉండాలని, కొంతమేరకు చురుకుగా సహకరించాలని కోరుతుంది. ఇది అంతా అప్రయత్నంగా జరుగదు. మనం మన ఆలోచనలను, ఉద్వేగాలను, ప్రవర్తనను, వైఖరులనూ మెరుగుపరచుకోవలసిన అవసరం ఉంది.

మన జీవన శైలిని మెరుగు పరచుకుని, అభివృద్ధి చెందేందుకు హార్ట్ ఫుల్ నెస్ అందించే జ్ఞానాన్ని కొంచెం మీతో పంచుకోవాలనుకుంటున్నాను. ఈ సాధనలు, ఈ పద్ధతులూ నాకు చాలా చక్కగా పనిచేశాయి. మొదటిది మారాలనుకోవడం; ఆ తర్వాత ఆ మార్పుకు ఒక దిశను ఏర్పరచుకోవడం. ఒక సంకల్పం లేదా ఉద్దేశంతో ఇది ప్రారంభమవుతుంది.

ఉద్దేశం

ప్రాపంచికమైనది అయినా, ఆధ్యాత్మికమైనది అయినా, జీవితంలో దేనినైనా సాధించేందుకు, ముందుగా మనం మన ఉద్దేశ్యాన్ని సరళంగా చేసుకోవాలి.

నేను యువకునిగా ఉన్న రోజుల్లో జరిగిన ఈ సంఘటన దీనిని చక్కగా వివరిస్తుంది.

1970 దశకం చివర్లో, ఒక రోజు నేను నా మొదటి మార్గదర్శి బాబూజీతో కలిసి వరండాలో కూర్చుని ఉన్నాను, ఉత్తర భారత దేశంలోని షాజహాన్ పూర్లో అది శీతాకాలపు డిసెంబరు నెలలో ఒక చల్లని ఉదయం. ఆయన ఒంటరిగా ఉన్నారు. నేను ఒక మూలన కూర్చుని ఉన్నాను.

'ఇలా రా' అని ఆయన నన్ను చేతితో సైగ చేసి పిలిచారు. నేను వెళ్ళి ఆయన ప్రక్కనే కూర్చున్నాను. తన వ్రేలి గోటితో ఆయన తన చర్మం మీద గీశారు. చలి బాగా ఎక్కువగా ఉండడం వలన, ఆయన చర్మం మీద ఒక తెల్లని గీత పడింది.

బాబూజీ ఏం చేస్తున్నారా – అని నాకు ఆశ్చర్యం కలిగింది.

'ఇది ఒక నీటి కాలువ' అని ఆయన అన్నారు.

అది నమ్మించే ఒక ఆటలాంటిది. అప్పుడు, అదే కాలువ నుండి, తన చేతిమీద మరో గీత గీశారు. దానివల్ల కాలువ రెండుగా చీలింది.

'తెలిసిందా?' అని అడిగారు.

'ఏమిటి బాబూజీ?' అని అడిగాను.

'ఏభై శాతం శక్తి తగ్గిపోయింది.'

అప్పుడు మూడవ కాలువ అంటూ మరోసారి గీసుకున్నారు.

'ఇప్పుడు అర్థమయ్యిందా?' అని అడిగారు.

'అర్థమయ్యింది బాబూజీ' అన్నాను.

శక్తి మరింతగా తగ్గిపోయింది.

ప్రతిరోజు జరుగుతున్న ఉదాహరణలే తీసుకుంటే, మీ ఫోనులో ఎన్ని ప్రోగాములు ఉన్నాయి? మీరు వాటిని అన్నింటినీ ఒకసారి పనిచేయిస్తే, బ్యాటరీ చాలా త్వరగా ఖర్చయిపోతుంది. జీవితంలో మీరు కూడా ఎన్నో వ్యవహారాలు ఒకసారి నడిపితే, మీరు కూడా చాలా త్వరగా శక్తి హీనులవుతారు; ఒకే దానిమీద కేంద్రీకరించడానికి మీరు ఇష్టపడరు.

ఉద్యోగం, సంబంధాలు, స్వీయ అభివృద్ధులతో పాటు, అన్ని రంగాలకూ ఈ సూత్రం వర్తిస్తుంది. ఒక పని, ఒకే లక్ష్యమూ ఉంటే, మీలోని అంతర్గత వనరులను ఉత్తమంగా వినియోగించినప్పుడు, అది మిమ్మల్ని ఒకచోటకు తీసుకు వెళ్లగలదు. చెల్లాచెదరైన ఆలోచనలను ధ్యానం ద్వారా సరళంచేసి, ఒక్కతాటిమీదకు తెచ్చి, కేంద్రీకరించడం నేర్చుకుంటాము కాబట్టి, ఒకే లక్ష్యం మీద దృష్టిని సారించే ఈ సామర్థ్యం మనలో సహజంగా అభివృద్ధి చెందుతుంది. దీనిని యోగ శాస్త్రంలో

'ధారణ' అని అంటారు. ఇది పతంజలి అష్టాంగ యోగంలో ఆరవ భాగము. మనం మన మనస్సును క్రమబద్ధం చేసి,. చైతన్యాన్ని మెరుగు పరచుకుంటాము.

కానీ దీనితో ఇది ముగియదు. కాలక్రమేణా మనం హార్ట్ ఫుల్‌నెస్ ధ్యానంలో మనం ఇంతకంటే మరింత ముందుకు వెళతాము. అది సర్వత్రా చైతన్యానికి దారితీస్తుంది. తద్వారా మనం దైనందిన జీవితంలోని అన్ని అంశాలమీద, అలాగే, అంతర్గత స్థితి మీద, ఒకేసారి దృష్టిని కేంద్రీకరించ గలుగుతాము. కాబట్టి ఇది జీవితంలో నుండి పారిపోవడం కాదు. మన జీవిత ప్రధాన లక్ష్యమైన పరిణామాత్మకత సుస్పష్టమై, జరిగే మిగిలిన విషయాలన్నీ, మెల్లమెల్లగా ఆ లక్ష్యంతో అనుసంధానమౌతాయి.

హార్ట్ ఫుల్‌నెస్ ప్రార్థన సాధన చేయడం ద్వారా, మన ఉద్దేశంలోని సరళత బలపడుతుంది. ప్రతిరోజూ మనం మన అంతర్గత లక్ష్యాన్ని గుర్తు చేసుకుంటాము. ఓడకు ఉండే చుక్కానిలా అది మన దిశను నిర్దేశిస్తుంది. ఎందుకంటే మనం లోలోపలికి వెళ్లి, మన హృదయం చెప్పే మాట విన్నప్పుడు, మనం మన అంతరంగాన్ని, బాహ్యాన్నీ ఒక్కటిగా చేయడం ఎలాగో నేర్చుకుంటాము. మనపై మనం ఆధిపత్యాన్ని సాధించేందుకు అదే కీలకం.

అప్పుడు మీరు ఆటలు ఆడవచ్చు. వాహనాన్ని నడుపుతూ ఉండవచ్చు, రాత్రి వంట చేస్తూ ఉండవచ్చు, పిల్లలకు ఒక కథ చదివి వినిపిస్తూ ఉండవచ్చు, లేదా ఒక వ్యాపారాన్ని నడుపుతూ ఉండవచ్చు - ఇవన్నీ చేస్తూ ఉన్నప్పటికీ కూడా, నిద్రాణంగా మీ అంతర్గత స్థితి మీద కేంద్రీకరించవచ్చు.

మనం ఆనందంగా వేరే పనులు చేసుకుంటూ కూడా, మన చైతన్యాన్ని అంతర్గత స్థితితో మమేకమై ఉంచుకోగలము.

ఈ మానసిక స్పష్టతతో, సరియైన అవగాహనతో జీవితాన్ని సాఫీగా గడపడము, అనంత మహాసాగరం వంటి అంతరంగ యాత్రను సాగించడమూ, సులభమౌతుంది. ఈ విధంగానే మనం మన విధిని రూపొందించుకుంటాము.

ఆనందంగా ఉండేందుకు, నీ అంతర్గత, బాహ్య స్థితుల మధ్య సామరస్యం అవసరం లేదంటే మనలో స్థిరత, సమతుల్యత లోపించినట్లుగా ఉంటాము. మనం లోపల ఏమనుకుంటున్నామో, బయట కూడా అదే విధంగా లేనప్పుడు, మనం మన పట్ల నిజాయితీగా ఉండలేము,

షేక్స్పియర్ వ్రాసిన హేమ్లెట్ నాటకంలో పోలోనియస్ తన కుమారుడైన లారేట్స్ కు చెప్పిన ఈ సలహా లాగా:

అన్నింటి కంటే మిన్నగా, నీ పట్ల నువ్వు నిజాయితీగా ఉండు:

రాత్రి తర్వాత పగలు వచ్చినట్లుగా, అది అనుసరించాలి.

అప్పుడు నువ్వు ఏ వ్యక్తి పట్లా తప్పుగా ప్రవర్తించలేవు.

నీ హృదయం చెప్పేది విను

మనం మన ఆలోచనలను గురించి, మన ఉద్వేగాలను గురించి, మన ప్రవర్తన గురించి, మన జీవితంలో చేసుకునే ఎంపికల గురించి- మనతో పాటు, ప్రతిదానిని గురించీ మనం ఏమనుకుంటూ ఉన్నామో కొలిచే ఒక సూచిక లాంటి సాధనమే హృదయం. మనం ఆనందంగా ఉన్నప్పుడు, మనకు హృదయంనుండి ఏమీ వినపడదు. మనం చక్కని ఎంపిక చేసుకున్నప్పుడు, మనం తీసుకోబోతున్న నిర్ణయానికి ఒక మౌనసాక్షిగా హృదయం ఉండిపోతుంది. సహజమైన సంతృప్తిని పొందుతుంది. మనపట్ల మనం సంతోషంగా లేనప్పుడు, హృదయం అవిశ్రాంతంగా, చికాకుగా ఉంటుంది. ఏదో మార్చుకోవలసిన అవసరం ఉందని అది మనకు తెలియజేస్తుంది.

హృదయం ఇచ్చే సంకేతాలను వినడం మొదటి మెట్టు. ఆ సంకేతాలను ఉపయోగించుకుని, స్పష్టమైన సూచనలు మనకు లభించే విధంగా హృదయాన్ని ప్రశ్నలు అడగడం రెండవ మెట్టు. నెమ్మదిగా మనం దానిని పట్టుకుని ఉంటాము. మనం ఎంత ఎక్కువగా వింటే, సందేశాలు అంత స్పష్టంగా మారతాయి. మనం వినకపోతే, హృదయాన్ని వినే కళను మనం పోగొట్టుకుంటాము.మనం ఉపయోగించని నాడీ వలయాలను, లేదా మార్గాలను మనం పోగొట్టుకుంటామని నాడీ శాస్త్రవేత్తలు వివరిస్తారు. అప్పుడు వాటిని మరల చైతన్యం చేసేందుకు దానికి చాలా ప్రయత్నం చేయవలసి ఉంటుంది. నాడీ మార్గాలను మనం ఎంత ఎక్కువగా ఉపయోగిస్తే, అవి అంత బలంగా తయారవుతాయి.

ఇప్పుడు మూడవ మెట్టు: హృదయం చెప్పే మాట విన్న తర్వాత, దానిని అనుసరించేందుకు తగిన ధైర్యం మనకు ఉందా?

పినోకియో కథ మీకు బహుశా తెలిసి ఉంటుంది. అబద్ధం చెప్పిన ప్రతిసారీ, అతని ముక్కు పెరుగుతూ ఉంటుంది. సంఘర్షణను, బాధనూ నివారించేందుకు ఎవరికీ కీడు కలిగించని విధంగా ఆపద్ధర్మంగా చిన్న అబద్ధం చెప్పడం సులభమే. కానీ మనం అలా చేసినప్పుడు, మన హృదయానికి ఏమవుతుంది? అది వేగంగా రక్తాన్ని ప్రసరించడం ప్రారంభిస్తుంది. పవిత్రత విషయంలో రాజీపడినప్పుడు, హృదయం భారంగా, ఆరాటపడుతూ ఉంటుంది. అప్పుడు ఏమి జరుగుతుంది? ఇబ్బందితో పాటు అపరాధ భావన, విచారము కలుగుతాయి. నేను అలాంటి పని ఎందుకు చేశాను! అని మనల్ని మనమే అసహ్యించుకోవడం ప్రారంభిస్తాము.

ఒక్కొక్కసారి తల్లిదండ్రులకు ఆనందాన్ని కలిగించడం కోసం, లేదా మరో వ్యక్తిని నొప్పించకుండా ఉండేందుకు, కొందరు అబద్ధాలు చెపుతారు. కానీ

అప్పుడు కూడా, మన హృదయంలో తేలికదనం, ఆనందం, ఆత్మస్థైర్యానికి బదులుగా, మనం రాజీపడినట్లుగా అనిపిస్తుంది. అయినప్పటికీ, నైతిక పరంగా, ప్రమాదమూ, కష్టమూ తప్పించడానికి నిజం చెప్పడంకంటే సంబంధాలను ఉన్నతంగా ఉంచుకోవాలని మన హృదయం కోరుకుంటుంది.

ఉదాహరణకు మనం ప్రేమించే వ్యక్తిని కాపాడవలసిన అవసరం మనకు ఎదురైనప్పుడు, ఏమి జరుగుతుంది? ఈ విషయం రెండవ ప్రపంచ యుద్ధానికి సంబంధించిన ఒక ప్రముఖ చిత్రంలో వుంది. ఆ చిత్రంలో రెండవ ప్రపంచ యుద్ధం జరుగుతున్న సమయంలో, ఒక చిన్న కుర్రవాడిని అతని తల్లిదండ్రుల జాడ గురించి సైనికులు ప్రశ్నిస్తూ ఉంటారు. తన తల్లిదండ్రులు భూగృహంలోని నేలమాళిగలో దాగుకుని ఉన్నారని అతనికి తెలుసు. కానీ ఆ విషయాన్ని సైనికులకు చెపితే, వాళ్ళు తన తల్లిదండ్రులను చంపేస్తారని కూడా తెలుసు. ఈ పరిస్థితిలో మీరైతే ఏం చేస్తారు? నిజం చెపుతారా? లేక మీ తల్లిదండ్రులను రక్షిస్తారా? ఇక్కడ కూడా మళ్ళీ మీకు దారి చూపేది మీ హృదయమే. హృదయాన్ని వినడం అనేది ఒక కళ. హృదయాన్ని వింటే మనకు ఆనందము, సంతృప్తి కలుగుతాయి. మనం సమగ్రంగా, ఒక్కటిగా కలిసి ఉన్నట్లు అనిపిస్తుంది. ఫలితంగా మనపట్ల మనం ప్రశాంతంగా ఉంటాము.

హృదయాన్ని వినడం అనేది ఒక విషయం: కానీ ఈ ప్రక్రియకు మరో కోణంకూడా ఉంది: మన హృదయం కదలికలేనిది కాదు. మనం మన చైతన్యాన్ని విస్తరించి, మెరుగుపరుస్తున్న కొద్దీ, లేదా మన చైతన్యాన్ని సంకుచితపరుస్తున్న కొద్దీ – ఏది జరిగినా, మన అంతర్గత వాతావరణం నిరంతరంగా మారుతూ ఉంటుంది. చైతన్య రంగం స్థిరంగా ఉండదు; అది ద్రవ స్థితిలో ఉంటుంది. కాబట్టి, హృదయం యొక్క సూచనావ్యవస్థ క్రియాశీలమైనది. మన గురించిన ప్రతీదీ మనం తినే ఆహారం, మనం ధరించే దుస్తులు, మారుతూ ఉన్న మన పరిణామస్థాయికి అనుగుణంగా మారే అలవాట్లూ – ఇవన్నీ మన చైతన్య స్థితికి జోడించబడి ఉంటాయి. జరుగుతున్న పనిలాగా మనం నిరంతరం అభివృద్ధి చెందే ఒకానొక స్థితిలో ఉంటాము.

ఒక్కొక్కసారి మన మనస్సాక్షికి విరుద్ధంగా వెళ్ళాలని మనం కోరుకుంటాము. ఎందుకంటే మన కోరికలు, మన మానసిక సమర్ధనలూ మనల్ని మరో ఎంపిక చేసుకునేందుకు ముందుకు తోస్తాయి. మనం మన ఆలోచనను మార్చుకోనంతవరకూ, ఇవే అనుభవాలను, అలవాట్లనూ మళ్లీమళ్లీ ఎదుర్కొనవలసి ఉంటుంది. అందుకని మనం ఏమి చెయ్యాలి? ఎప్పుడూ కూడా ఏదో ఒక ఎంపిక

చేసుకునే వీలుంటుంది. మనం ఏమీ చేయకుండానైనా ఉండవచ్చు. లేదా పరిస్థితిని సరిదిద్దాలని కోరుకోవచ్చు. ఎప్పుడూ కూడా ఒక నిర్ణయావకాశం ఉంటుంది. దాని కొరకు మనము చేయగలిగిన ఒక అత్యంత సమర్ధవంతమైన హార్ట్ ఫుల్ నెస్ సాధన ఒకటి ఉంది.

> రాత్రి పడుకునే సమయంలో, మీ హృదయంలో దివ్యత్వపు ఉనికిని అనుభూతి చెందండి మీరు చేసిన ఏ తప్పుకైనా, ఉద్దేశపూర్వకంగా చేయకపోయినా, పశ్చాత్తాపం చెందండి. ఈ ప్రక్రియలో ఎవ్వరినీ నిందించడం అనేది ఉండదు. ఇదే తప్పును మళ్ళీ చేయనని మీ హృదయపు లోలోతులలో, ప్రార్థనా పూర్వకంగా తీర్మానించుకోండి. భారం తొలగిపోయినట్లు మీకు అనిపిస్తుంది.

ప్రార్థన చేసిన తర్వాత, మీరు మీ హృదయానికి, ఏ ప్రశ్నల నైనా, ఏ గందరగోళాలైనా నివేదించవచ్చు. వెంటనే సమాధానాన్ని పొందాల్సినవసరం లేదు. తరచుగా, మీరు నిద్ర మేల్కొనే సమయానికి, మీరు సమాధానాన్ని తెలుసుకుంటారు. మాటల రూపంలో కాకుండా, వేరే రూపంలో సమాధానం వచ్చినప్పటికీ, మీకు పరిష్కారం తప్పక లభిస్తుంది.

భావోద్వేగాలను అదుపులో ఉంచుకొనుట

మనం క్రమం తప్పకుండా హార్ట్ ఫుల్‌నెస్ సాధన చేస్తూనే ఉన్న ప్పటికీ, చాలా తరచుగా దైనందిన జీవితపు ఒడుదుడుకుల భావోద్వేగాలు, ప్రతిచర్యలతో పోరాడుతూ ఉంటాము. కొన్ని రోజులు మన చుట్టూ ఉన్న ప్రపంచంలో మనం ప్రశాంతంగా వున్నామనిపిస్తుంది. మిగిలిన రోజుల్లో మనకు కోపంగాను, ఆందోళన గాను, చికాకుగాను, అతి ఉద్వేగంగానూ, లేదా భయంగానూ అనిపిస్తుంది. భావోద్వేగపరమైన జీవితాలు అనుసరించే పంథాలను మన మనం గమనిస్తే, ఈ ఒడుదొడుకుల్లో కొన్ని పునరావృతమవుతూ ఉండడాన్ని మనం గుర్తిస్తాము.

మన జీవితాలు ప్రశాంతంగా, అంతర్గత ధ్యానస్థితితో శృతిలో ఉండేవిధంగా భావోద్వేగాలనూ, ప్రతిచర్యలనూ మనం ఎలా నియంత్రించుకోగలము? మన భావోద్వేగాలను అర్థం చేసుకుని, మెరుగుపరచుకునేందుకు, ఒక చక్కని పరిష్కారయుతమైన అవగాహనా పద్ధతిని యోగిక మనస్తత్వ శాస్త్రం మనకు అందిస్తుంది. ఈ పని మన అంతర్గత ఆధ్యాత్మిక కార్యానికి సంపూర్ణతనిస్తుంది.

హృదయంలో తలెత్తే భావోద్వేగాలు, మనోభావాలు

భావోద్వేగాలు, అనుభూతులు హృదయంలో నుండి వెలువడుతాయి. ఇది మనం ధ్యానం ద్వారా గమనించే మొదటి విషయం. మనం అన్నింటినీ హృదయంలో అనుభూతి చెందుతాము. తెలివి తేటలతో లేదా తార్కిక సామర్థ్యంతో మాత్రం కాదు. మనోభావాలు, ఉద్వేగాలూ హృదయంలో ప్రేరణతో ప్రారంభమై, మధ్య మెదడు యొక్క లింబిక్ వ్యవస్థ ద్వారా మన ఆలోచనా ప్రక్రియ మీద ప్రభావాన్ని చూపుతాయి.

మనమంతా మన మనోభావాల లోపలి ప్రపంచాన్ని గురించి తెలుసుకోడానికి సుముఖంగా లేము. ఎందుకంటే ఇంట్లోకాని, స్కూలులోకానీ మనం ఎదుగుతున్నప్పుడు అలా తెలుసుకోమని మనల్ని ఎవ్వరూ ప్రోత్సహించలేదు కాబట్టి. అనుభూతి చెందేది భౌతికహృదయమా? కాదు. అది ప్రకంపనల లేదా శక్తిపూరితమైన హృదయం. దీనినే సూక్ష్మ శరీరం అని కూడా అంటారు.

డేనియల్గోలేమన్ తన ప్రసిద్ధ పుస్తకంలో నిర్వచించిన భావోద్వేగ మేథస్సు' (ఎమోషనల్ ఇంటిలిజెన్స్) తో పాటు, దయ, జాలి, సానుభూతి, పునరుద్ధరణశక్తి, ప్రేమ, ధైర్యం, సంకల్పం వంటి హృదయాన్ని ఆధారంగా చేసుకునే లక్షణాలను గురించి ఈరోజుల్లో ఎంతగానో చెప్పుకుంటున్నారు. ఈ లక్షణాలు భౌతికమైనవి కావు. అవి ప్రకంపనా హృదయంలో ఉంటాయి. అక్కడే మనకు హృదయ చక్రాలు కూడా కనిపిస్తాయి. కానీ, ఏవిధంగానైనా ఈ ప్రకంపనా హృదయం ఏదైనా ప్రభావానికి లోనైనప్పుడు, అప్పుడు దాని ప్రభావం భౌతిక హృదయం మీద పడుతుంది.

ఉదాహరణకు, మనకు కోపం వచ్చినప్పుడు, ఆ ఉద్వేగానికి మూలం మన సూక్ష్మశరీరంలో ఉన్నప్పటికీ, మన గుండె కొట్టుకునే వేగం కూడా స్థిరంగా ఉండదు. వేగంగా కొట్టుకుంటుంది. మన రక్తపోటు పెరుగుతుంది. అందుకని మన భావోద్వేగ మేథస్సు మెరుగుపరచుకునేందుకు, హృదయం ద్వారా సూక్ష్మశరీరంతో మనం పని చేయవలసిఉంటుంది.

భావోద్వేగాలు - మనోభావాలు

నిర్మలీకరణ చేసుకున్నందువలన, మనం ముఖ్యంగా గమనించే రెండవ విషయం – భావోద్వేగాలు, అనుభూతుల మధ్య వ్యత్యాసం. ఎండిన కట్టెలు బాగా కాలినప్పుడు వచ్చే ఎలాంటి పొగలేని మంట లాంటివే అనుభూతులు. భావోద్వేగాలు, కట్టెలో తేమ లేదా మాలిన్యాలు ఉండడం వలన ఎక్కువగా పొగ

వచ్చే మంట లాంటివి. స్వచ్ఛమైన అనుభూతులు అన్నీ విద్యుత్ శక్తి లాంటివి; అసలు ఎలాంటి మంటా ఉండదు. స్వచ్ఛమైన అనుభూతులు సహజమైనవి, మన వికాసానికి సహాయపడతాయి. కానీ ఉద్వేగాలు పొగవచ్చే కట్టెలా, మాలిన్యాలతో కప్పబడి ఉంటాయి. ఈ మాలిన్యాలకు కారణం ఏమిటి? ఇంతకు ముందే మనం చెప్పుకున్నట్లుగా, మన హృదయంలో పేరుకుపోయిన ముద్రలు, సంస్కారాలే. ఈ మాలిన్యాలకు మూలకారణం: హృదయం ఎంత నిర్మలంగా ఉంటే, అనుభూతులు కూడా అంత స్పష్టంగా ఉంటాయి.

మనోభావాలు, భావోద్వేగాలు, హృదయం యొక్క చక్రాలు మనం గమనించే మూడవ విషయం: హృదయ మండలంలో ముఖ్యంగా ఐదు శక్తి కేంద్రాలు లేదా చక్రాలు ఉంటాయనీ, అవి మన సాంప్రదాయక పంచభూతాలైన భూమి, ఆకాశం, అగ్ని, నీరు, గాలితో సంబంధాన్ని కలిగి ఉంటాయనీ, ఈ ఐదింటినీ యోగశాస్త్రంలో పంచభూతాలు అని అంటారు. ప్రతిదానికీ, తనదైన నిర్దిష్టమైన ఉద్వేగ – మనోభావ క్షేత్రాలు ఉంటాయి. మన అంతర్గత యాత్రలో ముందుకు సాగుతున్న కొద్దీ వాటిపై మనం ప్రావీణ్యాన్ని సంపాదిస్తాము.

నిజానికి మనోభావాలు, ఉద్వేగాలు మానవ శరీరంలో ఒక నిర్దిష్టమైన పద్ధతిలో ప్రోగవుతాయి. దానిని మనం మన ఆధ్యాత్మిక శరీర నిర్మాణం (స్పిరిచ్యువల్ అనాటమీ) లో చిత్రించవచ్చు. ఆధ్యాత్మిక సాధన ద్వారా మనం ఈ చక్రాలపై ప్రావీణ్యాన్ని సంపాదించేంత వరకూ, వాటితో కలిసి ఉండే భావోద్వేగాలను మనం జయించలేము. ఈ ఐదు చక్రాలలో ప్రతి ఒక్కటి రెండు పరస్పర వ్యతిరేకాలైన (ద్వంద్వత్వం) ఒక నిర్దిష్టమైన అనుభూతితో అనుసంధానమై ఉంటుంది. వీటినే ద్వంద్వాలు, లేదా పరస్పర వ్యతిరేకమైన భావాలు అని అంటారు.

"హృదయంలో ప్రతి చక్రం వద్ద పేరుకున్న ముద్రలను తొలగించి, ఆ చక్రానికి సంబంధించిన మనోభావాలను, మనం పరిశుద్ధం చేసుకొని ఉద్వేగాలను జయించి, ముందుకు సాగుతున్నప్పుడు, భావోద్వేగ మేధస్సు యొక్క ఉన్నతమైన పరిపక్వతాస్థాయికి అంచెలంచెలుగా మనం అభివృద్ధి చెందుతాము. చక్రాల యొక్క ఆధ్యాత్మిక వ్యవస్థ (స్పిరిచ్యువల్ అనాటమీ) తో మనం పనిచేసినప్పుడు, అది మనకు భావోద్వేగాల విషయంలో లోతైన అవగాహన కలిగిస్తుంది. మన ఉపచేతనత్వంలో పేరుకున్న వాటిని తొలగించుకుని, మన గమ్యాలను కొత్తగా రూపొందించుకోగలిగిందుకు, వాటిపై ప్రావీణ్యాన్ని సంపాదించేందుకు, కొన్ని అత్యంత ఆచరణాత్మక సాధనాలను ఇప్పుడు నేను మీకు చెప్పదలచుకున్నాను.

ఆధ్యాత్మిక వ్యవస్థ

మన చైతన్యంలో భావోద్వేగపరమైన కల్లోలాన్ని సృష్టించేది ఏది? ప్రశాంతంగా, నిలకడగా ఉన్న సరస్సులో అలలు, కెరటాల రూపంలో శక్తి అల్లకల్లోలాన్ని సృష్టిస్తుంది. అలాగే చైతన్యము అనే సరస్సులో ఆలోచనలు, మనో భావాలు, ఉద్వేగాలరూపంలో శక్తి అలజడులను సృష్టిస్తుంది.

మన ఆలోచనలు, అనుభవాల కారణంగా శక్తి యొక్క ముడులు (నాట్స్ ఆఫ్ ఎనర్జీ) ఎలా ఏర్పడతాయి, వాటిని ఎలా తొలగించుకోవాలి. హార్ట్ ఫుల్‌నెస్ నిర్మలీకరణ ప్రక్రియలను గురించి, మనం ఇప్పటికే 'సంస్కారాలు ఎలా ఏర్పడతాయి' అనే అధ్యాయంలో నేర్చుకున్నాము. కాబట్టి వివిధ మనోభావాలు, ఉద్వేగాలపరంగా ఇది ఎలా పనిచేస్తుందో ఇప్పుడు మనం తెలుసుకుందాము.

మానవుని హృదయమండలం మన దైనందిన జీవితపు ద్వంద్వాలతో ముడిపడి ఉన్నది. ప్రతి చక్రానికీ తనదైన ధ్రువత్వం (పోలారిటి) లేదా మనోభావాల ద్వంద్వాలు ఉన్నాయి. హృదయ మండలపు మొదటి చక్రం లేదా 1 వ బిందువు ఛాతీకి దిగువభాగంలో ఎడమ వైపున గుండె ఉండేచోట ఉంటుంది. ఈ బిందువుకు పంచభూతాల్లో ఒకటైన భూమితో సంబంధం ఉంది. మనం ధ్యానం చేసినప్పుడు, మన అంతరంగ వాతావరణంలో ఒక్కక్షణం మనకు పసుపురంగు కనిపించవచ్చు. కోరిక, సంతృప్తి అనే మనోభావాలు ఇక్కడ వుంటాయి. ఈ సంతృప్తిని యోగశాస్త్రంలోని వైరాగ్యం అనే కోరికలేని స్థితితో మనం పోల్చవచ్చు. మొదట్లో ప్రతిదానికీ 'మంచి', 'చెడు' అనేవి ఉంటాయి. కాబట్టి సంతృప్తి అనేది మంచిది (పోజిటివ్), కోరిక అనేది చెడ్డది (నెగటివ్). ఒకవిధంగా ఇది సరియైనదే; ఎందుకంటే, ప్రాపంచికమైన వాటిపట్ల కోరికలు మనల్ని క్రిందికి దిగజార్చి, సంస్కారాలు ఏర్పడడానికి మూలకారణం అవుతాయి. కానీ ఈ చక్రం పరిశుద్ధం అయినప్పుడు, అక్కడ ఉండే ఉద్వేగాలపై మనం ఆధిపత్యాన్ని సంపాదిస్తాము. ఈ మనోభావాల మంచి, చెడ్డ అనే రెండింటికీ, ఒక పరిణామ ప్రయోజనం ఉందని మనం కనుగొంటాము.

చివరికి, బిందువు 1 వద్ద, ఉన్నతమైన దానికోసం వాంఛ లేదా తపన మనల్ని మన ఆధ్యాత్మిక లక్ష్యం వైపు నడిపిస్తుంది. సంతృప్తి మనకు ప్రశాంతతను, స్థిరత్వాన్ని, ఆధ్యాత్మిక సాధనలో నిలదొక్కుకునేటట్లు చేసి, ప్రాపంచిక జీవితంలో మనకు సమత్వాన్ని, సహనాన్ని కలుగజేస్తుంది. ప్రాపంచిక సంపాదనలకోసం లేదా ఇంద్రియ వాంఛలకోసం కలిగే కోరికలు మనల్ని క్రిందికి లాగినప్పుడు, లేదా మనం అపరాధ భావనతో, అసూయ లేదా ఆగ్రహంతో నలిగిపోయినప్పుడు, ఈ చక్రం దగ్గర ఏర్పడిన ముద్రలవలన మనకి చాలా భారంగా అనిపిస్తుంది.

హృదయ మండలం లోని చక్రాలు

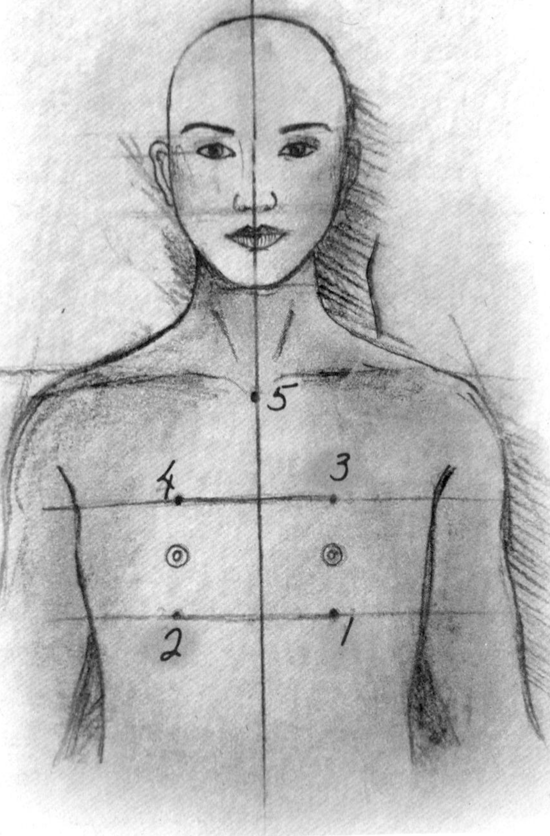

నిర్మ లీకరణ ద్వారా మనం, మనల్ని క్రిందికి లాగే కోరికల మీద ఆధారపడిన బంధాలను తొలగించి, ప్రార్థన ద్వారా, ధ్యానం ద్వారా, ఆత్మావలోకనం చేసుకోవడం మనోభావాలలోనికి, హృదయపు చైతన్యములోనికి లోతుగా వెళితే, మన ఉద్వేగాలు తగ్గి, అవి సూక్ష్మంగా మారి, చివరికి మనం చక్రం 1తో అనుసంధానమై ఉన్న కోరిక-సంతృప్తుల పరిధిని జయిస్తాము. తద్వారా మనం లక్ష్యంపట్ల తపనతో పాటు, సంతృప్తి నుండి కూడా ప్రయోజనాన్ని పొందగలము.

హృదయ మండలం యొక్క బిందువు 2 అయిన రెండవచక్రం, దారికి దిగువ కుడిభాగంలో ఉంది. ఇది ఆత్మచక్రం. ఇక్కడ ఉండేది. ఈథర్, దీనిని ఆకాశం

అనికూడా అంటారు. ఇది ఎరుపురంగులో ఉంటుంది. ఈ బిందువు దగ్గర మనకు ఎంతో ప్రశాంతంగా ఉంటుంది. ప్రాపంచికమైన పనులు చేయాలని మనకు అనిపించదు. మనం ఒక వ్యాపారవేత్త అయినా, విద్యార్థి అయినా, గృహిణి అయినా కొంత కాలానికి ప్రతి పనిలోను ఆసక్తిని కోల్పోతాము. ఎందుకంటే శాంతి మనల్ని ఎంతగానో ఆహ్వానిస్తూ ఉంటుంది. దాని నుండి మనము చెదరడంగాని, దృష్టిని వేరేదాని మీదకు మళ్ళించడానికి గానీ ఇష్టపడము. ఇదే రెండవ బిందువు యొక్క లక్షణం.

ఇక్కడ ఉండే మనోభావాల పరిధి ఆందోళన, అవిశ్రాంతత నుండి ప్రశాంతత వరకూ ఉంటుంది. సంస్కారాలు హృదయాన్ని కప్పివేసినప్పుడు, మనము ఇంకా హృదయ మండలపు మొదటి బిందువు వద్ద ఎంతో భారాన్ని మోస్తూ ఉన్నప్పుడు, ఆ భారమంతా ఆవిరై, రెండవ బిందువుకు చేరుతుంది. అప్పుడు, రెండవ బిందువు వద్ద- ఆతృత, ఆందోళనల వలన - శాంతి ఉండదు; మనం నిరంతరం ప్రాపంచిక బంధాలలోనికి వెనక్కి లాగబడుతూ ఉండడం వలన, ఆత్మ యొక్క శాంతి, ఆనందాలకు మనము దూరమౌతాము. మొదటి చక్రం చుట్టూ నాలుగు ప్రధానమైన శాటిలైట్ (ఉపగ్రహ) బిందువులు ఉన్నాయి. వాటినే A, B, C, D బిందువులు అని అంటారు. త్వరలోనే మనము వాటిని గురించి వివరంగా చెప్పుకుందాము. ఈ నాలుగు బిందువులనూ ఆరోగ్యవంతంగా ఉంచుకుంటే, వాటిచుట్టూ ఒక నిర్మలమైన అంతర్గత వాతావరణాన్ని నెలకొల్పితే, అంతమేరకు ఇతర చక్రాలను కలుషితం చేయము.

మూడవ చక్రం లేదా హృదయ మండలంలో బిందువు 3, ఛాతీకి ఎడమ వైపు పైభాగాన ఉంటుంది. ఇది అగ్ని బిందువు. ధ్యానంలో తెల్లరంగును మనం చూడవచ్చు. ఈ చక్రంలోని మనోభావాలు దాలా బలంగా ఉండి, ఉత్తేజపరచే స్వభావాన్ని కలిగి ఉంటాయి. ఇక్కడ ఉండే మనోభావాల పరిధి కోపం నుండి ప్రేమ వరకూ ఉంటుంది. మనలో ఉండే ముద్రలు, కోరికలను బట్టి, మనం వాటిని అనుభూతి చెందుతాము. కోపాన్ని, ప్రేమను ప్రాపంచిక వాంఛలు మూసివేసినప్పుడు, వాటిల్లో ఏదో ఒకటి మనల్ని భావోద్వేగ సమస్యలలోనికి లాగవచ్చు కానీ అవి స్వచ్ఛంగా ఉన్నప్పుడు, అవి రెండూ మనల్ని మన యాత్రను ముందుకు నడిపించగలవు.

మనం ప్రేమతో ప్రారంభిద్దాము. మనం అనుభవించిన అంతర్గత పురోగతివలన, అంతకంతకు ఎక్కువ కృతజ్ఞతను మనం అనుభూతి చెందినప్పుడు, ఈ బిందువు వద్ద భగవంతుని పట్ల, మార్గదర్శి పట్ల ప్రేమ వికసిస్తుంది. ప్రేమ మన యాత్రకు ఇంధనంలా పనిచేసి, ఒక రాకెట్టులా పైపైకి దూసుకు పోయేటట్లు చేస్తుంది. మనం

భగవంతుని. పట్ల, ఈ యాత్రలో మనల్ని ముందుకు తీసుకు వెళుతున్న మార్గదర్శి పట్లా, తీవ్రమైన బంధాన్ని పెంపొందించుకోవడం ప్రారంభిస్తాము. మంట ఎప్పుడూ పైకి ఎగసిపడి, దానికి అడ్డంవచ్చిన వాటిని కాల్చివేసినట్లుగా, మన పురోగతికి అవరోధంగా నిలిచేవాటిని అన్నింటినీ తొలగించి, ప్రేమ మనల్ని పైపైకి తీసుకువెళుతుంది. 3వ చక్రం అయిన అగ్ని బిందువు వద్ద, దివ్యమూలం వైపు ప్రేమ జాగృతం అవుతుంది. దానివలన అది సామాన్య మానవ ప్రేమకు అతీతమై, అన్నింటిని ప్రేమించగల స్వభావంగా మారుతుంది.

స్వచ్ఛమైన రూపంలో ఉన్న కోపం కూడా ఉద్ధరించి, పరివర్తనను తీసుకురాగలదు. అది మనల్ని మనం మెరుగుపరచుకొని పరిణామం చెందడానికి ప్రసాదించబడిన సాధనం. ఈ కోపాన్నే యోగంలో క్రోధం అని అంటారు. దైవికమైన భావోద్వేగాల్లో ఇది ఒకటి. ఇది ఒక మార్పు కారకం. ఇది ఏదో మారవలసి ఉందని హెచ్చరిక చేసే ఒక సహజ సంకేతం. మనకు కోపం కలిగినప్పుడు, మనం తీసుకోవలసిన ముఖ్యమైన అడుగు – మనలోనే మార్పు సంభవించవలసిన అవసరం ఉంది అని మనం గుర్తించడం. దురదృష్టం కొద్దీ, మనలో చాలామంది వాళ్ళ కోపాన్ని ఇతరుల మీద దూకుడుగా, బలవంతంగా చూపుతూ ఉంటారు; లేదా ఒక అనారోగ్య పద్ధతిలో మనలోనే దానిని అణచి పెట్టుకుంటాము. అది మనోవ్యధకు దారితీస్తుంది. ఈ పద్ధతులు ఏమాత్రం సహాయపడవు. కానీ, 3వ చక్రం ద్వారా మనం ప్రయాణించినప్పుడు, మనము కోపాన్ని మన అధీనంలో ఉంచుకొని, దానిని, మన పరిణామానికి, పురోగమన యాత్రకు ఉపయోగించుకునే అవకాశం ఉంది. మనం దానిని ఒక ఆరోగ్యమైన పద్ధతిలో వినియోగించుకుంటే, అది మార్పు చెందడానికి ఒక అద్భుతమైన సాధనం అవుతుంది.

ఆ విధంగా ప్రేమ, కోపమూ 3వ బిందువు వద్ద పరిశుద్ధమైనప్పుడు, ఈ అనుభవం అప్పుడు ఛాతీకి కుడి, ఎగువభాగాన ఉండే 4వ బిందువు వద్ద మరో ద్వంద్వంగా మారుతుంది. 4వ బిందువు వద్ద ఉండే ద్వంద్వ స్వభావాలు – ధైర్యము, భయము, 3వ బిందువు వద్ద ప్రేమను, కోపాన్ని ఎంత ఎక్కువగా పరిశుద్ధ పరచగలిగితే, 4వ బిందువు వద్ద మనకు ఉండే ధైర్యము, భయాల గుణం అంత మెరుగ్గా ఉంటుంది. ఇది జల బిందువు. ఇక్కడ మనకు నల్లరంగు కన్పిస్తుంది. మనకు కలిగే అనుభూతుల వ్యాప్తి, లోతైన నీటి ప్రవాహంలా సాగుతూ, భయాన్ని, ధైర్యాన్నీ ఆవరించి ఉంటుంది.

మన హృదయం ఇంకా పరిశుద్ధం కానప్పుడు, మనం భయాన్ని ఒక చెడు (నెగటివ్) ఉద్వేగంగాను, ధైర్యాన్ని ఒక మంచి (పాజిటివ్) ఉద్వేగంగానూ చూస్తూ

ఉండవచ్చు. భయం గతంలో జరిగిన కొన్ని సంఘటనలు, పరిస్థితులు, వ్యక్తులకు సంబంధించినదై ఉంటుంది. ఉదాహరణకు పాములంటే భయం, ఎగరడం అంటే భయం, పది మందిలోను మాట్లాడాలంటే భయం, చీకట్లో ఒంటరిగా ఉండాలంటే భయం, ఒక వ్యక్తిని లేదా ఒక వస్తువును పోగొట్టుకుంటామేమో అనే భయం. ఇలా భయం మన గత అనుభవాలకు సంబంధించినది. అది భారంగాను, బలహీనతగాను ఉండవచ్చు. అది మనలో భయాన్ని కలిగించి, విశ్వాసాన్ని, ఆసక్తినీ సన్నగిల్లేలా చేస్తుంది. హృదయం నిర్మలంగా ఉన్నప్పుడు. భయం కూడా స్వచ్ఛంగానూ, సహజంగాను ఉంటుంది. ఈ 'నిజమైన భయం' మనల్ని జాగ్రత్తగా ఉండమని, స్వీయ క్రమశిక్షణను పెంపొందించుకోడానికి, మన వనరులను సంరక్షించుకునేందుకు, మనం ఎంచుకున్న మార్గంలో పయనించడానికీ, మనల్ని ప్రోత్సహించే ఒక సహజమైన హెచ్చరిక అవుతుంది. మనం ఈ ఆరోగ్యకరమైన హెచ్చరికను ఒక స్వభావంలా పెంపొందించుకున్నప్పుడు, మనము దీనిని తేలికగా తీసుకోము. ఇది అన్ని జీవరాసుల పట్లా పూజ్యభావం, గౌరవమూ కలిగేందుకు. దైనందిన జీవితంలో వేరేవాటిపట్ల కృతజ్ఞత, మర్యాద సహజంగా పెంపొందడానికి దారి తీస్తుంది.

ఈ పరిధి యొక్క రెండవ చివర ధైర్యం ఉంటుంది. సాధారణంగా ధైర్యం అంటే చాలా సానుకూలమైనది (పోజిటివ్)గా మనం అనుకుంటాము. ఎందుకంటే చివరికి ఆధ్యాత్మిక యాత్రలో కూడా, ముందుకుసాగి, విశ్వాసాన్ని పెంపొందించుకోడానికి ఇది మనకు అవసరం కాబట్టి. దానికి సమతూకంగా భయం లేకపోతే, ధైర్యం దుస్సాహసమౌతుంది. అది అహాన్ని మరింతగా పెంచగలదు. అది దురహంకారానికి దారి తీయవచ్చు. అపరిమితమైన ధైర్యంగల ఒక హంతకుడినో, దొంగనో ఊహించుకోండి! అందుకని మన హృదయం నిర్మలంగా ఉండి, మనం చక్రం 4 వరకూ ప్రయాణించినప్పుడు, మన వికాసం కోసం, పురోగమనం కోసం భయాన్ని, ధైర్యాన్నీ కూడా ఉపయోగించడం మనం నేర్చుకుంటాము.

మూడవ చక్రంలో జాగృతమైన ప్రేమ, నాలుగవ చక్రంలో మరింత సూక్ష్మంగా, తక్కువ వ్యామోహాన్ని కలిగి, బలంగా నాటుకుని, ధైర్యానికి పునాదిని ఏర్పరుస్తుంది. వివాహాలలో జరిగినట్లుగానే, ప్రారంభంలో బాహ్యంగా వ్యక్తపరచిన ప్రేమ, పరిపక్వమైన కొద్దీ, మరింత సూక్ష్మంగా, లోతుగా నాటుకుంటుంది.

ఐదవ చక్రం, లేదా హృదయ మండలంలో ఐదవ బిందువును, ప్రాచీనయోగ సాంప్రదాయాలలో కంఠచక్రం (విశుద్ధిచక్రం) అనికూడా అంటారు. ఇది హృదయ మండలపు వాయు బిందువు. ఇక్కడ మనము ఆకుపచ్చరంగును తిలకించవచ్చు.

ఇక్కడ మన అనుభూతుల వ్యాప్తి, భ్రాంతి, గందరగోళాల నుండి, స్పష్టత, జ్ఞానమూ వరకూ ఉంటుంది. హృదయంలో చైతన్యరంగం నిర్మలంగా ఉన్నప్పుడు, అక్కడ ఉండే (పంచభూతాలలో ఒకటి అయిన) వాయువు, గొప్ప స్పష్టతను, జ్ఞానాన్ని మనకు కలిగిస్తుంది; అలా కాకుండా, గందరగోళం, భ్రాంతులు ఉంటే, అల్లకల్లోలానికి సూచన. ఇటువంటి పరిస్థితిలో, ఏదైనా నిర్ణయం తీసుకునేముందు, స్పష్టత కోసం కాసేపు ఆగి, నిరీక్షించాలి, అని తెలిపే సంకేతం. హృదయం యొక్క చక్రం-1 చుట్టూ ఉండే A, B, C, D బిందువుల వద్ద ఏదైనా భారం ఉంటే, బిందువు 5 వద్ద గందరగోళం ఏర్పడే అవకాశం ఎక్కువగా ఉంటుంది. అప్పుడు అది ఆవిరై బిందువులు 2, 3, 4 ల వద్దకు చేరుకుంటుంది కూడా. హృదయం నిర్మలంగా ఉన్నప్పుడు, ఈ ద్వంద్వాలలో ప్రతి ఒక్కటీ హృదయ మండలంలో మన యాత్రను ముందుకు నడిపించి, మనల్ని తర్వాత దశకు చేర్చేందుకు సహాయపడతాయి. చివరికి మనం అక్కడ వాటిని అన్నింటినీ అధిగమిస్తాము.

కానీ మనలో చాలా మందికి, పేరుకు పోయిన సంక్లిష్టతలు, మాలిన్యాలతో హృదయం నిండి ఉంటుంది. రోజురోజుకూ వాటిని మనం మరింత ఎక్కువగా సృష్టించుకుంటూనే ఉంటాము. అందుకే మనం చాల సులభంగా ప్రతిస్పందించి, భావోద్వేగాల ఉచ్చులలో చిక్కుకుపోతాము. ఈ ముద్రలు ఎలా ఏర్పడతాయి? ఇదంతా సాధారణ కోరికలు, ఇష్టాయిష్టాలతో ప్రారంభమౌతుంది. ఇవి అప్పుడు కోరికలకు సానుకూల, ప్రతికూల కోరికలకు దారితీస్తాయి. విముఖత, అయిష్టతలతోపాటు ఈ ప్రతికూలమైన కోరికలన్నీ హృదయంలో తలెత్తి హృదయమండలంలో చక్రం-1 చుట్టూ ఉన్న వివిధ శాటిలైట్ (ఉపగ్రహ) శక్తి కేంద్రాలైన A, B, C, D బిందువులు చుట్టూ, ముద్రలు పేరుకుపోవడానికి దారి తీస్తాయి.

A, B, C, D బిందువులు

మన హృదయాలలో మనం నిరంతరంగా ఇష్టాలు, అయిష్టాలతో ఆడుకుంటున్నాము. తరచుగా మనకు తెలియకుండానే అవి మన ఆలోచన మీద ప్రభావాన్ని చూపుతాయి. మనం కొన్నింటిని ఇష్టపడి, మిగిలినవాటిని ఇష్టపడనప్పుడు, ఆ రెండు స్పందనలూ మన భావోద్వేగక్షేత్రంలో ఉండిపోయి, అవి ఛాతీ ప్రాంతం యొక్క ఎడమవైపు దిగువభాగాన, బిందువు 1కి దగ్గరగా C-బిందువు వద్ద పేరుకుంటాయి. మన ఆధ్యాత్మిక దేహ వ్యవస్థలో ఇది వ్యూహాత్మక బిందువు. ఎందుకంటే, మన వ్యవస్థ అంతటిలో ముద్రలులోనికి ప్రవేశించి, వచ్చి

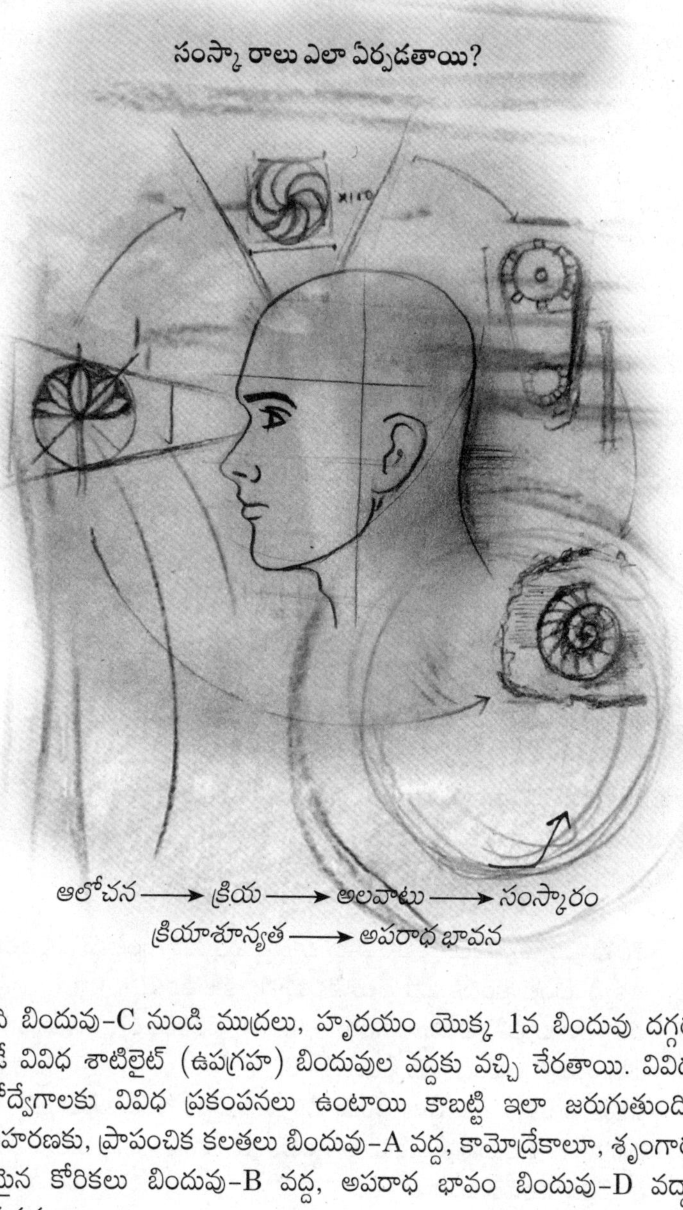

చేరేది బిందువు-C నుండి ముద్రలు, హృదయం యొక్క 1వ బిందువు దగ్గర ఉండే వివిధ శాటిలైట్ (ఉపగ్రహ) బిందువుల వద్దకు వచ్చి చేరతాయి. వివిధ భావోద్వేగాలకు వివిధ ప్రకంపనలు ఉంటాయి కాబట్టి ఇలా జరుగుతుంది. ఉదాహరణకు, ప్రాపంచిక కలతలు బిందువు-A వద్ద, కామోద్రేకాలూ, శృంగార పరమైన కోరికలు బిందువు-B వద్ద, అపరాధ భావం బిందువు-D వద్దా ప్రోగుపడతాయి.

మనం మన ప్రాపంచిక సమస్యలను గురించి ఆందోళనతో పదేపదే ఆలోచిస్తూ ఉంటే, దాని ప్రభావం బిందువు A మీద పడుతుంది. మనలో ఎవ్వరమూ మానసిక ఆందోళన నుండి తప్పించుకోలేము. వాస్తవానికి, సవాళ్లను గురించిన ఆందోళన ఒక మంచి సూచనే; అది, మన సమస్యా పరిష్కారం కోసం మనం ప్రయత్నం చేయాలనే పిలుపు. ఆవిధంగా సమాధానాలు కనుగొనడం, మన ఆత్మ స్థైర్యాన్ని, ఆలోచనా సామర్థ్యాన్నీ బలోపేతం చేస్తుంది. అలా కాకుండా, సమస్యలను తలెత్తిన వెంటనే పరిష్కరించకుండా, నిరంతరంగా వాటిని గురించి కలవరపడుతూ ఉంటే, అది పరిస్థితిని మరింత దిగజార్చటమే కాకుండా, A-బిందువు దగ్గర మరింత భారాన్ని కలిగిస్తుంది.

మానవ జీవితంలో మరో భాగం శృంగారం. ఇతరుల పట్ల ఇంద్రియ సంబంధమైన ఆకర్షణ. అది సమతుల్యంగా, తగిన మోతాదులో ఉంటే ఫర్వాలేదు. కానీ అది మోతాదు మించి, మనపై ఆధిపత్యాన్నిసాధిస్తే, ఆ ముద్రలు బిందువు-B వద్ద ఏర్పడతాయి. మన హృదయంమీద లోతైన ముద్రలు వేసే మరో ఉద్వేగం 'అపరాధభావన.' 'తప్పు చేశాను' అనే ఈ భావన బహుశా మనం ఏర్పరచుకునే అత్యంత భారమైన ముద్ర. మనం చేయవలసిన పనిని చేయనప్పుడు, లేదా చేయకూడని పనిని చేసినప్పుడూ ఈ అపరాధభావన కలుగుతుంది. ఇది హృదయంలో అత్యంత భారాన్ని పెంచి, బిందువు-D వద్దకు చేరుతుంది.

ఈ A, B, C, D బిందువులు, హృదయం యొక్క బిందువు 1కి సమీపంలో ఉంటాయి. మన ఆధ్యాత్మిక దేహవ్యవస్థలో ఉన్న వేలకొలది ఉపబిందువులలో ఈ నాలుగు ముఖ్యమైనవి. ఇవి ముద్రలను ప్రోగుచేసుకుంటూ ఉంటాయి.

అవి ఎక్కడ ఉన్నాయో తెలుసుకునేందుకు, ఈ క్రింద చెప్పిన విధంగా దూరాన్ని కొలిచేందుకు మీ చేతివ్రేళ్ళను ఉపయోగించండి.

1. రెండు ప్రక్కటెముకలూ కలిసి చోట ఛాతీపై ఏర్పడిన గుంటను గుర్తించండి.
2. అక్కడి నుండి క్రిందికి ఒక వ్రేలు వెడల్పును. కొలవండి.
3. తర్వాత, ఛాతీకి ఎడమ వైపుకు అడ్డంగా సరళరేఖలో, నాలుగు వ్రేళ్ళ వెడల్పును కొలవండి. ఇదే బిందువు-B.
4. దానికి ఎగువన, నిటారుగా రెండు వ్రేళ్ళ వెడల్పులో ఉండేదే బిందువు-A.
5. తిన్నగా B-బిందువుకు క్రింద, అన్నింటికంటే దిగువన ఉన్న ప్రక్కటెముకను తాకుతూ ఉండేదే బిందువు-C.

6. ఎడమవైపు, అడ్డంగా రెండు వ్రేళ్ళ దూరంలో ఉండేది బిందువు-D.
7. చనుమొన బిందువు-D కి పైన నిటారుగా ఉండాలి. బిందువు-Dకి, ఎడమ చనుమొనకూ మధ్యలో బిందువు-1 ఉంటుంది. ఇదే హృదయచక్రం.

నేను ఈ జ్ఞానాన్ని మీతో ఎందుకు పంచుకుంటున్నాను? మీరు తెలుసుకోగలరని! మీ హృదయం చుట్టూ ఉండే బిందువులు A, B, C, D లలో ఏమి జరుగుతోందో మీరు గమనిస్తే, వాటికి సంబంధించిన ఏదైనా మానసికస్థితిని అనుభూతి చెందినప్పుడు, అవి చైతన్యవంతం అయినట్లు మీరు గుర్తిస్తారు. ఉద్వేగాలను మీరు గుర్తించినప్పుడు - వానిని గురించి సమర్థించుకోవడంగానీ, ప్రతిస్పందించడంగానీ కాకుండా మీలో మీరు సర్దుబాటు చేసుకుని, నిర్మలీకరణ చేసుకునేందుకు మీకు ఒక అవకాశం ఉంటుంది. అంగీకార వైఖరితో మీ భావోద్వేగాలను గమనించడానికి ప్రయత్నించండి. అది లేకుండా, ముద్రలను తొలగించివేయడం కష్టం; ఎందుకంటే, మీరు వాటిని గురించి ఆలోచిస్తూనే ఉంటారు, లేదా మీ గురించి మీరు చెడ్డగా అనుకుంటూ ఉంటారు. తద్వారా ముద్రలు మరింత లోతుగా ఏర్పడతాయి. మొదటి మెట్టుగా, మిమ్మల్ని మీరు అంగీకరించవలసి ఉంటుంది!

నిర్మలీకరణ ద్వారా ఈ ముద్రలను తొలగించినప్పుడు, కోరికలు మిమ్మల్ని ఇక అంతగా బాధించవు. ఫలితంగా మీకు సంతృప్తి కలుగుతుంది. ముద్రల భారం పెరుగుతూనే ఉంటే, మీరు ఆందోళనలో ఉండిపోతారు.

ఈ A, B, C, D బిందువుల వద్ద ఉండే పరిశుద్ధ, లేదా మాలిన్య స్థితికి ఉండే అలల ప్రభావం, మిగిలిన మీ శారీరకవ్యవస్థ అంతటిమీదా ఉంటుంది. పరిశుద్ధంగా ఉన్నప్పుడు, అది హృదయమండలపు బిందువు-2 కు ఆవిరి అవుతుంది. బిందువు-2 కూడా నిర్మలంగా ఉన్నప్పుడు, అది పూర్తిగా శాంతితో నిండి ఉంటుంది. ఇప్పుడు, మీరు ఒక వ్యక్తి నుండి, లేదా జీవితంలో ఒక పరిస్థితి నుండి, నిరంతరము శాంతి ప్రకంపనలను అనుభూతి చెందినప్పుడు, ఏమి జరుగుతుంది? ఆ వ్యక్తిని లేదా పరిస్థితిని ప్రేమించడం చాలా సులభం. అయితే వారుకానీ లేక అవికానీ ఆటంకాలను లేదా సంక్లిష్టతలను సృష్టిస్తూ పోతే, మనకు చికాకు కలుగుతుంది.

'ఛాతికి ఎడమవైపు పైభాగంలో, బిందువు-3 వద్ద దానిని అనుభూతి చెందుతాము. ఇక్కడ కోపము, ప్రేమ శాశ్వతంగా ఉంటాయి. ప్రేమ, కోపము పరిశుద్ధమైనప్పుడు, బిందువు-4 వద్ద ధైర్యము, బలము- మిమ్మల్ని సరైన మార్గంలో ఉంచేందుకు ఆరోగ్యకరమైన భయం- అప్రయత్నంగా అభివృద్ధి

A, B, C, D బిందువులు & బిందువు 1

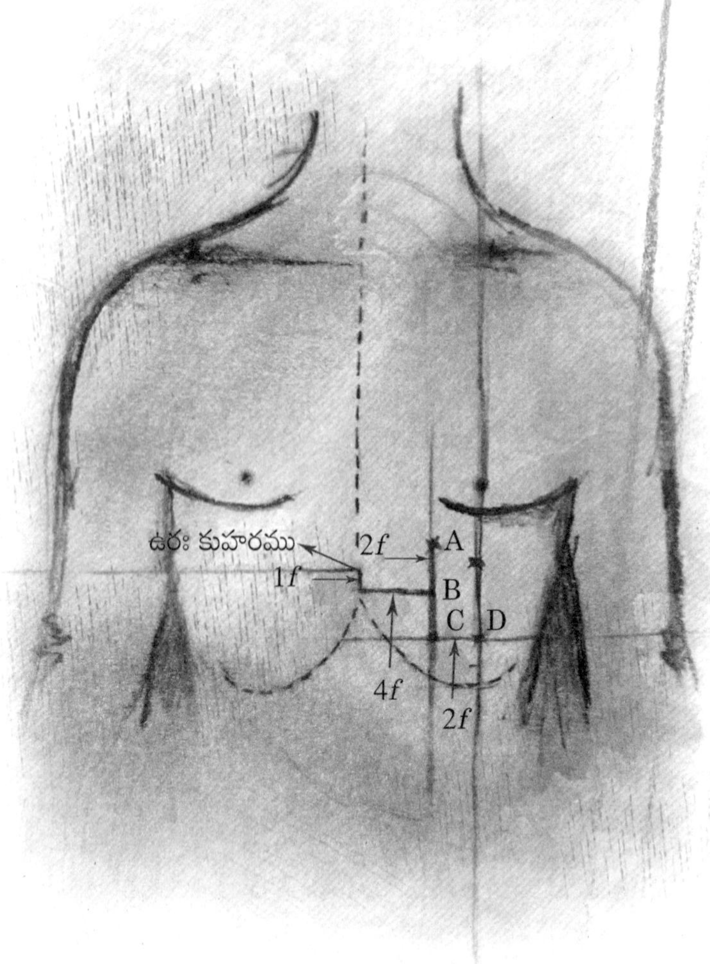

చెందుతాయి. అప్పుడు బిందువు-4 వద్ద కలిగే అనుభవం, గొంతులో ఉండే బిందువు-5 యొక్క లక్షణాలను కలిగిస్తుంది. ఈ చక్రంతో నిర్మలత్వం, స్పష్టత, జ్ఞానమూ కలిసి ఉంటాయి.

ఈ విధంగా ఒక చోట జరిగే పని వేరొకచోట ప్రభావం - (Butterfly Effect) చూపే ఈ విధమైన ప్రక్రియ కొనసాగుతూ, బిందువు-6 నుండి పైన మనోక్షేత్రంలోనికి కూడా ప్రభావం చూపుతుంది. వాస్తవానికి, మనోమండలం

భ్రమలను సహించలేదు; కాబట్టి మనస్సు భారంతో, సంక్లిష్టతలతో కకావికలమైనప్పుడు, మనం మన మానవత్వాన్ని, మానవ లక్షణాలనూ కోల్పోతాము. అందుకే ఏ అంతర్గత యాత్రలోనైనా మనం తీసుకోవలసిన మొదటి చర్య, మన వ్యవస్థలో హృదయం మీద ఏర్పడిన ముద్రలను తొలగించుకోవడమే. లేదంటే వాటి భారాన్ని భరించడం సాధ్యపడదు, మరియు యాత్రలో ముందుకు సాగడం కూడా వీలుపడదు. అది, కాళ్లకు బరువులు కట్టుకుని పర్వతాన్ని ఎక్కే ప్రయత్నం లాంటిది. ఉపాయమేమంటే, ధైర్యంగా, ప్రేమతో, ప్రశాంతంగా, తక్కువ కోరికలతో ఉండగలగడం.

A, B, C, D బిందువుల కొరకు హార్ట్ ఫుల్‌నెస్ సాధనలు

హార్ట్ ఫుల్‌నెస్‌లో మనం A, నుండి D వరకూ ఉండే బిందువులను గమనించడం మాత్రమే కాకుండా, వాటిని మెరుగు పరచి, పరిశుద్ధంచేసే ఈక్రింది సాధనలు కూడా ఉన్నాయి:

C బిందువు వద్ద ఇష్టాలను నిరోధించుట

ప్రతీదీ బిందువు-C వద్ద ప్రారంభ మవుతుంది; మన వ్యవస్థలోనికి సంస్కారాలు వచ్చి చేరే బిందువు లేదా వ్యూహాత్మకస్థానం ఇది. ఇంతకుముందే చర్చించినట్లుగా, చైతన్యరంగంలో తొలి ప్రకంపనను లేదా కుదుపును సృష్టించే ఇష్టాయిష్టాలకు మన ప్రతిస్పందనే ఇది. బిందువు C ని ఇది ప్రభావితంచేసి, అక్కడి నుండి శక్తి ఒక ముద్రలా ఏర్పడుతుంది.

బిందువు-C వద్ద ముద్రలు పేరుకుపోకుండా నిరోధించడానికి, రోజంతాధ్యానంలో ఉన్న స్థితిని కొనసాగించడానికి ప్రయత్నించండి. తద్వారా మనస్సు ఇష్టాయిష్టాల మీదకు ఆకర్షించబడదు. ఇలాచేస్తే, ముద్రల ప్రభావం చైతన్యరంగం మీద ఉండదు. మన మానసిక, ఆధ్యాత్మిక స్వస్థతకోసం మనం చేయగలిగిన ముఖ్యమైన పనులలో ఇది ఒకటి. రోజంతా ధ్యాన స్థితిలో ఉండడం యొక్క ప్రాముఖ్యతను ఇది నొక్కి చెపుతోంది.

కానీ, ఒక్కొక్కసారి, మన వ్యవస్థలో ముద్రలు ఏర్పడతాయి; అలా ఏర్పడినప్పుడు వాటిని తొలగించడానికి మనకు ఈ క్రింది సాధనలు కూడా ఉన్నాయి.

సర్వమానవ సమైక్యత కోసం A-బిందువు పై ధ్యానం

అందరిలోనూ ఐక్యతకు దారితీసే సర్వమానవ సౌభ్రాతృత్వ భావనను పెంపొందించడానికి మనం బిందువు-A పై ధ్యానం చేస్తాము. ఈ ధ్యానాన్ని రాత్రి

పడుకునే సమయంలో చేసే ప్రార్ధనకు ముందు, ఐదు నుండి ఏడు నిముషాలకు మించకుండా చేయాలి.

పురుషులకు: ఈ ప్రపంచంలోని స్త్రీలు, పురుషులు నీ సోదరీసోదరులనే భావనతో, బిందువు–A మీద మీదృష్టిని నిలపండి. బిందువు–A మీద ధ్యానం చేస్తున్నంతసేపూ ఇదే సత్యమని నమ్ముతూ, ఈ భావన మీదనే మీ దృష్టిని నిలిపి ఉంచండి. హృదయపూర్వకంగా దీనిని సాధన చేస్తే, దీని ప్రభావం మీకు వెంటనే తెలుస్తుంది. దీని ప్రభావం శాశ్వతంగా ఉంటుంది.

స్త్రీలకు: మీకు సమస్త దివ్యకానుకలు లభించి ఉన్నాయనీ, ఈ ప్రపంచంలోని పురుషులు, స్త్రీలూ అందరూ తాము సోదర - సోదరీమణులమని అనుకుంటున్నారని, మీ ఆలోచన కూడా వారి ఆలోచనతో ఏకీభవిస్తూఉందని అనుకోండి.

స్త్రీ–పురుషులకు సాధనలో తేడాలు ఎందుకు ఉన్నాయి? దీని మీద మీరు లోతుగా పరిశీలిస్తే, యిన్–యాంగ్'ల మధ్య, అంటే స్త్రీ- పురుషుల ధృవత్వాల మధ్య గల వ్యత్యాసం, లేదా పరిపూరకత్వమే అని మీరు గ్రహించనారంభిస్తారు. ఈ అవగాహన మీకు కలిగినప్పుడు, స్త్రీపురుష లింగ భేదం ఎందుకుందో, మనం ఏవిధంగా పరస్పర పూరకాలో, ఎలా ఒకరినుండి మరొకరం నేర్చుకుంటామో, మీకు విశదమౌతుంది.

ప్రపంచమంతటా ఉన్నవారందరూ ప్రతిరోజు దీనిని సాధనచేస్తే, అప్పుడు, మానవులంతా ఒకే కుటుంబం అనే భావన చాలా త్వరగా వాస్తవమౌతుంది. కోపతాపాలు, అసూయలు, వ్యక్తిగత విభేదాలు, స్వార్థం, దురాశలన్నీ ఆవిరై, ఐక్యత వర్ధిల్లుతుంది. మన ప్రాపంచికమైన ఆందోళనలను తొలగించుకుని, ఐక్యతను సాధించడానికి మనకు ఇటువంటి సరళమైన, సమర్థవంతమైన సాధనం ప్రసాదించబడింది.

బిందువు–B వద్ద ఇంద్రియ వాంఛలను తగ్గించుకొనుట

నిద్ర మేల్కొనగానే, ఉదయం ధ్యానానికి ముందు, మళ్ళీ ఐదు నుండి ఏడు నిముషాలసేపు ఈ విధంగా చేయాలి.

> మీ దృష్టిని బిందువు-B మీద నిలిపి, అన్ని మాలిన్యాలు, భారమూ అంతా బిందువు-B నుండి, శరీరం ముందుభాగం నుండి బయటకు వెళ్ళిపోతున్నాయని ఊహించుకోండి. ఈ ప్రక్రియ కొనసాగుతూ ఉండగా, ఆత్మ యొక్క ప్రకాశం వెనుకనుండి కనిపించడం ప్రారంభం అయ్యిందని ఊహించుకోండి.

రెండవ దివ్య ఉద్వేగం కామం. మానవ జాతి కొనసాగడానికి సంతానోత్పత్తికోసం ఇది అవసరమని మనకు తెలుసు. 'స్త్రీ- పురుషులను వేర్వేరుగా సృష్టించడానికి భగవంతుడు తెలివితక్కువవాడేమీ కాదు. కానీ, ఎలాగైతే బ్రహ్మచర్యం సహజమైనస్థితి కాదో, అలాగే మరోవైపు విపరీతమైన కామం కూడా, మన చేజారిపోయి, లైంగిక వ్యసనంలా, లేదా ఉన్మాదంలా మారిపోవచ్చు కూడా! అందుకని ఈ సృజనాత్మకశక్తిని మనం అదుపులో ఉంచుకుని, సమత్వస్థాయిలో వినియోగించుకోవాలి. దీనికోసం బిందువు-B నిర్మలీకరణచేసుకుంటే, అది కామ వ్యామోహం, లైంగికవాంఛను విషరహితం చేసి, ఈ శక్తిని సమత్వస్థితికి తెచ్చేందుకు పనిచేస్తుంది. దానివలన మనం ఇంద్రియవాంఛలతో ఉక్కిరిబిక్కిరికాము. ఈ ప్రపంచంలోని వారందరూ దీనిని ప్రతిరోజు సాధనచేస్తే, దాని వలన మానవ సమాజంలో ఎంతటి సామరస్యం. నెలకొంటుందో ఊహించండి!

బిందువు-A మీద ధ్యానము, బిందువూ - B మీద నిర్మలీకరణ అనే ఈ హార్ట్ ఫుల్ నెస్ విధానాలను మన జీవితంలో భారమైన వైఖరులను తొలగించడానికి అభివృద్ధి చేసారు. వీటిని ప్రతిరోజూ సాధన చేయడం ద్వారా, మిమ్మల్ని మీరు పరిశుద్ధం చేసుకోవడం మాత్రమే కాకుండా, మానవ సమాజానికి చాలా గొప్ప మేలు చేసిన వారవుతారు.

D-బిందువు వద్ద అపరాధ భావనను తొలగించుకొనుట

మనం మోసుకు వెళ్ళే ముద్రలన్నింటిలోనూ అపరాధ భావన అత్యంత భారమైనది. అది మనల్ని చాలా ఎక్కువగా బాధిస్తుంది. మన ఆలోచనలు, మనోభావాలు, చర్యలు అపరాధ భావనను కలిగించవచ్చు. కానీ మనం చేయని పనులు కూడా అంతకంటే ఎక్కువ అపరాధ భావనను కలిగించవచ్చు. "మరికొంచెం ఎక్కువ శ్రద్ధ పెట్టి చదివి ఉంటే, నేను కాలేజీలో చేరేవాడిని. అప్పుడు నా ఉద్యోగం, ఇలా ఉండేది" అనో, "మా నాన్నగారు ఈరోజు ఉదయం ఆఫీసుకు వెళ్ళేముందు,

నేను ఆయన మనస్సు నొచ్చుకునే మాట అని ఉండకపోతే" అనో, లేదా, "నేను బాగా ఆలోచించి, శ్రద్ధ తీసుకుని ఉంటే, బహుశా మా అమ్మాయి ఇల్లు విడచి వెళ్ళేది కాదేమో!" అంటూ, చేజారిన అవకాశాలు మనల్ని వెంటాడుతూ ఉంటాయి.

చేయవలసిన పనిని చేయకపోవడం గంభీరమైన వ్యవహారం. ఒక డాక్టర్ ఆస్పత్రిలో తిరుగుతూ ఉందనుకుందాం. ఒక స్త్రీ వాంతులు చేసుకుంటూ ఉంది. "నేను పది నిముషాలలో వస్తాను; నేను ఇంకా కొందరు రోగులను చూడవలసి ఉంది. నర్స్! ఆమె సంగతి చూడు" అని, డాక్టర్ అన్నది. కానీ, డాక్టర్ తిరిగి వచ్చేసరికి ఆ స్త్రీ మరణించింది అనుకోండి. తాను ఏదైనా చేసి ఉండవలసింది అని తెలిసిన ఆ డాక్టర్, ఆ రాత్రి నిద్ర పోగలదా?

రాత్రి మనం నిద్రించడానికి వెళ్ళినప్పుడు, ముందుగా మన మనస్సులో కలిగే ఆలోచనలు, తరచుగా మనం చేజార్చుకున్న వాటిని గురించే. ఒక్కొక్కసారి అవి, మనల్ని అర్ధరాత్రి నిద్రలేపి, నేను మా నాయనమ్మగారి జన్మదినాన్ని మరచిపోయాను' అనో, లేక 'మనం ఈ రోజు సాయంత్రం కాసేపు కలిసి గడుపుదాము అని వాగ్దానం చేశాను, కానీ నేను నా పని పూర్తయిన తర్వాత, నా సహోద్యోగులతో మద్యం సేవిస్తూ ఉండిపోయాను!' అనో గుర్తు చేస్తాయి. చేయవలసి ఉండి కూడా మనం చేయని పనులు అపరాధభావనగా మారి, భారమైన ముద్రలను ఏర్పరుస్తాయి. అపరాధభావన మన వ్యవస్థలో అత్యంత లోతైనస్థాయిలో ఉంటుంది. అది తొలగించడానికి అత్యంత భారమైన, కష్టతరమైన ముద్ర అవుతుంది. అపరాధ భావనను తొలగించుకునేందుకు, ప్రతి స్థాయిలోనూ మనకు, అత్యంత ఉన్నతస్థాయికి చెందిన నిబద్ధత, సహకారము అవసరం. మనం అపరాధ భావనను ఎదుర్కొని. మనమేమిటో వ్యక్తపరచుకుని, లోలోపలినుండి దిగంబరంగా తయారవ్వాలి. "ఇదంతా నేనే చేశాను. దీనిని మళ్ళీ చేయను, కానీ దీనిని తొలిగించుకోవడానికి దయచేసి నాకు సహాయం చెయ్యండి." అంటూ మన హృదయాలను తెరచి, ఆ పరమాత్మకు లేదా మన మార్గదర్శికి నివేదించవచ్చు. భవిష్యత్తులో మళ్ళీ ఇటువంటి ఆలోచనగాని, లేదా పనిగానీ మరల చేయను, అని చిత్తశుద్ధితో తీర్మానించుకోవడం ముఖ్యం:

దీనికి సరియైన సమయం రాత్రి నిద్రపోయే ముందే. ఈ సమయంలో మనం అపరాధభావాన్ని తొలగించుకుని, సానుకూల ప్రభావాన్ని ఊహించుకుంటే, దాని ప్రభావం మన నిద్రమీద ఉంటుంది! మనం చేసిన తప్పుడు పనులన్నింటినీ గుర్తు చేసుకోవలసిన అవసరంలేదు. ఎందుకంటే, మనల్ని మనం తెరచి ఉంచినప్పుడు,

వేటినైతే తొలగించాలో వాటిని మార్గదర్శి తొలగిస్తారు. ఇలాంటి సందర్భాలు చాలా ఉంటాయి. కాలక్రమేణా ఆయన సహాయం క్రమక్రమంగా మన భారాన్ని కరిగించి వేస్తుంది.

ప్రాణాహుతి ప్రసారంతో మనం ధ్యానం చేసినప్పుడు, తొలగించబడడానికి అపరాధభావన తప్పక పైకి వస్తుంది. ఇది ఖచ్చితంగా మన మార్గదర్శి చేస్తున్న పనే. బయటకు పోయేందుకు ఈ ఆలోచనలు పైభాగానికి వచ్చేటట్లు చేస్తారు. కాబట్టి వాటిని ఇంకా ఎందుకు దాచాలి? ఆలోచనలతో పోరాడుతూ ఉండడంలో అర్థంలేదు. ఒకసారి మనకు మనస్సులో ఆలోచనలు ఎందుకు, ఎలా తలెత్తుతున్నాయో తెలిసినప్పుడు, సహకరించడము మనకు మరింత సులభం అవుతుంది.

మార్గదర్శి మన వ్యవస్థలో శూన్యత్వాన్ని కలిగించడం వలన ఇలా జరుగుతుంది. ఆయన మనలోని సంక్లిష్టతలను బయటకు లాగివేస్తూ ఉన్నారు. ఆ తర్వాత ఆయన మన హృదయాన్ని నింపుతున్నారు. విశ్వజ్ఞానంతో, దివ్యజ్ఞానంతో మనం సక్రమంగా సమతుల్య జీవితాన్ని గడపవలసిన అవసరం ఉంది.

ఆనందాన్ని గుర్తించుట

"ఒక వ్యక్తి ఆనందంగా ఉన్నాడా లేడా, అనేది మనం ఎలా కనుక్కొంటాము?" అని షోఫెనార్ అనే ఒక జర్మన్ తత్వవేత్త ప్రశ్నించాడు.

అన్ని కోరికలూ తీరిన తర్వాత కలిగి సంపూర్ణమైన తృప్తే నిజమైన ఆనందంగా ఆయన నిర్వచించాడు.

అందుకని, ఒక వ్యక్తి యొక్క ఆనందాన్ని గణితశాస్త్ర పరంగా మనం ఇలా చెప్పవచ్చు:

$$\text{ఆనందం} = \frac{\text{నెరవేరిన కోరికల సంఖ్య}}{\text{మొత్తం కోరికల సంఖ్య}}$$

మనకు పది కోరికలు ఉంటే, వాటిల్లో ఐదు కోరికలు తీరాయనుకోండి. అప్పుడు మనకు ఏభైశాతం ఆనందం మాత్రమే ఉంటుంది. మొత్తం పదికోరికలూ నెరవేరినట్లయితే, మనకు నూరుశాతం ఆనందం ఉంటుంది. మనకు కోరికలు ఎంత ఎక్కువగా ఉంటే వాటిని నేరవేర్చుకోవడం అంత కష్టం అవుతుంది. అందుకని మరికు ఆనందం తక్కువగా ఉంటుంది. ఆనందానికి, కోరికలు సంఖ్యకూ మధ్య విలోమానుపాతం ఉంటుంది. కానీ అసలు మనకు ఏకోరికలూ లేకుంటే ఏమవుతుంది? విభాజకం సున్నా అవుతుంది. దేనినైనా మనం

సున్నాతో భాగిస్తే అది నిరవధికం అవుతుంది కాబట్టి, మనకు కోరికలు ఉన్నా దానికి అవధులు ఉండవు.

ఈవిధంగా ఏకోరికలు లేని స్థితిలో మనం దేన్నీ కూడా ఆశించం. చివరికి మన నుండి మనం కూడా! మనము దీనిని ఆశించనప్పుడు, మనం ఇతరుల జీవితాలతో ఆటలాడము. రాజకీయాలు చేయము. ముఖ్యంగా మనం విధిని ఎలా రూపొందించుకుంటామనేదానిపై దీని ప్రభావం ఉంటుంది. మానవమాత్రులమైన మనం మన అంతర్గత స్థితినీ మానవీయతనూ ఎలా నాశనం చేసుకుంటున్నామో ఒక క్షణం సేపు ఆలోచించండి. ఇదంతా కోరికలతోనే ప్రారంభమౌతుంది. కోరికలు నెరవేరనప్పుడు, ఆశాభంగం కలుగుతుంది. అది కోపానికి దారితీస్తుంది. కోపం మనల్ని సమతుల్యతను కోల్పోయేటట్లు చేస్తుంది. ఒకసారి మనం సమతుల్యతను మన మానసిక సంతులనాన్ని కోల్పోయి నట్లయితే, భయం కలుగుతుంది. కాబట్టి మనం నాశనమై మన మానవీయతను కోల్పోతాము.

జీవితంలో ఏది జరిగినా, పలితాలు మనకు సానుకూలంగా లేదా విరుద్ధంగా ఉండవచ్చు. సాధారణంగా ఫలితాలు మనకు సానుకూలంగా ఉంటే, మనం ఆనందంగా ఉంటాము లేదా మనసు చెదురుతుంది. చేసిన ఏ పని అయినా సత్ఫలితాలనిస్తే అలాగే కొనసాగుతూఉంటే మనం సంతోషంగా ఉంటాము. ఒకదాని తర్వాత మరో నిరాశ కలుగుతూ ఉంటే అతనికి ఏం జరుగుతుంది? సాధారణంగా ఆ వ్యక్తి నమ్మకాన్ని కోల్పోతాడు.

మనం అన్ని పరిస్థితుల్లోనూ ఆనందంగా ఎలా ఉండగలము? అపరిమితమైన ఆనందాన్ని, హద్దులు లేని పరమానందాన్ని పొందాలంటే, మనం మన కోరికలను తగ్గించుకోవలసిన అవసరం ఉంది. ఆవిధంగా మనలో శాంతిని పెంపొందించు కోగలిగినప్పుడు, 'ఏమి 'జరిగినా నాకు సంతోషమే' అని అనుకుంటాము. ప్రతిరోజూ చివర్లో ముద్రలను నిర్మలీకరించుకుంటే, అది కూడా సహాయపడుతుంది. కోరికలపై ఆకర్షణను తగ్గించుకుంటే, ఆనందంగా జీవించగలము.

ఏకోరికలూ లేకుండా జీవితాన్ని గడపడం సాధ్యమేనా? కోరికలు లేకుండా ఏ ఒక్కరు జీవించలేరు. కానీ, మనం మన కోరికలను భావోద్వేగాలతో జత కలిపే విధానాన్ని బట్టి, తేడా ఉంటుంది. ఉదాహరణకు పిల్లల అభివృద్ధికి ఆటబొమ్మలు కావాలి: కానీ అది మరిన్ని ఆటబొమ్మలు కావాలన్న కోరికకు దారితీస్తుంది. పిల్లవాడు ఆటబొమ్మలతో ఆడుకుంటే ఫర్వాలేదు, కానీ పెద్దవాళ్లు కూడా ఇంకా రిమోట్-కార్లు, బార్బీ-బొమ్మలతో ఆడుకుంటూ అది మూర్ఖత్వమే. అదే విధంగా, వయస్సుకు వచ్చినవారు శృంగారాన్ని కోరుకుంటే పర్వాలేదు, కానీ వయస్సు

మీరిన వారు కూడా సరసాలకు పూనుకుంటే, అది వివిధ స్థాయిలలో మానసికంగా – శారీరకంగా, ఉద్వేగపరంగా, ఆధ్యాత్మికపరంగా ప్రతికూల ప్రభావాలను కలుగజేస్తుంది. అందుకే, ఒకే వ్యక్తికి కూడా వివిధ వయస్సులలో, వారి ఉద్వేగాల పరిపక్వతాస్థాయి 'వారి కోరికలను ఎలా వ్యక్తపరుస్తారు' అనే దానిపై ప్రభావాన్ని చూపుతుంది.

సరియైన వ్యక్తిని వివాహం చేసుకోవాలని కోరుకోవడం, కుటుంబాన్ని ఆదుకునేందుకు వ్యాపారంలో విజయాన్ని సాధించాలనుకోవడం, చక్కని వాతావరణంలో పనిచేయాలని అనుకోవడం, ప్రసిద్ధి చెందిన యూనివర్సిటీలో చదవాలనుకోవడం ముమ్మాటికీ మంచిదే! కోరికలు ఆకాంక్షలుగా మారితే, అప్పుడు అవి వికాసపరమైనవి అవుతాయి. కోరికలు మనల్ని ఎక్కువ కోరికల సుడిగుండంలోనికి లాగినప్పుడు, ఆ భారం మన వ్యవస్థలో సృష్టించబడుతుంది. కోరికలు ఆకాంక్షతో కూడుకున్నవి అయినప్పుడు, అవి కేవలం కలిగిఉండడానికీ, నెరవేర్చుకోవడానికీ కాకుండా దానికి భిన్నంగా, ఆవిధంగా 'మారడానికి', ఆవిధంగా 'ఉండడానికి' దారి తీస్తాయి.

కోరికలతో జీవిస్తూ, వాటి ప్రభావం మన మీద పడకుండా జీవించడమనే చిక్కు సమస్యను మనం ఎలా పరిష్కరించుకోవాలి? దీనికి సులువైన సమాధానం లేదు. కానీ మన సాధన వలన మనలో ఒక సంతృప్తి కలిగే స్థితి పొందుతాము. దాని ఫలితంగా, 'ఉంది – 'లేదు' అనే మీమాంసలోకి జారుకోకుండా కేవలము మనలో ఆకాంక్షలకు దారితీసే కోరికలు మాత్రమే కలిగి ఉంటాము. మనము సంతృప్త స్థితికి చేరుకోవడంలోనే దీనికి పరిష్కారం ఉంది. మనం ఏపని చేసినా, దానిలో అహం, గర్వం, దురహంకారమూ లేకుండా పనిలో పూర్తిగా నిమగ్నమైనప్పుడు, మనము ఆనందము, సంతృప్తి పొందుతాము.

విమర్శ మంచిదే!

విమర్శ ఒక సున్నితమైన అంశం. మనలో చాలామంది విమర్శలను ఎదుర్కోవడానికి ఇష్టపడము. మరి విమర్శలు లేకుండా మనం ఎలా మారగలము? ఎలా వృద్ధి చెందుతాము? మనం ఎలా ఉన్నామో మనల్ని మనం చూసుకోవడం అంత సులభం కాదు. కాబట్టి విమర్శ ఒక అద్దం లాంటిది. దానిలో ఇతరులు మన ప్రతిబింబంవలె కనిపిస్తారు. సాధారణంగా, అవతల వ్యక్తి మనల్ని విమర్శించినప్పుడు, అటువంటి లోపం తనలో కూడా వుందని నేర్చుకుంటాడు. అవి లేనప్పుడు అతను వాటిని గమనించలేడు. అందుకే, మన లోపాలు వారికి

ఎంతో చికాకు కలిగిస్తాయి. వారు కూడా మారే ప్రయత్నంలో ఉన్నారు. ఈ విమర్శ అనే ప్రక్రియ ఇద్దరికీ లాభదాయకమే.

మనలో వికాసానికి ఉపయోగపడే నిర్మాణాత్మక విమర్శ మన మార్గదర్శి మాత్రమే చేయగలరు. బాబూజీ ఒకసారి ఇలా అన్నారు:

> మేము మిమ్మల్ని గమనించి, మీ ప్రవర్తనలో వేటిని దిద్దుకోవాలో ఎత్తి చూపినప్పుడు, దాని అర్థం మీతో సరదాగా ఆట ఆడుకుంటున్నామని కాదు, మార్గదర్శి తన శిష్యులను గురించి శ్రద్ధ తీసుకుని, వారికి అత్యంత ఉత్తమమైనది అందించాలని కోరుకుంటాడు. మీ కోసం మేము చేయకపోతే, ఇంకెవరు చేస్తారు? మీ కుటుంబ సభ్యులుగాని, మీ స్నేహితులు గానీ చెపితే, దానిని మీరు అంగీకరిస్తారా? ముందుగా తీర్మానించి చెప్పడం మా విధానం కాదు: అదే తేడా.
>
> మీరందరూ ఎదుగుతూ, మాలిన్యాలనుండి విముక్తులు కావటమే మాధ్యేయం. అదే ఇతరుల విమర్శకి, మా విమర్శకి మధ్య తేడా. మీ భారాన్ని తగ్గించేందుకు, మీరు మమ్మల్ని అనుభూతి చెందే సామర్ధ్యంతో పాటు, మీ అవగాహనలు అన్నింటిలోనూ మిమ్మల్ని పరిశుద్ధం చేసి, మెరుగు పరచడం–ఇదంతా ఆధ్యాత్మిక కార్యంలో భాగమే.
>
> ఈ పరీక్షల ద్వారా. మిమ్మల్ని మరింత దృఢంగా మార్చి, మీ పురోగతికి భారమై మిమ్మల్ని క్రిందకు దిగజార్చే అనవసరమైన వాటి నుండి మరింత దూరం చేయాలనుకుంటున్నాము. మీరు మీ వ్యక్తిత్వాన్ని మలచుకునేందుకు మేము మీకు ఒక ఉపయోగకరమైన, నిర్మాణాత్మకమైన వైఖరిని సూచిస్తాము. ఆధ్యాత్మిక ప్రక్రియకు అన్ని స్థాయిలలోనూ ప్రయత్నం చేయడం అవసరం.
>
> ఎంతటి సమర్ధవంతమైన పద్ధతిని మనం అనుసరించినా తప్పనిసరిగా మన గుణములో మార్పు చెందడము అవసరము. అత్యుత్తమ ఫలితాలు సాధించాలని కోరుకుంటే, సంపూర్ణ నిబద్ధతను కలిగి వుండడం వాంఛనీయమైనది. ఇది ఎవరికి వారు చేసుకోవలసిన ఎంపిక: మీకోసం మేము ఎంపిక చేయలేము.

భర్తల తప్పులను భార్యలు వ్రేలెత్తి చూపినపుడు, భర్తలకు కోపం వస్తుంది. అలాగే భార్యల తప్పులను భర్తలు వేలెత్తి చూపితే, భార్యలకు కోపం వస్తుంది, కానీ మన పనిని మనకోసం వాళ్ళు చేస్తున్నప్పుడు, మనం ఎందుకు కోపం తెచ్చుకోవాలి? మనం ఎక్కడ సరిదిద్దుకోవాలో, ఎక్కడ మెరుగు పరచుకోవాలసిన అవసరం ఉందో, వాళ్ళు మనకు చూపిస్తున్నారు. కోపగించుకోవడానికి బదులు, వారికి కృతజ్ఞతాపూర్వకంగా ఎందుకు ఉండకూడదు? ఒకవేళ ఏదైనా నిజంగా

సమర్ధనీయం కానప్పుడు, అప్పుడు దానిని వదిలేద్దాము. విమర్శల వలన కలిగే నష్టం కంటే, లాభాలే ఎక్కువ. విమర్శను వినయంగా అంగీకరించడం పరిపక్వత కలిగిన, తెలివైన వ్యక్తి చేసే పని.

నువ్వు చేసే ప్రతిపనిలోనూ ప్రావీణ్యాన్ని సంపాదించు

మనం చేసే ప్రతిపనిలోనూ మేటిగా తయారవటమే జీవిత ముఖ్యోద్దేశంగా నేను తరచుగా అనుకునేవాడిని. అది ఒక నాయకుడు. కావచ్చు, ఒక చిత్రకారుడు కావచ్చు, ఒక విద్యార్థి కావచ్చు, లేదా ఒక శుభ్రంచేసేవాడు కావచ్చు – ఏ రంగంలో అయినా మనం నిష్ణాతులం కావచ్చు. ఎంత చిన్న పని చేసినా, దానిలో నైపుణ్యాన్ని పెంపొందించుకునే అవకాశం ఉంది.

'నేను నిష్ణాతుడిని అవ్వాలని కోరుకోను, ఎందుకంటే నా అహం పెరిగిపోతుంది. నేను అహంకారంతో ఉండడం కంటే, వినయంగా ఉండాలని కోరుకుంటాను, అని అనడం మనం అప్పుడప్పుడూ వింటూ ఉంటాము. అహంకారంతో ఉండడం మంచిది కాదు; కానీ సామర్థ్యాన్ని పోగొట్టుకుని కాదు. 'నా పని చూడండి. అది చాలా అద్భుతంగా ఉంది. నేనే చేశాను. మీరు నా అంత గొప్పగా చేయలేరు' అని మీరు అనుకున్నా, లేదా చెప్పినా, పెరిగేది మీ అహం మాత్రమే!

అహాన్ని ప్రదర్శించి ఇతరులను బాధించడం మంచిది కాదు. మనం ఆత్మావలోకనం చేసుకుని, క్రిందటిసారి కంటే నేను మరింత 'మెరుగ్గా చేస్తాను' అని అనుకుంటే, అహాన్ని మనము చక్కగా ఉపయోగించుకోవడం అవుతుంది.

అహం ఎప్పటికి అది నాశనం కాదు, కాకూడదు. ఎందుకంటే మనం దానిని సరిగ్గా వినియోగిస్తే, అది మన వికాసానికి ఒక కీలకమైన సాధనం కాగలదు. నిజమైన అహం కలిగి వుంటే, మనం వేరే వ్యక్తులతో పోల్చుకోము; బదులుగా, మనము గతంలో చేసిన పనితో ప్రస్తుతం చేసిన పనిని పోల్చుకుంటాము. ఆ విధంగా అహాన్ని మన పురోగతికి ఉపయోగించుకోవచ్చును.

ఇదే విధంగా, ఆధ్యాత్మిక సాధనను సవ్యంగా ఉపయోగించుకొని పురోగతిని సాధించవచ్చును. ప్రారంభంలో ప్రాణాహుతి ప్రసారంతో కూడిన ధ్యానం. నిర్మలీకరణ, ప్రార్థన, A, B. బిందువులు మొదలైన పద్ధతులన్నీ ఎలా గ్రహించారు? ఈ సాధనా పద్ధతిలోని విషయాలన్నీ, ఆయన అనుభూతి చెంది, అవి ఇలాగే వుండాలి అని తెలుసుకొన్నారు. మార్గం చూపబడింది: అనుభూతులు కలిగాయి. తరువాత, అనుభూతులని మాటలుగా మార్చారు. వాటిని కాగితం మీద వ్రాశారు. అవే, సాధనా పద్ధతిగా రూపొందాయి. ఐతే, మనం సాధన చేస్తున్నప్పుడు,

ఈ ప్రక్రియ, ముందువెనకలైంది. ప్రస్తుత సాధనలో, మనము ముందుగా మాటలను తెలుసుకొని, ఆ తరువాత సాధనా పద్ధతిని అనుసరించుతున్నాం. చివరిగా ఆమాటలను అనుభూతి పొందుతున్నాము.

మనం అనుభూతితో నిర్మలీకరణ చేసుకునే స్థాయికి వచ్చినప్పుడు, పదాల అవసరం ఎంత మాత్రమూ ఉండదు. మనం, 'మాలిన్యాలు, సంక్లిష్టతలన్నీ బయటకు పోతున్నాయి' అని చెప్పుకోకుండానే నేరుగా నిర్మలీకరణ చేసుకోవడం ప్రారంభిస్తాము. కానీ, ఇది సహజంగానే జరగాలి. ముందుగా మాటలతో చేసిన సాధన ఫలితంగా ఈ స్థితి పొందాలి.

అదే విధంగా ప్రార్థన కూడా. ఎన్నో సార్లు మనం ప్రార్థనను చెప్పుకొని ధ్యానం మొదలుపెడతాము. ఆ తరువాత ప్రార్థనాస్థితికి చేరుకుంటాము. అప్పుడు మనం దానిలో లీనమైపోతాము. ఇక మాటలు ఎంత మాత్రం అక్కరలేదు. మాటలు మనకు అవసరమైన మానసికస్థితిని, ఒక హృదయస్థితిని, ఒక ఆధ్యాత్మికస్థితిని కలిగించడానికి ఉపయోగపడతాయి. మనలో ఆ స్థితి కలిగినప్పుడు, మనం మాటలను అధిగమిస్తాము.

ఒక్కొక్కసారి అదే అనుభవం మనకు ధ్యానం విషయంలో కూడా కలుగుతుంది. మనం కనీసం 'నా హృదయంలో దివ్య ప్రకాశ మూలం... !' అనే ప్రార్థనా వాక్యాలను పూర్తిచేయకుండానే, మనం కళ్ళు మూసుకునే సమయానికి ముందుగానే, ప్రాణాహుతి ప్రారంభమై, మనం దానిలో లీనమైపోతాము. కాబట్టి, హార్ట్ ఫుల్‌నెస్ యొక్క సౌందర్యం అదే. పద్ధతి అక్కడ ఉన్నప్పటికీ, మనం కనీసం మాటలను కూడా పూర్తి చేయకుండానే అది జరగడం ప్రారంభమౌతుంది.

అది అలా ఉన్నప్పుడు, మనము ధ్యానము చేయకుండానే, ధ్యానం జరుగుతుంది. ప్రార్థన స్థితి మనలో ముందుగానే అనుభూతి పొందుతాము. మనం వాటిని జరగనిస్తే, అన్ని స్థితులు వరసగా మనలో వికసిస్తాయి.

'నేను క్రమం తప్పకుండా సూర్యోదయానికి పూర్వమే ధ్యానం చేసుకుంటాను. సాయంత్రం నేను ఇంటికి చేరుకున్న వెంటనే నిర్మలీకరణ చేసుకుంటాను. నేను ఎన్నడూ దానిని మానను. నేను, రాత్రి పడుకునే ముందు ప్రార్థన చేస్తాను. అయినా తేడాను నేను అనుభూతి చెందలేక పోతున్నాను', అని చాలా మంది అంటూ ఉంటారు. అయితే ఎక్కడో ఏదో లోపం ఉందని గ్రహించండి. ఎలాంటి మినహాయింపూ లేకుండా, ప్రతీదీ తాము చేశామని అంటారు: అయినా అనుభూతి చెందడంలేదంటే, వారు చేయవలసినదంతా చేయలేదని అర్థం.

ఈ సూచనలు, ఈ విధానాలు, వైఖరులూ అన్నీ సరిగ్గా చేయాలి. ఒకసారి మనకు పద్ధతి గురించి సరిగ్గా తెలిసినపుడు, తర్వాత మనం చేయవలసినది, వాటికి తగిన సమయాలను నిర్ధారించుకోవటమే. కేవలం పదినిముషాలసేపు మాత్రమే ధ్యానం చేసినా, ప్రతిరోజు మనం అదే సమయంలో కూర్చునేలా మనకు మనం శిక్షణ ఇచ్చుకోగలము. ఆ తర్వాత సమయాన్ని పెంచుకోవచ్చు. దివ్య కృపను ఆహ్వానించేది మనలో ఏర్పడే శూన్యత్వమే. సాధకుని హృదయంలో ఏర్పడే ఆ శూన్యత్వం ఏమిటి? ప్రగాఢమైన తపన, ఏకాగ్రతా భావం వలన శూన్యత్వం ఏర్పడుతుంది. మనలో ఆ తపన ఉందా? హార్ట్ ఫుల్ నెస్ ను పూర్తిగా అభిరుచితో, ఉత్సాహంతో, అమితమైన ప్రేమతో నింపాలి.

సమయాన్ని సద్వినియోగం చేసుకోవాలి!

బాబూజీ తన చేతి మీద గోరుతో నీటి కాలువ గీసి చెప్పిన వివరాలను, మన ఉద్దేశాలను సరళంగా మార్చుకోవడానికి ఎలా జత చేసుకోగలమో తెలుసుకుందాము. మనము ఏ విధంగా అనవసరమైన, దారి మళ్లించే ఆలోచనలను తొలిగించుకుని, మన జీవిత లక్ష్యం వైపు దృష్టి కేంద్రీకరించగలము? దీనిని గురించి మరో కథ చెప్పుకుందాము.

మహాభారత సంగ్రామానికి పూర్వం, గురువు ద్రోణాచార్యులు తన శిష్యులు ఎంత శ్రద్ధగా, అప్రమత్తంగా ఉన్నారో తెలుసుకోవాలనుకున్నాడు. ఒక చెట్టు కొమ్మ మీద పక్షి బొమ్మను ఉంచి, శిస్యులందరిని దాని ఎడమ కన్నులోనికి బాణాన్ని గురి పెట్టమన్నాడు. వారందరిలో కేవలం అర్జునుడు ఒక్కడే సరిగ్గా ఆ పక్షి ఎడమకన్ను మధ్యలో బాణాన్ని సంధించగలిగాడు. 'మీకు ఏమి కనిపిస్తోంది?' అని ద్రోణాచార్యుడు ప్రతి ఒక్కరినీ అడిగాడు. వారికి చెట్టు, చెట్టు కొమ్మ, లేదా ఆకులూ కనిపించాయని చెప్పారు. కేవలం అర్జునుడు ఒక్కడే కేవలం పక్షితల, దానిలోని ఎడమకన్నూ మాత్రమే కనిపించాయని చెప్పాడు. అతని మానసిక ఏకాగ్రతే ఆ కాలంలో అతడు అత్యుత్తమ విలువిద్యా నిపుణుడు అయ్యేందుకు సహాయపడింది.

ప్రతివాళ్ళు, 'యవ్వనంలో కేవలం కుటుంబము, ఉద్యోగ వ్యాపారాల మీద మాత్రమే కేంద్రీకరించాలి; ధ్యానం చేసేందుకు జీవితంలో ఇంకా కొన్నాళ్ళు ఆగాలి' అని అనుకుంటారు. వయస్సులో ఉన్నప్పుడు, తమ దృష్టిని పూర్తిగా సంపాదన మీద, కుటుంబం వంటి వాటి మీదా కేంద్రీకరించాలని అనుకుంటారు. కొందరు తల్లితండ్రులు కూడా తమ పిల్లలు చదువుకుంటున్నప్పుడు, లేదా

సంపాదన ప్రారంభిస్తున్నప్పుడూ ధ్యానం చేయడాన్ని వ్యతిరేకిస్తారు. ఎందుకంటే, అది వారిని ప్రాపంచిక కార్యకలాపాలకు దూరం చేస్తుందని వారు అనుకుంటారు. కానీ సంపాదన, కుటుంబంతో పాటు ప్రాపంచిక జీవనంలోని ఇతర అంశాలన్నీ బాగుండడానికి, ధ్యానం సహాయపడుతుందని నేను హామీ ఇస్తున్నాను.

నాకు మొదట ధ్యానాన్ని నేర్పిన ప్రశిక్షకురాలికి చాలా చిన్నతనంలోనే వివాహం అయ్యింది. ఆమె అత్తవారు చాలా సనాతన ధర్మపరాయణులు. ఆమె వివాహానికి ముందే బాబూజీ ఆమెకు ధ్యానం నేర్పారు. కానీ వివాహం జరిగిన తర్వాత, ఆమె అత్తవారు 'నువ్వు ఇంట్లో ధ్యానం చేయడానికి కుదరదు' అని తెగేసి చెప్పేశారు. ఆమె భర్తకు కూడా తన భార్య ధ్యానం చేయడం ఇష్టంలేదు. అందుకని ఆమె ధ్యానం ఎలా చేసుకోగలదు? 'నువ్వేం చేస్తున్నావు?' అని అందరూ ఆమెను అడుగుతూ ఉండేవారు. అందుకని వారితో వాదనకు దిగడానికి బదులు, ఆమె పెందలకడే మేల్కొని, నిద్రపోతున్నట్లు నటిస్తూ దుప్పట్లోనే తన హార్ట్ ఫుల్‌నెస్ ధ్యానాన్ని చేసుకునేది. సాయంత్రం వేళల్లో ఆమె నిర్మలీకరణ చేసుకునేందుకు మరుగుదొడ్డిలోనికి వెళ్ళేది. తన కుటుంబంలో ఎలాంటి ఆందోళనా లేకుండా ఆమె చాల చక్కగా ధ్యానం చేసుకునేది.

ఆధ్యాత్మికయాత్ర విషయానికి వస్తే, ముఖ్యంగా మనకు శక్తి సామర్థ్యాలు, జవసత్వాలూ ఉండే చిన్నతనంలోనే ప్రారంభించడం. మంచిది. మనకు యుక్తవయస్సులో పుస్తకాలు చదివేందుకు, జ్ఞానాన్ని సంపాదించుకునేందుకు, ధ్యానంచేసేందుకు, ప్రాణాహుతిని, దివ్య కృపను, పైనుండి దివ్య ఆశీస్సులనూ పొందడానికి సమయం ఉంటుంది. వయస్సుతో, వంటినొప్పులు అవరోధంగా మారే సమయం వస్తుంది. పడుకున్నప్పటికీ కూడా మనకు ప్రశాంతత ఉండదు. అందుకని నొప్పులు, బాధలతో సతమతమౌతున్నప్పుడు, మనం ధ్యానంలో ఎలా కూర్చోగలము? దీనిని బట్టి మనం సాధించవలసిన దానిని జీవితంలో ఇంకెప్పుడో సాధిద్దాము అంటూ వాయిదా వేయకుండా, ఇప్పుడే సాధించాలని తెలుసుకోండి.

'నీకు వీలైనంత డబ్బు సంపాదించు; కానీ దానిని తెలివిగా ఖర్చుపెట్టు' అని, నా మార్గదర్శి చారీజీ నాకు చెప్పారు. వాస్తవానికి మనం తెలివిగా డబ్బు ఖర్చు పెట్టినపుడు, మనకు అంత డబ్బు అవసరం ఉండదు. వ్యాపారంలో, మనం వ్యాపార అభివృద్ధికి అనుసరించే పద్ధతులు నిజాయితీతో కూడుకున్నవి, స్వచ్ఛమైనవి అయినప్పుడు, మన వ్యాపారాన్ని విస్తరిస్తే మాత్రం ఏమి? అప్పుడు ఎలాంటి విచారం గాని, ఎలాంటి అపరాధభావనకానీ ఉండదు. పైగా మనం మన లాభాలను ఇతరులకు కూడా పంచవచ్చు. దాంతో మన హృదయం తెరచుకుంటుంది. మనకోసం, మనం ప్రేమించే

వారి కోసమూ మాత్రమే మనం డబ్బు సంపాదించడం కాదు. ఇచ్చే సామర్థ్యం మనకు ఉన్నప్పుడు, మనం పెంచుకోగలము. దానిని మరింతగా పెంచుకోగలం.

భౌతిక జీవితం కోసం మనం డబ్బు సంపాదించేందుకు చేసే ప్రయత్నాలనే ఆధ్యాత్మిక ప్రయత్నాలకు కూడా ఉపయోగించినప్పుడు, పక్షికి ఉండే రెండు రెక్కల్లాగే, జీవితంలోని భౌతిక, ఆధ్యాత్మిక రంగాలు కూడా కలిసి సమానంగా ఎగురుతాయి. అవి రెండూ ఒక్కటిగా కలిసి ముందుకు సాగుతాయి. మనం చేయవలసినది కేవలం ఆధ్యాత్మికత్వాన్ని భౌతిక జీవితంలోనికి విస్తరించడమే. అప్పుడు భౌతికజీవితం ఎంత గొప్పగా అభివృద్ధి చెందుతుందో మనం చూడవచ్చు.

వినమ్రత, నిరాడంబరత పెంపొందించుకోవాలి

స్వచ్ఛత ఆధారంగా విధిని రూపొందించుకొని విధానాలను పరిశోధించాము. కానీ విధిని నాశనంచేసే మాలిన్యాలను గురించి మనం వివరంగా చెప్పుకోలేదు. దానిని గురించి ఆలోచించండి: మన స్వచ్ఛతను ఎటువంటి మానసిక స్థితులు పాడు చేస్తాయి? కోపం, ద్వేషం, అనుమానం, దురాకర్షణ, భయం, అపరాధభావన, బద్ధకం, అహం, అసూయ, అజ్ఞానం, మంచిచెడ్డల నిర్ణయం, దురభిమానం వంటి మానసిక స్థితులు.

మనమీద విపరీతమైన ప్రభావము చూపకముందే శత్రువులను గుర్తించడం మన మొట్టమొదటి కర్తవ్యం. మిత్రులను ఎలా గుర్తిస్తాము? ఎటువంటి మంచి పనులు మనలోని స్వచ్ఛతను బలంగాను, దృఢంగాను చేస్తాయి? వాటిలో మొదటిది ప్రేమ: ఆ తర్వాత ఓర్పు, సహనము, అంగీకారం, నమ్మకము, క్రమశిక్షణ... ఇలాగ మన స్నేహితుల జాబితా చాలా పెద్దది.

భగవద్గీతలో శ్రీకృష్ణభగవానుడు, మనం జీవితంలోని కష్టాలను ఎదుర్కొనేందుకు ఉండవలసిన కొన్ని ఉత్తమ లక్షణాలను, ఒక పోలిక ద్వారా వివరించారు. మన జీవితం ఒక సురక్షితమైన రాజభవనంలో జీవించటం లాంటిది. దాని చుట్టూ అనేక ద్వారాలు కలిగిన గోడ ఉందని ఊహించండి. ప్రతి ద్వారాన్ని ఒక మంచి గుణము రక్షిస్తూ వుంటుంది. ఆ భవనం వెనకభాగంలో, దాడికి అనువైన ఒక చిన్న ద్వారము వుంది. అతి చిన్నదైన ఆ ద్వారం పైన ఎవ్వరి దృష్టి వుండదు. దానిని వినమ్రత అనే మంచి గుణము రక్షిస్తోంది. ఈ గుణము లేని వారి జీవితాలలోకి శత్రువులు ఈ ద్వారం నుండే దాడి చేస్తారు. కాబట్టి వినమ్రతతో ఈ ద్వారం ఎల్లపుడు రక్షించబడాలి; లేకపోతే మిగతా ద్వారాలన్నీ దాడికి అనుకూలంగా వుంటాయి, అని శ్రీకృష్ణ పరమాత్మ అన్నారు.

నిజానికి మనకు వినమత, నిరాడంబరత అనే లక్షణాలు ఉంటే, మనకు అన్నీ ఉన్నాయని అనుకోవచ్చు. ఈ గుణాలను కలిగి వుంటే మాటలలో చెప్పలేని గౌరవం, ఘనత పొందుతాము. మనం మాట్లాడుతున్నా. లేదా నడుస్తున్నా, చివరికి మనం ఏమీ చేయకపోయినా, నమ్రత మన చుట్టూ విస్తరిస్తుంది. సంభాషణలో అపారమైన మర్యాద, నాగరికతా ఉంటుంది. మనం సరియైన సంవాదం కోసం పాటుపడుతూ. మరింత ముందుకు సాగి, సంవాదం నుండి సత్సంగం లేదా హృదయపూర్వక సంవాదం (కమ్యూనియన్) స్థితికి చేరుకుంటాము. మనము గొప్పదనపు గోడను పగులగొట్టి, మన ప్రవర్తనాపరమైన సంక్లిష్టతలను, ఆహాన్ని విడనాడి, మనల్ని మనం అత్యంత వినయశీలిగా, అల్పునిగా సమర్పించుకున్నప్పుడే జీవితం నిజంగా ఆనందకరంగా ఉంటుంది. అందుకోసం మనం శరణాగతితో కూడిన వైఖరిని పెంపొందించుకోవాలి.

అయితే ఇప్పుడు సమర్పణాభావాన్ని మనస్ఫూర్తిగా ఎవరు కోరుకుంటారు? ఇక్కడే అహం సమస్యలను సృష్టిస్తుంది. కానీ మనం అహాన్ని బుజ్జగించి, దాని లక్షణాలను ఉపయోగించుకోవాలి: 'నేను ఈ శరణాగతి పొందడంలో నిష్ణాతుడిని అవుతాను', అనుకోవచ్చును. ఇటువంటి సందర్భంలో మనకు అహం సహాయపడుతుంది. అప్పుడు మనం నెమ్మది నెమ్మదిగా అహానికి వీడ్కోలు చెపుతాము. వాస్తవానికి ఎదుటి మనిషి మనకంటే గొప్పవ్యక్తిగా అంగీకరించగలిగినప్పుడు, మనల్ని మనం గొప్పవాళ్ళం అనుకోవడంలో తప్పేమీలేదు.

సహజంగా, నిజాయితీగా ఉండాలి.

ఒక్క క్షణం గులాబీ యొక్క పరిమళాన్ని ఊహించుకోండి. తన సువాసనను చుట్టూ వ్యాపింపజేయడాన్ని గురించి అది మాట్లాడవలసిన అవసరం ఉందా? అదే విధంగా స్వచ్ఛత, ప్రేమల గురించి మనము చెప్పుకోవలసిన అవసరంలేదు. వీటిని గురించి చెప్పుకోవడం వాటి స్థాయిని దిగజారుస్తుంది. లక్షణాలు సహజంగానే చుట్టూ విస్తరిస్తాయి.

అయినప్పటికీ తరచూ మన బుద్ధి మధ్యలో జోక్యం చేసుకుంటుంది. మనలో మనం చర్చించుకుంటాము: నేను ఇది చేయాలా? అది చేయాలా? నా అంతర్గత స్వభావం స్వచ్ఛతనూ, ప్రేమనూ ఎల్లప్పుడూ వ్యక్తపరచడమే అయినప్పుడు, 'సరే, ఈ సమయంలో నేను ఒక పనిని మాత్రమే చేయాలి?' అంటూ నన్ను నేను పరిమితం చేసుకునే ప్రశ్న ఎక్కడుంది? అది సహజమైనది కాదు. అవి, వాటి ముందు నుండి మీరు వెళుతూ ఉన్నప్పుడు, మీ ఉనికిని గుర్తించి, ఒక్కసారిగా

మీపై పరిమళాన్ని వెదజల్లే కృత్రిమమైన పంపుల వంటివి. వాటిని గులాబీ పువ్వుతో పోల్చి చూడండి.

ఇక్కడ మరో ఉదాహరణ చెప్పుకుందాము: ఒకవేళ మీరు నది ఒడ్డున విశ్రమిస్తూ ఉన్నారనుకోండి. హటాత్తుగా 'ఎన్ని అలలు వెళుతున్నాయో లెక్కపెడదాం', అని ఒక సరదా ఆలోచన పుట్టింది; విశ్రాంతి తీసుకుంటూ, చుట్టూ ఉన్న పరిసరాల సౌందర్యాన్ని ఆనందించడానికి బదులుగా, మనం ఇలాంటి పనులతో కాలాన్ని వృథాచేస్తే, చివరికి మనకు తలనొప్పి వస్తుంది. అదే విధంగా, మనం ధ్యానం చేసినప్పుడు, పూర్తిగా సహజంగా ఉండడానికి కూడా మనం ప్రయత్నించగలము. ఆలోచనారహితంగా మారడానికి ఏదైనా శక్తిని ఉపయోగించడం గానీ, లేదా గతంలో మనకు కలిగిన అత్యంత ఉత్తమమైన ధ్యాన అనుభవాన్ని గుర్తు చేసుకునేందుకు ప్రయత్నించడంగానీ, లేదా 'నాకు అతి తేలికైన స్థితి కలగాలి!' అని గానీ అనుకోవలసిన అవసరం లేదు. అలా చేయడం వలన మనం కాలాన్ని వృథా చేస్తాము. సహజంగా ఉండడం మంచిది; తద్వారా మనం స్వచ్ఛతలో మునిగిపోగలము. అలాకాకుంటే, మనం కోరుకున్న స్థితి కేవలం మన కోరిక తీర్చడం కోసం మాత్రమే ఇవ్వబడుతుంది. అది సహజమైనది కానేరదు. ధ్యానంలో 'ఇలా జరగాలి' అని, దేనినీ ముందుగా అనుకోవలసిన అవసరం కాని, లేదా 'లోలోతుగా ధ్యానంలోనికి వెళతాము' అనే ఆలోచనతో ధ్యానం చేయడం కాని, లేదా ఒకానొక స్థితి అనుభూతి చెందాలనుకోవలసిన అవసరం కానీ లేదు. పూర్తిగా నిష్కపటంగా ఉండండి. 'ఇలాంటి అనుభూతి కలగాలని నేను అనుకుంటున్నాను' అని అనుకున్న క్షణంలో మనం దారి తప్పినట్లే; ఎందుకంటే మనం కొన్ని షరతులను విధిస్తున్నాము.

ప్రాపంచికమైన మానవ సంబంధాలలో కూడా, మనం ఏవైనా షరతులు విధించిన క్షణంలో సంబంధం దెబ్బతింటుంది. ఉదాహరణకు, ప్రతివారం నన్ను సినిమాలకు తీసుకువెళితేనే నిన్ను నేను వివాహం చేసుకుంటాను అని మీ ప్రేమికుడితో అన్నారనుకోండి. అది ఎటువంటి అనుబంధం? షరతులు ఎందుకు పెడుతున్నారు? అలాగే భగవంతునితో కూడా. ఆ అనుబంధాన్ని ఎందుకు చులకన చేస్తారు? ఏది ఏమైనా భగవంతునితో ఎలాంటి షరతూ ఉండకూడదు. మనం కేవలం మనలాగే ఉండాలి.

ఎల్లపుడూ పూర్తిగా నిజాయితీగా ఉండడం చాలా కష్టం – చివరికి ప్రియమైన వారితో కూడా! ఎందుకంటే మన నిజస్వరూపాన్ని వారికి చూపిస్తే, వారు మనల్ని ప్రేమించరేమో అని భయం. మనం కృత్రిమంగా ఉంటే, కుటుంబ

సభ్యులతోను, స్నేహితులతోనూ మనకు సత్సంబంధాలు ఎన్నటికీ ఉండవు. ఎందుకంటే, మనం ఎల్లప్పుడూ వాళ్ళను ఆనందంగా ఉంచడానికి, లేదా వారిని ఆకట్టుకోడానికి ప్రయత్నిస్తూనే ఉంటాము కాబట్టి. ఎవ్వరినీ ఆకట్టుకోవలసిన అవసరంలేదు. అలా చేయడం ద్వారా మీరు ఎవరిని మోసగిస్తున్నారు? చాలా వరకూ మిమ్మల్ని మీరే మోసగించుకుంటున్నారు. అసహజంగా ఉండడానికి చాలా ఎక్కువగా ప్రయత్నించవలసి ఉంటుంది. అబద్ధం చెప్పడానికి ప్రయత్నం అవసరం, ఎందుకంటే మనం ఆ అబద్ధాన్ని గుర్తుంచుకోవాల్సి ఉంటుంది. అబద్ధం చెప్పడానికి మనం సృజనాత్మకంగా ఉండాలి. అదే నిజం చెప్పాలంటే మనం కేవలం సాధారణంగా ఉంటే చాలు. సత్యం స్వచ్ఛమైనది; అది హృదయంలో నుండి నేరుగా వస్తుంది. నిజాయితీపరులు, తమ నిరాడంబరతలో, స్వచ్ఛతలో సంతృప్తిగా ఉంటారు. వారు వేరే ఎవరినీ ఆకట్టుకోడానికి ప్రయత్నించరు. ఎందుకంటే, వాళ్ళు ఏమిటో వారికి తెలుసు. వారు వారే.

ప్రేమతో మాట్లాడాలి!

మేల్కొని ఉన్న సమయాల్లో, మనం ఎక్కువసేపు మాట్లాడుతూనే గడుపుతూ ఉంటాము. మనం ఎలా మాట్లాడుతూ ఉన్నాము అనే దానిమీద కొంచెం శ్రద్ధపెడితే, ముద్రలు ఏర్పడడాన్ని బాగా తగ్గించుకోగలము. నేను లాలాజీ జీవితాన్ని, ఆయన బోధనలనూ చదువుతూ ఉన్నప్పుడు – ఇతరులను ఎలా సంబోధించాలి? వారితో ఎలా మాట్లాడాలి? అనే ముఖ్యమైన విషయాలు నాకు తెలిశాయి. నేను కనుగొన్న అత్యంత విలువైన విషయాల్లో అది ఒకటి. అది నా జీవితాన్ని మార్చివేసింది.

లాలాజీ ఏమని చెప్పారు? మీ సంభాషణ హెచ్చుతగ్గులు లేకుండా ఒకే స్థాయిలోను, సత్యతత్వపు ప్రవాహంతో మమేకమై సాగనివ్వండి. ఈ విధంగా మీరు శ్రోతల హృదయాలను స్పృశించగలరు. ఎలా? మీ మాటల్లో కరుకుదనాన్ని తొలగించండి. దాని వలన మీ మాట ఎలాంటి బరువూ లేకుండా, నిశ్చలమైన గాలి ప్రవాహంలా ఉంటుంది. మృదువుగా, మర్యాదగా, సభ్యతగా, సున్నితంగా, సమతుల్యంగా మాట్లాడండి. మర్యాదగా, సవ్యంగా మాట్లాడే వ్యక్తికి విశాలమైన, నిర్మలమైన, ఉదాత్తమైన హృదయం ఉంటుంది. మాటల్లో హటాత్తుగా కోపంగాని, భావోద్వేగాలు గానీ లేకుండా చూసుకోండి. హృదయం చాలా సున్నితమైనది. ఏమాత్రం స్వల్పమైన అలజడి కలిగినా, అది తట్టుకోలేదు.

అటువంటి కోమలత్వాన్ని పెంపొందించుకోడానికి, ఎవరి హృదయాన్నీ గాయపరచడానికి ఎంతమాత్రమూ మొగ్గుచూపని విధమైన ప్రేమతో, మీ హృదయం నిండిఉండాలి. అప్పుడు మీ మాటలు ఎవరి హృదయాన్నీ నొప్పించవు.

మన దైనందిన కార్యకలాపాలలో మనం చేసే తప్పులు ముఖ్యంగా మన సంభాషణల నుండే పుట్టుకొస్తాయి. ఏవిధంగా అంటే, మాట్లాడకుండా ఉండవలసిన విషయాల మూలకంగా మనం మాట్లాడే విధానము ఉంటుంది కాబట్టి. ఒక్కొకసారి మనం మౌనంగా ఉండే విధానము కూడా చాలా ఎక్కువగా తెలియజేస్తుంది. మనల్ని మనం నిరంతరంగా గమనించుకుంటూ, ఆ దివ్యమూలంతో మనల్ని మనం అనుసంధానం చేసుకోవడం ద్వారా ఈ లోపాలను అధిగమించగలము.

దీనిని గురించి ఒక వినోదాత్మకమైన కథ ఒకటి ఉంది. ఒకరోజు ఇద్దరు గ్రామస్తుల మధ్య ఉన్న ఒక తగాదాను తీర్చమని ముల్లా నసీరుద్దీనును అడిగారు. న్యాయవాది వాదన విన్న తర్వాత 'అవును, మీరు చెప్పింది సరియైనది', అని ముల్లా అన్నాడు. దానితో ఆ న్యాయవాది చాలా ఆనందించి, ఈ కేసు గెలిచినట్లేనని అనుకున్నాడు: 'చూశారా! నేను మీకు అలాగే చెప్పాను కదా!' అన్నాడు.

ప్రతివాది వాదన విన్న తర్వాత కూడా నసీరుద్దీన్, 'అవును, మీరు చెప్పింది సరియైనదే' అని అన్నాడు. అక్కడి అధికారి కలవరపడ్డాడు: 'ప్రభూ! ఇద్దరు చెప్పింది సరియైనదే ఎలా కాగలదు?' అని అడిగాడు. 'అవును, మీరు చెప్పిందీ సరియైనదే' అని నసీరుద్దీన్ ఆశ్చర్యం వ్యక్తపరిచాడు.

చివరికి ప్రాపంచిక సంబంధాలలో కూడా, అభిప్రాయ భేదాలే మనల్ని బలోపేతం చేస్తాయి. మీరు ఒక దృక్పథంలో చూస్తే, మీ స్నేహితుడు మరో దృక్పథంతో చూస్తాడు. ఈ కొత్త దృక్పథానికి విలువను మీ తల్లి ఇంకాస్త పెంచుతుంది. మీ డ్రైవర్ మరింకేదో అనవచ్చు. ఈ విభిన్న దృక్పథాల ద్వారా మనం విషయాలను మరింత చక్కగా అర్థం చేసుకుంటాము. ఇక్కడ కీలకమైన విషయం ఏమిటంటే, ఈ దృక్పథాలను మనము భిన్న అభిప్రాయాలుగా అనుకోకూడదు; లేదా ఇటువంటి భిన్న అభిప్రాయాలను వ్యక్తం చేసినవారు పోటీదారులు అని కూడా అనుకోకూడదు. విభిన్న అభిప్రాయాలు మన దృక్పథాన్ని, మన చైతన్యాన్ని విశాలపరచి, విస్తరిస్తాయి. అందుకని వాటిని స్వీకరించటం వలన మనకు చాలా ప్రయోజనం కలుగుతుంది.. పనిచేసే చోట, కుటుంబంలోనూ, ప్రతిచోటా భిన్నాభిప్రాయాలు ఎప్పుడూ ఉంటాయి. జీవితానికి గొప్పదనాన్ని ఇచ్చేది కూడా అది... భావోద్వేగ పరిపక్వతతో మనం వైవిధ్యాలను స్వీకరించి, అందరి అభిప్రాయాలనూ సమగ్రం చేయడాన్ని నేర్చుకుంటాము.

నేను నా మార్గదర్శుల నుండి సంభాషణకు సంబంధించిన మరో అంశాన్ని నేర్చుకున్నాను: 'మనం మాట్లాడే తీరు చాలా నిగూఢంగానూ, పరోక్షంగా

ఉండాలి'. ఇది చాలా ప్రయోజనకరంగా ఉంటుందని తెలుసుకున్నాను. ఉదాహరణకు, ఇతర వ్యక్తిలోని ఒక అలవాటును మీరు విమర్శించాలని గాని, సరి చేయాలని గాని అనుకున్నప్పుడు, ఆ విషయం వారితో సూటిగా కాకుండా, అత్యంత సాధారణ విషయంలా పదిమంది మధ్యలో దానిని గురించి మాట్లాడితే బాగుంటుంది. ఒక్కొక్కసారి అలవాటును గురించి మాట్లాడుతున్నప్పుడు, వారి వైపు కాకుండా వేరొక వ్యక్తి వైపు చూస్తూ మాట్లాడటం మంచిది. ఈ విధంగా ఆ వ్యక్తి నొచ్చుకోకుండా, లేదా కోపం తెచ్చుకోకుండా, మీ సలహాను పాటించగలదు.

ప్రేమతో భుజించండి!

మనం మెలుకువగా ఉన్న సమయాల్లో చేసే రెండవ పని తినడం. సంభాషణ ద్వారా మనం అభిప్రాయాలను, మనోభావాలనూ అలవరచుకుని, పరస్పరం పంచుకుంటాము. అలాగే ఆహారం ద్వారా మనం శక్తిని, పోషకాలను పొందుతాము.

ఆహారాన్ని భుజించే సమయంలో మన మానసికస్థితి ఎలా ఉంది అనేది చాలా ముఖ్యం. 1890 లో డాక్టర్ పావ్లోవ్ ఈ ప్రవర్తనకు సంబంధించిన ప్రయోగాలలో కుక్కలకు ఎలా శిక్షణ ఇచ్చాడో ఇంతకు ముందు నేను చెప్పాను. డాక్టర్ పావ్లోవ్ పిల్లల మీద కూడా ఒక ప్రయోగాన్ని నిర్వహించాడు. ఆయన పిల్లలకు ఆహారం పెట్టి, అవి తింటున్నప్పుడు స్రవించే జీర్ణరసాలను కొలిచాడు. ఒకసారి పిల్లలు తినడం ప్రారంభించిన వెంటనే, అతడు ఒక కుక్కను తీసుకువచ్చాడు. దానిని చూసి పిల్లలు భయపడ్డాయి. వాటిలో జీర్ణరసం స్రవించడం దాదాపు ఆగి పోయింది. కాబట్టి భయంతో ఏ కొద్ది ఆహారం తిన్నా అది సక్రమంగా జీర్ణం కాదు. అదే విధంగా మనము కూడా, మానసిక ఒత్తిడితో లేదా భయంకరమైన పరిస్థితిలో భోజనం చేస్తే ఆ ప్రతికూల ప్రకంపనలు ఆహారం మీద ప్రభావితం చూపిస్తాయి; అది మన శరీరానికి హాని కలిగిస్తుంది. ఆ విధమైన ఆహారం జీర్ణమై కణాలన్నింటికీ సరఫరా అయినప్పుడు, అది మన శరీరంపై దుష్ప్రభావాన్ని కలిగిస్తుంది.

భోజనము చేసే సమయంలో గొడవ జరిగితే ఏమవుతుంది? మనం తిన్న ఆహారం సరిగ్గా జీర్ణమవుతుందా? మనం భోజనానికి కూర్చున్నపుడు, తరచుగా మనం కుటుంబ సమస్యలను గురించి మాట్లాడుకుంటూ ఉంటాము. కుటుంబ సమస్యలను చర్చించుకోవడంలో తప్పేమీ లేదు. కానీ, కాసేపు ఆగుదాము. మనం భోజనం చేసి సమయాన్ని ధ్యానంలా చేద్దాము. మన కంచాలలో

వడ్డించిన ఆహారానికి గాను, మనం ఆ భగవంతుని పట్ల చాలా కృతజ్ఞతతో ఉండే సమయంలా మార్చుకుందాము. అటువంటి మానసికస్థితిలో మనం ఆహారాన్ని భుజిస్తే, ఆ ఆహారం ఎంతటి ఆధ్యాత్మిక శక్తి కలిగి ఉంటుందో ఊహించుకోండి. ఈ చిన్న పనితో మనలోని అన్ని రకాల ఆధ్యాత్మిక రుగ్మతలు నయమౌతాయి. మీరు నా మాటలు నమ్మవలసిన అవసరం లేదు. మీకై మీరు గమనించండి. ఆనందంగా ఉల్లాసంగా ఉన్నప్పుడు మీరు భుజిస్తే ఏమి జరుగుతుందో, అలాగే మానసిక ఒత్తిడికి, భయాందోళనలకు లోనైనప్పుడు తింటే ఏమి జరుగుతుందో, ఒకసారి పోల్చి చూసుకోండి. ఇప్పుడు మీరు మీ అంతరాత్మలో లీనమై, మీ అంతర్గతస్థితి బయటకు ప్రసరిస్తూ ఉన్న సమయంలో తింటే ఏమవుతుందో గమనించండి. అలాగే మీరు వంట చేస్తున్నప్పుడు, మీ మానసిక స్థితి ప్రభావాన్ని గమనించండి. ప్రేమతో చేయండి. దాని ప్రభావం, చేసే పని మీద ఎంతో గొప్పగా ఉంటుంది.

కష్టాలను ఎలా అంగీకరించాలి?

బొగ్గుకు, వజ్రానికి మధ్య గల తేడా ఏమిటి? రెండూ కూడా కార్బన్ [కర్బనం] రూపాలే. తీవ్రమైన ఒత్తిడి, ఉష్ణోగ్రతలకు బొగ్గు లోనైతే అది వజ్రంలా మారుతుంది. మన జీవితం కూడా అలాంటిదే. చివరికి మనకు మేలే జరుగుతుందని తెలిసినప్పటికీ, మనకు సవాళ్ళ ద్వారా కలిగే మానసిక ఒత్తిడులకు గురికావడం ఇష్టం ఉండదు. దీని గురించి మనం ఎంతో ఇష్టంగా చెప్పుకుంటాము. ఉదాహరణకు, 'మేము విమానాశ్రయానికి నడిచివెళ్ళాము' అని వాటి గురించి గొప్పగా చెప్పుకుంటాము. మనం కారులో అక్కడికి వెళ్ళి ఉంటే, దాని గురించి అంత గొప్పగా చెప్పుకోడానికి ఏమైనా ఉంటుందా?

మనకు నిజంగా కష్టకాలం ఎదురైనప్పుడు, నిజాయితీగా దాని నుండి బయటపడినప్పుడు, "ఆహా! నేను సాధించాను" అని చెప్పుకోగలము. కష్టకాలాలు మనల్ని తయారుచేస్తాయి. మరింత దృఢంగా తయారుచేస్తాయి.

జీవితంలో సవాళ్ళు మనల్ని మరింత గొప్ప పనులు చేయడానికి సిద్ధం చేస్తాయి. ఆ క్షణాల నుండి నేర్చుకునేందుకు మనకి ఒక సదవకాశం లభిస్తుంది. మనము సమస్యలతో నిరుత్సాహపడకుండా, వాటిని పరిష్కరించుకునేందుకు ప్రయత్నించడమే ఉత్తమం. ఎందుకంటే, మనం నిరాశచెందితే, మన మెదడు చెదిరిపోతుంది. మనలోని సూచిక (radar) చెదిరితే, మనకు లోపలి నుండి సరైన మార్గదర్శకత్వము వుండదు. దాని వలన మనం సరియైన నిర్ణయాలు తీసుకోలేము.

అందుకని సవాళ్లు ఎదురైనప్పుడు మనం మరింత ఎక్కువ అప్రమత్తంగా వుండి ఆ సవాళ్ళతో పోరాడకుండా, వాటిని ఆహ్వానించాలి.

మనం కష్టాలను అంగీకరించడం నేర్చుకుంటే, అవి ఎందుకు వచ్చాయో, వాటి నుండి ఎటువంటి లాభాలు కలుగుతాయో, అవి మనల్ని ఏ స్థాయికి తీసుకొని వెళ్ళగలవో తెలుసుకుంటాము. మనము వాటి నుండి తప్పించుకొన్నా, లేదా వాటికి ప్రతిస్పందించినా. ఇవన్నీ (లాభాలు) చేజారిపోతాయి. మనము నిశ్చల ప్రశాంతమైన హృదయంతో, అత్యంత ధైర్యంగా ఎంతో సాహసంతో కష్టాలను అనుభవించినప్పుడు, మనం మరింత బలంగా తయారవుతాము. వాటిని మనం అంగీకరించకపోతే, మనమేమీ నేర్చుకోము. మనం కనుక వాటిని కేవలం అంగీకరిస్తే, మనం మానవమాత్రులుగానే మిగిలిపోతాము. మన విధిని నిజంగా మార్చుకునేందుకు కేవలం అంగీకరిస్తే సరిపోదు. మనం అన్ని పరిస్థితులను ఆనందంగా, ఉల్లాసంగా స్వీకరించినప్పుడు, మనలో ఎంతటి గొప్ప సౌందర్యం వెల్లివిరుస్తుందో గమనించండి!

దీనికి ధైర్యము, ఆత్మస్థైర్యమూ అవసరం. మీమీద మీకు నమ్మకము లేకపోతే, మీ మార్గదర్శి మిమ్మల్ని వీటి నుండి బయటకు తీసుకు వస్తారు' అనే నమ్మకమైనా ఉంచుకోండి.. అప్పుడు మీరు విజేతగా నిలుస్తారు. మీరు వ్యవహారికంగా విఫలమైనా, జీవిత పరీక్షలో గొప్పగా సఫలమవుతారు. మీ జీవితాన్ని యథాతథంగా స్వీకరించి, చిరునవ్వుతో ముందుకు సాగితే, మీ విధిని మీరే నిర్మించుకుంటారు. మనమందరమూ కష్టాలు, ఇబ్బందులు పడుతూ ఉంటాము. ఇందులో ఎవ్వరికీ మినహాయింపు ఉండదు. కానీ ఆనందంగా అంగీకరించిన కష్టాలు, ఆధ్యాత్మిక ఫలాలను అందిస్తాయి. ఒక విధంగా చెప్పాలంటే, జీవితంపై ప్రావీణ్యత సంపాదించడమంటే, జీవితంలో చాలా విషయాల మీద పట్టు సంపాదించడం. బాధలలో, సంతోషంలో, కష్టాలలో ఈ – విధంగా ఎన్నో స్థితులలో జీవించగలగడంపై పట్టు సాధించాలి. ప్రతి పరిస్థితి మన చేతుల్లోనే ఉంటుంది. మనం మరింత ముందుకు వెళ్ళాలనుకుంటే, కేవలం అంగీకరించడమే కాకుండా, ఆనందంగా అంగీకరించవలసి ఉంటుంది.

ఆ విధంగా మనం మరింత ముందుకు వెళ్ళగలము; అక్కడ, మనము ఆనందంగా, కృతజ్ఞతతో అంగీకరించామా, లేదా, అనే భావన మనకు ఉండదు. మనం దానిని దాటి వచ్చేశాము. సంపూర్ణ అంగీకారం, పూర్తి శరణాగతి అదే. ఆ శరణాగత స్థితిలో మనం ఎల్లప్పుడూ వర్తమానంలోనే ఉంటాము. దానికి భిన్నమైనది ఏదీ ఊహించం.

మరోదాని నుండి మనం ఏ మార్పునూ ఆశించము. మరింత మెరుగైన క్షణాలను ఆశిస్తూ మనం ముందుకు సాగుతూ ఉంటే, మనం ఎన్నడూ ఆనందంగా ఉండలేము. బదులుగా, మనం ప్రపంచాన్ని అంగీకరించి, దాని పట్ల, మన పట్లా ప్రశాంతంగా ఉన్నట్లయితే, మనము జీవితం మీద పట్టు పొందినట్లవుతుంది. అప్పుడు మనం మనలోనే కాదు, వేరే ఇంకెవరిలోనూ కూడా ముద్రలను ఏర్పరచకుండా, జీవితంలో ఏ పరిస్థితినైనా ధైర్యంగా, హుందాగా దాటుకుంటూ ముందుకు వెళ్ళగలము. మన ఉనికి ఇక ఎలాంటి అలజడులనూ సృష్టించదు. ఒకవేళ దాని ప్రభావమంటూ ఉంటే అది కేవలం, స్వచ్ఛతను, ప్రేమతరంగాలను విస్తరించడమే.

ఆధ్యాత్మికతలోను, జీవితంలోను కూడా మనం ఏదో తెలియని వైపు ముందుకు సాగుతూ ఉంటాము. కాబట్టి, తర్వాత వేయబోయే అడుగు గురించి మనం ముందే ఎలా అంచనా వేయగలము? మనమేమీ ఊహించలేము. అంచనాలు కరిగిపోయినప్పుడు, మనం అన్నింటినీ పూర్తిగా అంగీకరిస్తాము; అప్పుడు మన హృదయం సంతృప్తి చెందుతుంది.

సమత్వము

ఒక గొప్ప గురువును లేదా సాధువును గాని కలుసుకుని, ఆయన జీవితాన్ని గమనించే సదవకాశం మీకు ఎన్నడైనా కలిగిందా? అలా కలిగితే, బహుశా మీరు వారిలా మారిపోవాలని కోరుకుంటారు. అటువంటి మహనీయుల జీవనశైలిని మనం గమనించినప్పుడు, మనకు వారిలో నచ్చేదేమిటి? వారి జీవితంలో గొప్పగా నిలిచే ఉన్నతమైన, సహజ లక్షణాలేవి?

రెండవ మార్గదర్శి చారీజీగారి గురించి కొంత మీకు చెప్పాలనుకుంటున్నాను. ఆయనలో నేను గమనించిన అత్యుత్తమ లక్షణాలు చాలా ఉన్నాయి. కానీ నాకు బాగా నచ్చిన లక్షణం. ఆయనలోని నిశ్చలత్వం. ఆయన ఎన్నడూ హడావుడి పడలేదు. చివరికి పది మంది నిరీక్షిస్తూ ఉన్నా ఆయన ఒక్కొక్కరినీ కలిసి మాట్లాడేవారు. సామూహిక ధ్యానాన్ని నిర్వహించే సమయంలో కూడా దానిని చక్కగా ముగించడానికి, కావలసినంత సమయాన్ని ఆయన తీసుకునేవారు. ఎవరికైనా వ్యక్తిగత సిట్టింగ్ నిర్వహిస్తున్నప్పుడు, అవసరమైనంత సమయాన్ని తీసుకునేవారు. ఆయన చేపట్టిన ఏ పనినైనా, ఎంతో నిదానంగా పూర్తిచేసేవారు.

ఆయన వంట వండినప్పుడు, ఆయన కదలికల్లో ప్రేమ విరజిమ్ముతూ ఉండేది. చివరికి ఆయన మనల్ని తిట్టినప్పుడు కూడా దానిలో ఎంతో నిశ్చలత్వం,

అపరిమితమైన ప్రేమా ఉండేది. హడావుడి అనేది ఎక్కడా ఉండేది కాదు. ఏ పనినైనా ఎంతో చక్కగా చేయడానికి కావలసినంత సమయం తీసుకునేవారు.

ముల్లా నసీరుద్దీన్ తనదైన హాస్యశైలితో తన అనుచరులకు ఈ లక్షణాన్ని ప్రదర్శించినట్లుగా చెపుతారు. ఒకరోజు ఆయన తన గాడిద మీద కూర్చుని మార్కెట్టులో నుండి హడావుడిగా వెళుతున్నాడు. ప్రతి కొన్ని మీటర్ల దూరానికీ ఆయన అనుచరులు, స్నేహితులూ ఆయనను ఆపి, పలకరించడానికి ప్రయత్నించారు. కానీ ఆయన, 'మీతో మాట్లాడడానికి ఇప్పుడు ఆగలేను. నేను తొందరపని మీద ఉన్నాను కదా; మీకు కన్పించడం లేదూ? నా గాడిద కోసం వెదుకుతున్నాను' అని అన్నాడు.

ఇది మానవుని ఇబ్బందికర పరిస్థితిని కళ్ళకు కట్టినట్లు తెలియజేస్తుంది. నెమ్మదించడం క్లిష్టమైనపని. మన చుట్టూ ఉన్నవారి కోసం, జీవితపు సౌందర్యాలను ఆనందించడానికీ తీరిక చేసుకోవడం చాలా క్లిష్టమైన పని. మనము అన్వేషిస్తున్నాము అనే విషయాన్ని అన్వేషకునిగా మన మనము తెలుసుకోవడం, చాలా క్లిష్టమైన పని. అందుకని కాసేపు ఆగి, ప్రశాంతంగా ఉండడానికి ప్రయత్నించండి. ముఖ్యంగా అందరూ హడావుడిగా మీ చుట్టూ తిరుగుతూ ఉన్నప్పుడు, మీమీద ఒత్తిడి ఉన్నప్పుడు, స్థిమితంగా ఉండడానికి ప్రయత్నించండి. మీరు మీ హృదయంలోనికి ప్రవేశించి, మీ కేంద్రాన్ని అనుభూతి చెంది, మీ సామర్థ్యాన్ని పునఃసమీక్ష చేసుకోండి. నిదానంగా, సామ్యంగా మీ చేతిలో పనిని చేయడానికి ప్రయత్నించండి.

నిద్ర - సహజ లయలు

మన జీవితాలలో సహజంగా మళ్లీ మళ్లీ జరుగుతూ ఉండే కొన్ని ప్రక్రియలు ఏమిటి? ముందుగా చెప్పాలంటే, మనకు క్రమబద్ధంగా సాగే శ్వాస ప్రక్రియ ఉచ్ఛ్వాస, నిశ్వాసాలు – అది నిరంతరంగా కొనసాగుతూనే ఉంటుంది. అలాంటిదే మరొకటి గుండె కొట్టుకోవడం. ఈ శ్వాసక్రియ వెనుక, లోతైన స్థాయిలో జరిగే ప్రక్రియ మరొకటి ఉంది. అది శక్తి లోనికి, బయటకు ప్రవహించడం. ఇంతే కాకుండా, నిరంతరం చక్రీయ పద్ధతిలో జరిగే పని, విరామం లేదా నిద్ర. చివరగా ప్రతి నెలా చంద్రునిలో పునరావృతమయ్యే దశలతో మనము ఏ విధంగా మరింత అనుసంధానం కాగలమో వివరంగా పరిశీలిద్దాము. శరీరం ఆరోగ్యవంతంగా ఉన్నప్పుడే మనస్సు ఆరోగ్యవంతంగా ఉంటుంది. అలాగే ఆరోగ్యకరమైన మనస్సు ఉన్న వాళ్ళకే శరీరం ఆరోగ్యవంతంగా ఉంటుంది. మనస్సు ఆరోగ్యకరంగా

ఉంటే, శరీరం కూడా ఆరోగ్యవంతంగా ఉంటుందని చాలామంది వాదిస్తారు. కానీ శరీరం ఆరోగ్యవంతంగా లేకపోతే, మనస్సు సక్రమంగా వుండదు. మనం డాక్టర్ దగ్గరికి వెళ్లి, నా కాళ్ళు పనిచేయడం లేదు. నా చేతులు స్వాధీనంలో లేవు, ఇలా ఇంకా ఎన్నో పని చేయడం లేదు' అంటూ కష్టాలను ఏకరువు పెడతాము. మనము సహజంగా ఉన్నటువంటి లయబద్ధమైన విధానంలో జీవితాన్ని గడపకుండా, వేరే హానికరమైన జీవన విధానాన్ని ఎంచుకున్నప్పుడు, మనము విధిని ఏవిధంగా రూపకల్పన చేయగలము? కాబట్టి, ఈ లయవిధానమును అర్థం చేసుకొని, దానికి అనువుగా జీవన విధానాన్ని అనుసరించడం చాలా అవసరము.

శ్వాసక్రియ

శ్వాసక్రియ అనే అంశంతో మనం ప్రారంభిద్దాము. మనలో ప్రతి ఒక్కరికీ కంటి పాప, వ్రేలి ముద్రలతో ప్రత్యేక గుర్తింపు ఉన్నట్లే, ప్రతి ఒక్కరికి ప్రత్యేకమైన శ్వాసక్రియా విధానం ఉంటుంది. మన శ్వాసక్రియా విధానాన్ని జాగ్రత్తగా పరిశీలిస్తే లయ బద్ధంగా శ్వాసను పీల్చుకుని, విడవడమే కాకుండా, సూర్యచంద్రుల కదలికలకు అనుగుణంగా మన ముక్కు రంధ్రాలు వేరువేరుగా పని చేస్తున్నాయని గ్రహిస్తాము. మీ రెండు నాసికా రంధ్రాలలో ఏది ఎక్కువ ప్రబలంగా పనిచేస్తోంది – కుడి వైపుదా, ఎడమ వైపుదా, లేక రెండూనా అని ఒక్కక్షణం గమనించండి.

యోగశాస్త్రంలో, రెండు నాసికా (ముక్కు) రంధ్రాలకూ విశిష్టమైన ప్రాముఖ్యత ఉంది. కుడి నాసికా రంధ్రం, సూర్యనాడి ('పింగళ') తోను, అనుకంప నాడీమండలం [Sympathetic Nervous System - క్రియాశీలతకు సంబంధించినది] తోనూ అనుసంధానమై ఉంటుంది. ఎడమ నాసికా రంధ్రానికి చంద్రనాడి ('ఇడ') తోను, ప్రత్యానుకంప నాడీమండలం [Parasympa-Thetic Nervous System - విశ్రాంతి, నిద్రలకు సంబంధించినది] తోనూ అనుసంధానమై వుంటుంది. వాటి రీతి, ప్రతి రెండు గంటలకు మారుతూ ఉన్నప్పటికీ, మొత్తంగా గమనిస్తే, పగటికి, రాత్రికీ మధ్య శ్వాస విధానంలో తేడా ప్రస్ఫుటంగా కనిపిస్తుంది. కుడి నాసికా రంధ్రం పగటిపూట ప్రధానంగా పనిచేస్తే, ఎడమ నాసికా రంధ్రం రాత్రివేళ పనిచేస్తుంది. పగటి పూట పదిసార్లు శ్వాసను గమనిస్తే అందులో కుడి నాసికారంధ్రంతో ఎనిమిదిసార్లు, రెండుసార్లు ఎడమ నాసికారంధ్రంతోనూ శ్వాస తీసుకున్నట్లు గమనిస్తాము. రాత్రివేళ దీనికి వ్యతిరేకంగా శ్వాసక్రియ ఉంటుంది. సూర్యచంద్రుల కదలికతో ఈ శరీరధర్మశాస్త్రం (Physiology) ప్రత్యక్ష సంబంధాన్ని కలిగి ఉంది.

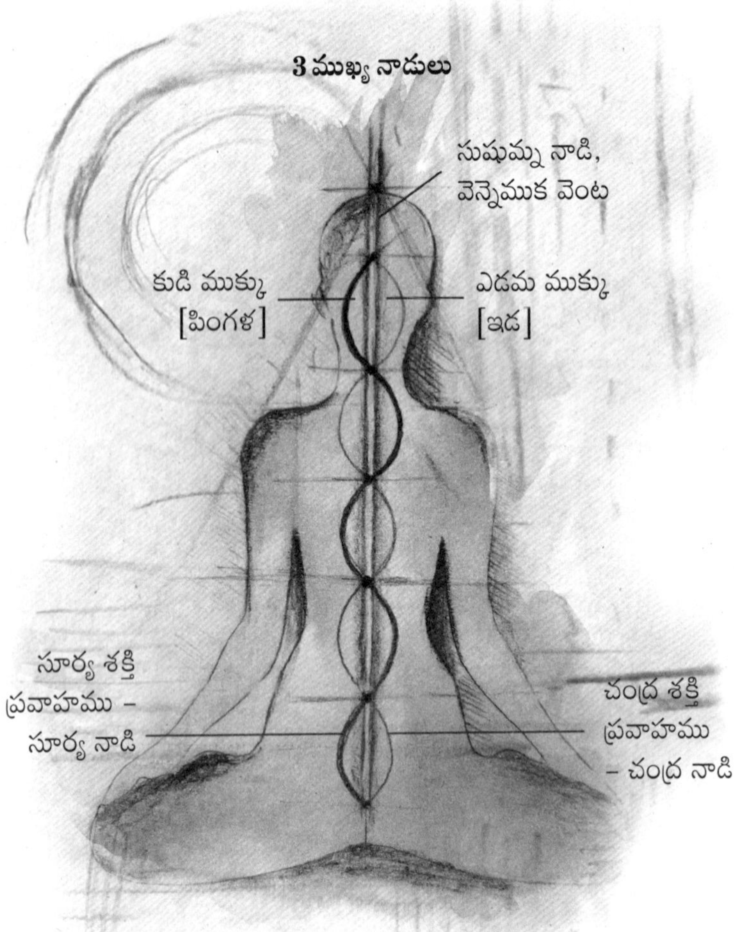
3 ముఖ్య నాడులు
సుషుమ్న నాడి,
వెన్నెముక వెంట
కుడి ముక్కు
[పింగళ]
ఎడమ ముక్కు
[ఇడ]
సూర్య శక్తి
ప్రవాహము –
సూర్య నాడి
చంద్ర శక్తి
ప్రవాహము
– చంద్ర నాడి

మనలో సమతుల్యత చెదరినప్పుడు, ఒక మార్పు కలుగుతుంది. ఉదాహరణకు, మనకు కోపం వచ్చినప్పుడు ఏం జరుగుతుంది? అది ఒక అనుకంప చర్య (Sympathetic Response). కాబట్టి, కుడి ముక్కురంధ్రం బలంగా చైతన్యవంతమై ఎక్కువ, ప్రభావం చూపిస్తుంది. అదే చర్య మనకు ఎక్కువ భయం, ఆత్రుత కలిగినప్పుడు కూడా జరుగుతుంది. చర్య జరుగుతున్నప్పుడు, 'ఎడ్రినలిన్', 'కార్టిజాల్, 'నార్ ఎపినెఫ్రిన్' అనే హార్మోనులు రక్తంలోకి విడుదలవుతాయి. అందుకే మన గుండె మరింత వేగంగా కొట్టుకుంటుంది. మన కండరాలు గట్టిపడి, అవసరమైన చర్యకు సిద్ధంగా వుంటాయి. మన రక్తపోటు పెరిగి పోతుంది. మనలో చురుకుదనం కలుగుతుంది. అప్పుడు, మనం "పోరాటానికి, లేదా పారిపోవటానికి', సిద్ధముగా ఉంటాము.

దీనిని మార్చడానికి ఒక చిన్న, శ్వాసకు సంబంధించిన, వ్యాయామాన్ని ఉపయోగించ వచ్చును.

> మీకు కోపం వస్తున్నట్లు అనిపించినప్పుడు, మీ కుడి ముక్కు రంధ్రాన్ని బొటన వ్రేలితో మూసి, మీ ఎడమ ముక్కు రంధ్రం నుండి నెమ్మదిగా, దీర్ఘంగా శ్వాసను కడుపు లోకి తీసుకొని పూర్తిగా శ్వాసను బయటకు విడిచి పెట్టండి. ఈవిధంగా మీ ఎడమ ముక్కు రంధ్రం నుండి, ఎనిమిది నుండి పదిసార్లు శ్వాస పీల్చుకోండి.

దీనిని మీరు స్వయంగా ప్రయత్నించి చూడండి. ఇది మీకు సహాయపడితే, మీరు ఇతరులతో పంచుకోవచ్చు. సాధారణంగా మీ గుండె వేగం తగ్గుతుంది. మీరు ప్రశాంత స్థితికి చేరుకుంటారు. మీలోని కోపం, భయం లేదా ఆందోళన చాలావరకూ తగ్గిపోతుంది. ఎందుకంటే మీరు, మీ ప్రత్యానుకంప [Parasympathetic] నాడీ వ్యవస్థను చైతన్యవంతం చేసారు కాబట్టి. ఎవరికైనా మానసికపరమైన సమస్య వుంటే, వారిని డాక్టరును సంప్రదించమని చెప్పండి.

పూర్వకాలంలో ఎవరికైనా నిద్ర పట్టనప్పుడు, లేచి తమ శ్వాసక్రియను పరిశీలించుకునేవారు. వారి శ్వాస ఉండవలసిన విధంగా ఉండకపోతే, వేడినీరు త్రాగడం, ప్రాణాయామం చేయడం, నడవడం వంటి పనులు చేసేవారు. మన శ్వాసను జాగ్రత్తగా సూర్యోదయ సమయంలో పరిశీలించినప్పుడు, శ్వాస నెమ్మదిగా ఎడమవైపు నుండి కుడివైపుకు మారడాన్ని, సూర్యాస్తమయ సమయంలో కుడివైపు నుండి ఎడమవైపుకు మారడాన్ని గమనిస్తాము. ఇలా మారుతూ ఉన్న సమయాల్లో,

మనం ధ్యానం చేస్తే, చాలా అద్భుతంగా ఉంటుంది. అదియే ధ్యానానికి సరియైన సమయం, ఎందుకంటే, అప్పుడే సూర్యనాడికి, చంద్రనాడికీ మధ్య సమతుల్యత ఉంటుంది. ప్రయోగాత్మకంగా, రాత్రిపూట, పగటిపూట అప్పుడప్పుడూ మిమ్మల్ని మీరు గమనించుకోండి. మీ శక్తి లక్షణం, మీలో లీనమౌతూ ఉందా? లేక బయటకు ప్రసరిస్తుందా? అది గమనిస్తున్న సమయంలో, మీరు మీ ఎడమ ముక్కు రంధ్రం నుండి శ్వాస పీల్చుకుంటున్నారా? లేక కుడి ముక్కురంధ్రం నుండి శ్వాస పీల్చుకుంటున్నారా? అనేది కూడా గమనించండి. శక్తి మీలోనికి, మీనుండి బయటకూ ప్రసరించడానికి, శ్వాసక్రియా విధానానికీ మధ్య ఒక అవినాభావ సంబంధం ఉందని మీరు గుర్తించగలరు. ఈ పరిశోధనకు మనమంతా దోహదం చేయగలము.

దైనందిన స్పందనలు, హార్మోనులు

ప్రాతఃకాలంలో ప్రకృతి యొక్క శక్తి, దివ్యమూలం వైపు ప్రవహిస్తూ ఉంటుంది. ఇది భౌతికమైన శక్తి కన్నా చాలా సూక్ష్మమైనది. మనం సూర్యోదయానికి ముందే ధ్యానం చేయడం చాలా మంచిది. అప్పుడు ఈ ప్రవాహ తరంగాలతో పాటు మనమూ ప్రవహించడానికి వీలవుతుంది. సూర్యోదయం అవబోయే ముందర ధ్యానం చేయడం తెలివైన పని, ఎందుకంటే, ఆ సమయంలో ప్రాణాహుతి, దివ్యశక్తితో పాటు సహజంగా మనలోనికి ప్రవహిస్తుంది. సూర్యోదయం తర్వాత, సహజంగా శక్తి బయటకు ప్రవహిస్తూ ఉంటుంది. కాబట్టి ప్రాణాహుతిశక్తి ప్రసారాన్ని లోనికి గ్రహించడం అంత సులభం కాదు. సాయంత్రం శక్తి బయటకు ప్రవహించే సమయంలో నిర్మలీకరణ చేసుకోవడంలో కూడా అర్థం ఉంది. ఎందుకంటే మన శారీరక వ్యవస్థలో నుండి కొన్నింటిని మనం బయటకు తొలగించుకుంటున్నాము కాబట్టి. సూర్యనాడి చైతన్యవంతంగా వున్నప్పుడు, అంటే ఉదాహరణకు సూర్యాస్తమయానికి ముందు, ఇది జరుగుతుంది.

కోట్లాది సంవత్సర జీవపరిణామం వలన సూర్యుని, మరియు ఇతర సహజ చక్రాలపై ఆధారపడి, మార్పు చెందడానికి అనువైన జన్యుకణాలు మనలో ఉన్నాయి. మనము సహజంగా పగటిపూట ఒక విధమైన శ్వాస పద్ధతికీ, కొన్ని రకాలైన పనులను చేయడానికీ, అనుకూలంగా తయారై ఉంటాము. అనాదిగా, మన పూర్వీకులు, ఒక సహజమైన, క్రమబద్ధమైన జీవితాన్ని ప్రకృతి సిద్ధమైన మార్పులకి అనుగుణంగా రూపొందించారు. చాలా పనులను పగలు మాత్రమే చేసేటట్లూ, రాత్రి విశ్రాంతి తీసుకునేటట్లూ రూపొందించారు. మన శరీరం

లయబద్ధమైన ఒక విధంగా, పగలు-రాత్రి, పనిచేయడానికి-విశ్రాంతికి, అనువుగా తయారైంది.

ఈ చక్రాలకు అనుగుణంగా ఉండడానికి, మన పూర్వీకులు సూర్యోదయానికి ముందే నిద్రలేచి సూర్యుడికి నమస్కరించేవారు. ఉదాహరణకు, హఠయోగంలో సూర్యనమస్కారం అనేది ఒకటి ఉంది. దీనిని తరచుగా ఉదయాన్నే, ఆరుబయట, ఉదయించే సూర్యునికి ఎదురుగా నిలబడి చేస్తూ ఉంటారు. ఈరోజుల్లో కూడా భారతదేశంలోని కొన్ని గ్రామాలలో కొందరు, హైందవ సాంప్రదాయ పద్ధతిలో-ఉదయాన్నే సూర్యునికి అర్ఘ్యాన్ని (నీటిని) సమర్పించే ఆనవాయితీని పాటించడము మనము గమనించవచ్చు. కనుగుడ్డు లోపల వుండే. 'రెటీనా పొర నుండి, మెదడులోని హైపోథలమస్ వరకు వెళ్ళే నాడీమార్గాన్ని సూర్యరశ్మి చైతన్యవంతం చేస్తుందని, దాని ప్రభావంతో 'సెరోటోనిన్' అనే హార్మోను మెదడులో ఉత్పత్తి అవుతుందని ఇప్పుడు శాస్త్రవేత్తలు కనుగొన్నారు. సెరోటోనిన్ అనేది మనకు 'ఆనందాన్ని' ఇచ్చే హార్మోను. అది లేకుంటే, మనం మానసికంగా కుంగిపోతాము. ఉదయాన్నే ఆరుబయటకు వెళ్లి, సూర్యరశ్మిలో ఉంటే, ఆ రోజుకు అవసరమైన సెరోటినిన్ హార్మోను ఉత్పత్తి ప్రారంభమౌతుంది. దానివల్ల, మనకు జీవితం పట్ల ప్రకాశవంతమైన, ఆనందకరమైన, అనుభూతి కలుగుతుంది. నీటిమీద సూర్యరశ్మి పడినప్పుడు కూడా, మన శారీరిక వ్యవస్థను మరింత శక్తివంతం చేస్తూ, వాతావరణం లోనికి 'నెగటివ్ అయాన్లు' (ఋణాత్మక అయాన్లు) విడుదల అవుతాయి. చాలావరకూ, ప్రాచీన సాంప్రదాయ ఆచారాలలో గొప్ప శాస్త్రీయ విజ్ఞానం దాగి ఉంది.

అంతేకాదు, మన శరీరంలో 'మెలటోనిన్' అనే ఇంకో హార్మోను ఉత్పత్తి అయ్యేందుకు, తగినంత సెరొటోనిన్ ఉండడం అత్యంత అవసరం. పీనియల్ గ్రంథిలో, సెరొటోనిన్ రసాయనిక మార్పుచెంది 'మెలటోనిన్' గా మార్పు చెందుతుంది. మనం నిద్ర పోయేందుకు సుమారు రెండు గంటల ముందు, మన శరీరంలో మెలటోనిన్ స్థాయిలు పెరగడం ప్రారంభిస్తాయి. కాబట్టి సహజంగా జరిగే ఈ ప్రక్రియను మనం అనుభూతి చెందగలిగినంత సున్నితత్త్వం మనలో ఉంటే, మనం ఆరోజుకి మన పనులన్నింటినీ త్వరగా ముగించుకుని, విశ్రాంతి స్థితిలోనికి వచ్చి, అప్పుడు చివరికి రాత్రి పడుకునేందుకు సిద్ధమౌతాము. దానికి భిన్నంగా, మన శరీరాలు నిద్రకు ఉపక్రమించడానికి ప్రయత్నిస్తూ ఉంటే, మనం అర్థరాత్రి వరకూ టీవీ చూస్తూ, లేదా వీడియో ఆటలు ఆడుతూ ఉంటే, అది ప్రవాహానికి ఎదురీదడం లాంటిది.

ఈ విధంగా, ప్రతి రోజు లయబద్ధముగా మన శరీరంలో జరిగే హార్మోనుల ఉత్పత్తి, ఒక లయబద్ధమైన సమగ్ర జీవ ప్రక్రియ. ఇక్కడ, ఒక ప్రక్రియ మరో ప్రక్రియకు దారి తీస్తుంది. పెందలకడనే నిద్రలేచి, ఎండలో నిలబడితే, సెరొటోనిన్ హార్మోను ఉత్పత్తి అవుతుంది. అది మెలటోనిన్ హార్మోను ఉత్పత్తికి దారి తీస్తుంది. అది మనం హాయిగా నిద్ర పోయేటట్లు చేస్తుంది. అలా హాయిగా నిద్ర పోయినప్పుడు, మరుసటిరోజు ఉదయాన్నే, పెందలకడనే మేల్కొనగలిగేటట్లు చేస్తుంది. వరుసగా సంభవించే ఈ ప్రక్రియల మధ్య ఏదైనా భంగం వాటిల్లితే, నిద్రలేమి, మానసిక రుగ్మతల వంటి ఆధునిక ప్రపంచంలోని రెండు ముఖ్యమైన వ్యాధులకు లోనవుతాం.

సుఖంగా ఉండాలంటే హాయిగా నిద్రపోవాలి!

ఇది మనకు నిద్ర యొక్క ప్రాముఖ్యతను తెలియజేస్తుంది. నిద్రించే విధానాలలో క్రమశిక్షణ పాటిస్తే, అది మన జీవితాన్నే మార్చివేస్తుంది. – మనం ఎంత చక్కగా నిద్రపోతాము, ఎంత గాఢంగా నిద్రపోతాము. అనేది, ఆ రోజంతా మన మానసిక స్థితి ఎలా ఉంటుందో నిర్ణయిస్తుంది. సహజ ప్రక్రియలతో సారూప్యంగా ఉండేందుకు, సాధారణంగా మనం పెందలకడనే నిద్రించడం మంచిది. అప్పుడు, చైతన్యంతో పెనుగులాట ఉండదు కాబట్టి, ఉదయం చేసుకునే మన ధ్యానం మెరుగ్గా ఉంటుంది. హాయిగా విశ్రాంతి తీసుకున్న మనస్సుతో మనం ధ్యానం చేసినప్పుడు, మన చైతన్యం మీద మనకు గట్టిపట్టు ఉంటుంది. అలా కాకుండా మన చైతన్యం నిద్రలేమి కారణంగా నలిగిపోయినప్పుడు, తాజా మనస్సుతో ఉదయాన్నే ధ్యానానికి మేల్కొనడం సులభం అవుతుందా?

ఉదయం పూర్తిగా అప్రమత్తంగా ఉన్నప్పుడు, మనం ప్రేమతో ఉన్నత చైతన్యాన్ని ఆహ్వానించి, దాని మూలతత్వంతో మమేకం కావచ్చు. అప్పుడు హృదయంలో కొన్ని గొప్పస్థితులు సృష్టించబడతాయి. అవి చాలా తీవ్రంగా ఉన్నప్పుడు, మనం వాటిని పట్టుకుని ఉండడానికి ప్రయత్నించినా, ప్రయత్నించకపోయినా, అవి మాత్రం మనలను అంటిపెట్టుకుని ఉంటాయి. వాటిని విదిలించుకోవాలని ప్రయత్నించినా అవి మనల్ని విడచిపోవు. మన చైతన్యం గ్రహించడానికి సిద్ధంగా ఉన్నప్పుడు సృష్టించబడిన స్థితి యొక్క శాశ్వతత్వము లేదా ప్రభావం, అలాంటిది. మనం ఉదయం ధ్యానాన్ని సరిగ్గా చేసుకోలేకపోయామంటే, దానికి కారణం రాత్రి సరిగ్గా నిద్ర పోవకపోవడమే. దాని ప్రభావం ఆ రోజంతా ఉంటుంది. ఎన్నడూ ధ్యానం చేయని వ్యక్తికి, లేదా అప్పుడప్పుడూ ధ్యానం చేసివానికీ ఈ తేడా అంతగా

తెలియదు. అతనికి మరో రోజు గడచినట్లు అవుతుంది. ఆ స్థాయి చైతన్యాన్ని మనం సముద్రఘోషతో పోల్చవచ్చు. అవి చాలా నాటకీయంగా ఉంటాయి. కవులు వాటిని గురించి పద్యాలే వ్రాశారు. కానీ చుట్టూ ప్రశాంతంగా ఉండి, ఎలాంటి అలలూ లేకుండా, నిశ్చలంగా ఉన్న సరస్సుదే నిజమైన సౌందర్యం.

అందుకని ఎంపిక మనదే. ఘోషించే సముద్రంలా జీవితాన్ని గడపాలని కోరుకుంటే, మనం చెల్లాచెదరైన చైతన్యపు కెరటాలలో పడి కొట్టుకుపోతాము. దానికి భిన్నంగా, మన చైతన్యం నిశ్చలంగా, ప్రశాంతంగా ఉన్నప్పుడు, ప్రశాంతమైన సరస్సులో ఒక చిన్న ఆకుపడితే, నీటిలో అలలు ఎలాగైతే ఏర్పడతాయో, అదేవిధంగా ఏ చిన్నమార్పు సంభవించినా కూడా మనం గుర్తిస్తాము. వాటిని అనుభూతి చెందుతాము. అందుకని నిద్ర ముఖ్యమైనది.

మనం తగినంతగా నిద్రపోయినప్పుడు, ఉదయాన్నే కుడి నాసికారంధ్రం అప్రయత్నంగా చైతన్యవంతం అవుతుంది. కొన్ని కోట్ల సంవత్సరాలుగా, సూర్యోదయం అయినప్పుడు, కొన్ని రకాల హార్మోనులు స్రవించే విధంగా మన శారీరక వ్యవస్థ వికాసం చెందింది. మనం ప్రకృతితో సారూప్యంగా ఉన్నప్పుడు, ప్రయత్నం లేకుండానే మన ఆరోగ్యం మెరుగుపడుతుంది. రాత్రి చాలా ఆలస్యంగా నిద్రపోయిన వారికి ఏమి జరుగుతుంది? మనం క్రమపద్ధతికి విరుద్ధంగా వెళితే, మళ్ళీ మనకి అది ప్రవాహానికి ఎదురీతే అవుతుంది. కొంతకాలానికి మన ఆరోగ్యం ఎంతగా క్షీణిస్తుందో వ్రాస్తే, పెద్ద పుస్తకం అవుతుంది. జీవితంలో వీలైనంత త్వరగా ఒక ఆరోగ్యవంతమైన శైలిని అలవరుచుకుంటే మంచిది. ఆధునిక ప్రపంచంలో రాత్రివేళ కార్యకలాపాలు మానవులకు ఒక శాపం. విద్యుత్ శక్తి కారణంగా, ఇప్పుడు పగటికి, రాత్రికీ మధ్య అంత తేడా లేదు. పద్ధతిలేని అలవాట్లవలన, చాలా రాత్రి వరకూ మేలుకొని ఉండడం వలన, నిద్రలేమి కలుగుతుంది; దాని ఫలితంగా, ఆరోగ్యం దెబ్బతింటుంది. మన నాడీ వ్యవస్థ ఒత్తిడికి గురికావడం వలన, మనలో రోగనిరోధకశక్తి కూడా క్షీణిస్తుంది.

రాత్రివేళ పనిచేసే వారిపై జరిపిన విస్తృత అధ్యయనాలను బట్టి, మిగిలిన విషయాలతోపాటు, వారికి ముసలి లక్షణాలు కూడా త్వరగా వస్తాయని కనుగొన్నారు. తమ జీవనోపాధికి రాత్రివేళల్లో పని చేసే వారి విషయాన్ని ప్రక్కన పెడితే, మనలో చాలామందికి రాత్రివేళ పని చేయాల్సిన అవసరం లేదు. మనకు త్వరగా నిద్రించే అవకాశముంది; అయినా సరే మనం అన్ని రకాల కార్యక్రమాలను, విషయాలనూ చూస్తూ, అర్ధరాత్రి వరకూ మేల్కొని ఉంటాము. మనం ఆధ్యాత్మిక అభివృద్ధిపరంగా చూసినా, లేదా ఆరోగ్యపరంగా చూసినా సరే, త్వరగా నిద్రపోతే,

అది మనకు ఎంతగానో సహాయ పడుతుంది. 'త్వరగా నిద్రపోయి, త్వరగా మేల్కొంటే, ఆ వ్యక్తి ఆరోగ్యవంతుడు, సంపన్నుడు, తెలివైనవాడు అవుతాడు' అనే పాత (ఇంగ్లీషు) సూక్తిలోని జ్ఞానాన్ని గుర్తుంచుకోండి.

'రాత్రి హాయిగా నిద్ర పోవడానికి మరో కారణం' [One More Reason to Have a Good Night Sleep] అని, జెఫ్ ఇల్లిఫ్ [Jeff Illif] ఇచ్చిన జ్ఞానప్రదాయకమైన ప్రసంగం (TED Talk] ఉంది. దానిలో, నిద్రలో మన నాడీమండల వ్యవస్థ తనలోని హానికరమైన వాటిని ఎలా తొలగిస్తుందో వివరించాడు. మన కేంద్ర నాడీ వ్యవస్థలో, విషపదార్థాలను తీసివేసే 'లింఫాటిక్' (lymphatic) వ్యవస్థ లేదు; కాబట్టి, మెదడు-వెన్నెముకను ఆవరించి ఉండే ద్రవం (cerebro spinal fluid), కణాల మధ్య ఉండే ఖాళీల ద్వారా ప్రవహిస్తూ, మెదడు నుండి విషపదార్థాలను (టాక్సిన్స్) తొలగిస్తూ ఉంటుంది. ఇది మనం నిద్రిస్తున్నప్పుడు జరుగుతుంది. సక్రమంగా నిద్రించే అలవాటు వున్న వ్యక్తులలో, ఈ ద్రవం విషపదార్థాలను సమర్థవంతంగా తొలగించి బయటకు పంపగలదు. కానీ నిద్రలేమితో బాధపడే వ్యక్తులలో ఈ విషపదార్థాల తొలగింపు చాలా వరకూ తగ్గిపోతుంది. తద్వారా తొలగించబడకుండా శరీరంలోనే మిగిలి ఉన్న విషపదార్థాల దుష్ప్రభావానికి లోనవుతాము. దాని వలన మనం భావావేశాలకు లోనుకావచ్చు. మనము రాత్రి సరిగ్గా నిద్రపోనప్పుడు, ఉదయాన్నే ఏమవుతుంది? మనకు చికాకు, కోపం కలుగుతాయి. మనం చిర్రుబుర్రులాడుతూ ఉంటాము. ఎన్నో రోడ్డు ప్రమాదాలు జరగడానికి కారణం, వ్యక్తులకు నిద్రసరిగా లేకపోవడంవలనే. అటువంటి వాళ్ళు చాలా వరకు సృజనాత్మక చర్చలలోనూ, ఫలవంతమైన సంభాషణలలోనూ నిమగ్నం కాలేరు. ప్రతి చిన్న అభిప్రాయభేదం కూడా వారికి చికాకు కలిగిస్తుంది.

మంచి నిద్ర పట్టేందుకు కొన్ని చిట్కాలు:

- ఉదయాన్నే పెందలకడే నిద్రలేచి, కొన్ని నిముషాలు సూర్యరశ్మిలో గడపండి.
- సూర్యాస్తమయ సమయంలో, లేదా ఆ రోజు పని ముగిసిన తర్వాత మీరు హార్ట్ ఫుల్‌నెస్ నిర్మలీకరణ చేసుకోండి. తద్వారా మీకు ఆ రోజు కలిగిన మానసిక ఒత్తిడులను, ఆందోళనలనూ మీరు తొలగించుకోగలరు.

- నిద్రపోయే ముందు, సాయంత్రం ఓ రెండు గంటల ముందే పనులను చేయడం తగ్గించుకోండి. దానివలన మీ మెదడులో తరంగాలు నెమ్మదించి, సహజంగా మీరు నిద్రలోనికి జారుకోగలరు.
- రాత్రి నిద్రపోయే ముందు, ఆ రోజు మనము చేసిన పనుల్ని ఇంకా బాగా ఎలా చేయవచ్చో ఆలోచించండి. ఒకవేళ మీరు ఏవైనా తప్పులుచేస్తే, వాటిని మళ్ళీ చేయనని ప్రతిజ్ఞచేసి వాటిని విడచిపెట్టండి. అప్పుడు మీరు మీ కేంద్రంతో అనుసంధానమై, పూర్తిగా గాఢమైన విశ్రాంతి స్థితిలో నిద్ర పోయేందుకు హార్ట్ ఫుల్‌నెస్ ప్రార్ధన చేయండి.

మీకు ఇంకా నిద్రపట్టడంలో ఇబ్బంది ఉంటే, మరింత ఉపయోగకరమైన ఈ క్రింది చిట్కాలను పాటించండి.

- రాత్రి పడుకునే ముందు మీ పాదాలను శుభ్రంగా కడుక్కోండి.
- కుడివైపు తిరిగి పడుకోండి. ఇది మండలము [PNS] చైతన్యవంతం చేసి, మిమ్మల్ని ప్రశాంతపరుస్తూ ఉన్నట్లు ఊహించుకోండి.
- ఒక గ్లాసుడు గోరువెచ్చని పాలు త్రాగండి.
- మంచం మీద పడుకునే, హార్ట్ ఫుల్‌నెస్ చేసుకోండి.
- రిలాక్సేషన్ కలిగించే సంగీతాన్ని వినండి. ముఖ్యంగా చక్కగా నిద్రపట్టేందుకు ఉపయోగపడే సంగీతాన్ని మీరు www.heartfulness.org/goodnightsleep లో పొందగలరు.

జీవితంలో మనం అభివృద్ధి చెందాలనుకుంటే, మన నిద్రావిధానాన్ని సక్రమం చేసుకునే మార్గాన్ని కనుగొంటాము. లేదంటే జీవితాంతం అదే మౌలికమైన విషయంతో పోరాడుతూనే ఉంటాము. మనకు, మన దైనందిన కార్యకలాపాల పట్ల సరియైన స్పృహగాని, లేదా సరియైన ఆధ్యాత్మిక స్థితి కానీ ఉండదు. మనం మనల్ని ముందుకు నడిపే చైతన్యాన్ని కూకటి వేళ్ళతో పెకలిస్తాము. అందుకే మనం ఎక్కువ భావోద్వేగాలకు, ఉద్రేకాలకు, ప్రతిచర్యలకూ లోనవుతూ ఉంటాము. దానివలన మనం రోజంతా మరిన్ని ముద్రలను ప్రోగు చేసుకుంటాము. అప్పుడు

నిర్మలీకరణ ద్వారా ఆ ముద్రలను తొలగించుకునే సమర్థత తగ్గిపోతుంది. దాని వలన ధ్యానం సరిగ్గా జరుగదు. ఇదంతా ఒక ప్రతికూల వలయంగా తయారవుతుంది.

దానికి బదులుగా మనము మెరుగైన, స్వచ్ఛమైన, ఆనందకరమైన స్థితిని కలిగి ఉంటే, మనము తేలికదనం అనుభవిస్తూ, కృతజ్ఞతతో ఉంటాము. హృదయం నుండి వెలువడే ఈ కృతజ్ఞతా భావము, భగవంతునికి మనకూ మధ్య ఒక బంధాన్ని సృష్టిస్తుంది. దాని వలన మనకు ఎంతో లాభం కలుగుతుంది. ఎక్కువ ప్రయోజనాన్ని పొందుతున్న కొద్దీ, మనకు చేయాలనిపిస్తుంది. ఇంకా ఎక్కువ చేయాలనిపుస్తుంది

చంద్ర వలయాలు - ఉపవాసం

మన శరీరంలో 60 నుండి 70 శాతం నీరు ఉంటుంది. కాబట్టి మన మీద చంద్రుని ప్రభావం ప్రముఖంగా ఉంటుంది. సముద్రజలాల మీద చంద్రుని గురుత్వాకర్షణ ప్రభావం ఎక్కువగా ఉండడం వలన, కొన్నిచోట్ల సముద్రపు పోటు 50 అడుగులకు మించి ఉంటుందని మనకు తెలుసు. అదే విధంగా మన శరీరంలో ఉండే నీరు మీద కూడా చంద్రుని ప్రభావం ఉంటుంది. వృక్షజాతుల మీద, జంతుజాలాల మీద కూడా ఈ 'చంద్రుని ప్రభావం' ఉంటుందని గమనించారు.

'వెర్రివాడు' (lunatic) అనే పదం వాస్తవానికి మానవ శారీరక వ్యవస్థ మీద చంద్రుని ప్రభావం (lunar effect) నుండి వచ్చింది. మామూలు రోజుల కంటే, ముఖ్యంగా పౌర్ణమి రోజున నేరాలు, ఘోరాలూ ఎక్కువగా జరుగుతూ ఉంటాయని రికార్డులు చెప్తున్నాయి. భారతదేశంలో మన పూర్వీకులు ఈ విషయాన్ని గమనించే ఉంటారు; ఎందుకంటే చంద్రుని గమనం ప్రారంభమైన ఎనిమిదవ రోజు నుండి, చంద్రుని గురుత్వాకర్షణ శక్తి ప్రభావం పెరుగుతూ, చివరికి అది 14వ రోజుకు తారస్థాయికి చేరుకుంటుంది. ఈ రెండింటి మధ్యా ఉండే పదకొండవ రోజును, ఏకాదశి అని అంటారు. అంటే సంస్కృతంలో 11వ రోజు అని అర్థం. ప్రతి నెలలోనూ రెండు ఏకాదశి రోజులు వస్తాయి. ఒకటి నెల ప్రారంభంలో చంద్రుడు వృద్ధి చెందుతున్నప్పుడు, రెండవది చంద్రుడు క్షీణిస్తున్నప్పుడు, వస్తాయి. ఆరోగ్యపరంగా ఈ రోజులకు ఒక ప్రత్యేక ప్రాముఖ్యత ఉంది. ఈ రోజుల్లో చాలామంది ఉపవాసం ఉంటారు. అందరూ తమ ఆరోగ్యం కోసం, సంక్షేమం కోసం ఈ ఆచారాన్ని పాటిస్తారని, ఈ నియమాన్ని మతానికి కూడా జోడించారు. మనం ఆ ఏకాదశి రోజుల్లో ఆహారాన్ని మితంగా తీసుకుంటే,

మన శారీరక వ్యవస్థపై చంద్రుని గురుత్వాకర్షణ ప్రభావాన్ని కూడా తగినంతగా తగ్గించుకోవచ్చని మన పూర్వీకులు కనుగొన్నారు.

ఉపవాసం చేస్తే అది మన శారీరక వ్యవస్థను సమతుల్యం చేస్తుందనే భావన, 'ఆటోఫాగీ' [autophagy] మీద డా. యాషినోరి ఒసుమి [Dr Yoshinori Ohsumi] చేసిన అద్భుతమైన పరిశోధనతో కూడా సరిపోతుంది. ఆ పరిశోధనకుగాను ఆయనకు 2016లో వైద్యశాస్త్రంలో నోబుల్ బహుమతిని ప్రదానం చేసారు. 'ఆటోఫాగి' అనేది మన శరీరంలో ఉండే వ్యర్థాలను ఉపయోగకరంగా మార్చే ప్రక్రియ. ఈ ప్రక్రియలో శరీరం తనలో దెబ్బతిన్న మృత కణాలను, వినియోగించబడని మాంసకృత్తులనూ లోనికి గ్రహించి, వాటిని ఉపయోగకర పదార్థాలుగా మారుస్తుంది. మనం ఉపవాసం ఉన్నపుడే ఇది మరింత సమర్థవంతంగా జరుగుతుంది. బాక్టీరియా వైరస్ సూక్ష్మజీవులు కణాలకు తొలగింపబడతాయి. సోకినప్పుడు, అవి 'ఆటోఫాగి' ద్వారా తొలగింపబడతాయి. ఆసక్తికరంగా చాలా సాంప్రదాయాలలో 'లంఖణం పరమౌషధం' (Starve a cold) అనే సూక్తి ఉంది. ఉపవాసం చేయడం ద్వారా, శారీరకంగా, ఉద్వేగాల పరంగా, మానసికస్థితి పరంగా జరిగే మార్పులను మన పూర్వీకులు గమనించి, కొన్ని రోజులలో ఉపవాసం అనే ఆచారాన్ని ప్రారంభించారని నేను నమ్ముతున్నాను. కేవలము ఈ భౌతిక ప్రయోజనాలే కాకుండా భావోద్వేగపరం గాను, మానసికమైన సంక్షేమంలో కూడా ఈ 'ఆటోఫాగి' ప్రముఖపాత్ర వహిస్తుంది అనేది ఒక అర్థవంతమైన అంశం. దీనిని నిర్ధారించడానికి మరిన్ని పరిశోధనలు చేయవలసిన అవసరం ఉంది.

ప్రకృతితో మమేకమై ఉండడం అనేది జీవితంలో అత్యంత ముఖ్యమైన సిద్ధాంతం. మనం నదీ ప్రవాహానికి అనుగుణంగా లేదా ఎదురుగాను ఈదగలము; కానీ ఎదురీదడం వలన మనం సాధించేది ఏమిటి?

రేడియేషన్

మన చుట్టూ వున్న వాతావరణంలోకి వై-ఫై, ఇంటర్నెట్, బ్లూటూత్, మొబైల్ ఫోన్లు, కంప్యూటర్లు, టాబ్లెట్, మైక్రోవేవ్ ఓవెన్లు, వైద్య పరికరాలతో పాటు, ఇతర సాధనాల ద్వారా విద్యుదయస్కాంత తరంగాలను సృష్టించుతున్నాము. వాటి ప్రభావం గురించి ప్రస్తుతం మనము ఇంకా ఎక్కువ తెలుసు కుంటున్నాము. ఉదాహరణకు, మే 2011లో, ప్రపంచ ఆరోగ్య సంస్థ (WHO) కు చెందిన కేన్సరు వ్యాధి మీద పరిశోధన చేసేందుకు ఏర్పడిన ఒక అంతర్జాతీయ సంస్థ

(International Agency for Research on Cancer) – మొబైల్ ఫోన్లు, ఇతర సాధనాల నుండి వెలువడే కిరణాలను 'కాన్సర్ కారక విద్యుదయస్కాంత కిరణాలు' గా వర్గీకరించారు. వాటి ప్రభావాన్ని తగ్గించడానికి అవసరమైన జాగ్రత్తలు సూచించారు. అంతేకాదు; మొబైల్ ఫోన్లు చేతితో పట్టుకుని మాట్లాడే అవసరంలేని సాధనాలను ఉపయోగించడం, మాట్లాడడానికి బదులుగా సందేశాలను పంపడం వంటి జాగ్రత్తలు సూచించారు. 'బయో–ఎలక్ట్రో–మ్యాగ్నెటిక్స్' అనే క్రొత్త శాస్త్రీయ పరిశోధనారంగం ఏర్పాటు చేసారు. దాని అధికారులు స్వీడన్, ఆస్టియా, జర్మనీ ఫ్రాన్సు దేశవాసులు తీసుకోవలసిన జాగ్రత్తలను సూచించారు.

- తలకు రేడియేషన్ తగ్గించడానికి, మొబైలు ఫోనును చేతితో పట్టుకుని మాట్లాడవద్దు.
- మొబైలు ఫోనును శరీరానికి దూరంగా ఉంచండి.
- బయట యాంటినా లేని కారులో ఫోనును ఉపయోగించవద్దు.

విద్యుదయస్కాంత క్షేత్రాలు (EMF) మన జీవన వ్యవస్థ మీద, ఆరోగ్యం మీద ఎటువంటి ప్రభావం చూపిస్తాయి? మన సూక్ష్మ శరీరం – మన శక్తిక్షేత్రం, రుణాత్మక – ధనాత్మక ధ్రువాల శక్తి ద్వారా ఏర్పడిన తనదైన విద్యుదయస్కాంత క్షేత్రం కలిగి ఉంటుంది. దీని ఫలితంగా, చుట్టూ పరిసరాలలో ఉన్న ఇతర శక్తి క్షేత్రాల ప్రభావం మన సూక్ష్మ శరీరం మీద పడుతుంది. ఉదాహరణకు, ఉరుములతో కూడిన తుఫాను వచ్చే ముందు వాతావరణంలో పేరుకున్న ధనాత్మక అయాన్లు అసౌకర్యాన్ని కలిగిస్తాయి. కానీ ఒకసారి తుఫాను వచ్చేసరికి, రుణాత్మక అయాన్లు విడుదలై, ఉపశమనాన్ని కలిగిస్తాయి.

ప్రకృతిలో, ప్రతీదీ ఒక క్రియాశీల సమతుల్య స్థితిలో ఉంటుంది. ఆ వ్యవస్థలో, ఒకదానికొకటి పూరకాలైన శక్తి ప్రవాహాలు, వికల్ప విద్యుత్ ప్రవాహం [alternating current] లాగా, పరస్పరం శక్తిని మార్చుకుంటూ, ఏ సమయంలోనైనా సమతుల్యతలో ఉంటాయి. 'అదే విధమైన, 'అటు–ఇటు' మారుతూ, పూరకంగా ఉండే విధానం, సూర్య చంద్ర నాడులతో సంధానమై ఉన్న అనుకంప – ప్రత్యానుకంప [PNS–SNS] వ్యవస్థల శక్తి ప్రవాహాల మధ్య కూడా కనిపిస్తుంది. అవి రెండూ – ఒక సమయంలో ఒకనాడి ప్రబలంగా పనిచేస్తే, అదే సమయంలో రెండవది తగ్గుతూ – ఒకదాని తర్వాత మరొకటి సామరస్యంగా కలిసి పనిచేస్తూ ఉండడాన్ని మనం గమనించవచ్చు. సూర్యోదయ, సూర్యాస్తమయ వేళలు, వీటి పని తీరు మారేందుకు నిర్దిష్ట సమయాలు. ఆ సమయాల్లో, సముద్రంలో

అలలలాగా, ప్రవాహాల దిశమార్పిడి కూడా ఎక్కువ ప్రబలంగా ఉంటుంది. గ్రహాల చలానాలలోనైనా, లేదా అణు చలనాలలోనైనా, బ్రహ్మాండ జగత్తు లోనైనా లేదా సూక్ష్మ జగత్తులోనైనా, మనం ఈ ధ్రువణతా నిర్మాణక్రమ పనితీరును చూడగలము.

మానవనిర్మితమైన విద్యుదయస్కాంతక్షేత్రాన్ని (EMF) వాతావరణానికి జోడించినప్పుడు ఏమి జరుగుతుంది? మన సహజమైన విద్యుదయస్కాంతక్షేత్రం (EMF) తో అది సంకర్షిస్తుంది. మన నగర వాతావరణంలో, వైర్ లెస్ టెక్నాలజీలు ఎంత ఎక్కువ బలంగా ఉంటే, వాటి దుష్ప్రభావం మనపై అంత ఎక్కువగా వుండే అవకాశం వుంటుంది. కొందరిలో వుండే సున్నితత్త్వం వలన వారికి తలనొప్పి, దద్దుర్లు, వికారం, వాంతి వచ్చేటట్లు ఉండడం, ఇతర నాడీ సంబంధమైన సమస్యలూ కలుగుతాయి. లక్షణాలు విద్యుదయస్కాంత క్షేత్రం వలన కలుగుతున్నాయా లేదా? అనేది ఇంకా పూర్తిగా నిరూపించబడలేదు. కానీ ఈ ప్రభావాలు ముందుగా శక్తిక్షేత్రమైన సూక్ష్మ శరీరస్థాయిలో కలిగించి లోలోతుకు చేరి భౌతికశరీరం మీద ప్రభావాన్ని చూపిస్తాయి. నిజానికి ఎన్నో వ్యాధులు సూక్ష్మశరీరంలో సమతుల్యతాలోపం, లేదా సంచలనముతో ప్రారంభమౌతాయి. అందుకే సాంప్రదాయ చైనా దేశపు ఔషధాలు, శక్తి–నాళాల మీద; ఆయుర్వేదం, నాడులు, చక్రాల మీదా, పనిచేస్తూ ఉంటాయి. భౌతిక ప్రభావాన్ని మనము సూక్ష్మస్థాయిలలో ఏమీ జరగడంలేదని అనుకోకూడదు.

కొన్ని సంవత్సరాల క్రిందట, డెన్మార్కులోని కొందరు అమ్మాయిలు కలిసి స్కూలులో ఒక ప్రయోగం చేసారు. వారిలో ఒక అమ్మాయి 'స్కూలులో మాకు చదువుపై ఏకాగ్రత నిలపడం కష్టంగా ఉండేది అని మేమంతా అనుకున్నాము. ఫోను మా తలప్రక్కనే పెట్టుకుని నిద్రపోయినప్పుడు, ఒక్కొక్కసారి మాకు నిద్రపట్టడానికి ఇబ్బంది కలిగింది.' అని చెప్పింది. వాళ్ళు 400 పొన్నగంటికూర విత్తనాలను తీసుకుని, పన్నెండు మూకుడులలో నాటి, వాటిలో ఆరింటిని రేడియేషన్ లేనిగదిలోను, మిగిలిన ఆరింటినీ రెండు వై–ఫై రౌటర్లు ఉండే ప్రక్క గదిలోను ఉంచారు. విత్తనాలన్నింటికీ ఒకే పరిమాణంలో నీరు పోసి, ఒకే విధంగా సూర్యరశ్మి ప్రసరించేలా చేశారు. పన్నెండు రోజుల తర్వాత, రౌటర్ పక్కనే ఉన్న విత్తనాలు సరిగ్గా మొలకెత్తలేదు. వాటిలో కొన్ని పాడై, కుళ్ళి పోయాయి.

ఈ ప్రయోగం అంతర్జాతీయ దృష్టిని ఆకర్షించింది. వేరే మొక్కలను ఉపయోగిస్తూ, వేరే శాస్త్రీయ పద్ధతులను వినియోగించి, శాస్త్రవేత్తలు ఇదే ప్రయోగాన్ని నిర్వహించారు. దీనికి ఇతర ప్రయోగాత్మక అంశాలను కూడా వారు జోడించారు. పెసర విత్తనాలను నాటిన మూకుళ్ళను నాలుగు విభిన్న వాతావరణాలలో ఉంచి నిర్వహించిన ఒక ప్రయోగాన్ని ఉదాహరణగా చెప్పుకోవచ్చు.

మీకై మీరు ప్రయత్నించి, ఏమి జరుగుతుందో చూడండి.

ఒక డానిష్ విద్యార్థి ఈ ప్రయోగాన్ని ముగించిన తర్వాత, 'మాలో ఏ ఒక్కరూ మంచం దగ్గర మొబైల్తో నిద్ర పోలేదు. అయితే ఫోనును దూరంగానైనా పెట్టాము, లేదా దానిని మరో గదిలోనైనా ఉంచాము.

కంప్యూటర్ ఎల్లప్పుడూ 'ఆఫ్' చేసి ఉందాము' అని చెప్పా డు.

- వై-ఫై ను, ఉపయోగిం చనప్పుడు, రాత్రి వేళల, ఆపివేయండి..
- అవసరమైనప్పుడు మాత్రమే కారులో మొబైల్ ఫోనును ఉపయోగించండి. ఫోనును కారులో చార్జ్ చేయకండి.
- మీ దుస్తులకు ఉండే జేబులో కాకుండా, మీ మోబైలు ఫోనును బ్యాగులో ఉంచండి.
- అవసరమైనప్పుడే, బ్లూ టూత్' ను ఆన్ చేయండి.
- మీరు నిద్రిస్తున్నప్పుడు, మీ ఫోనును పడకకు దూరంగా ఉంచండి.
- ఆటబొమ్మల్లా ఆడుకునేందుకు చిన్న పిల్లలకు ఫోన్లు ఇవ్వడం మానండి.

ఈ టెక్నాలజీలు మనకు ఎన్నో లాభాలను చేకూర్చాయి. ప్రపంచవ్యాప్తంగా ఉన్నవారు ఎంతో సులువుగా ఒకరితో మరొకరు మాట్లాడుకోగలగడం, కుటుంబాలు పరస్పర సంబంధాన్ని కలిగిఉండడం, వ్యాపారాలు అభివృద్ధి పరచుకోగలగడం – ఇవన్నీ చిన్న విషయాలేమీ కాదు. మన 'గ్లోబల్ నెట్ వర్క్' ను అవి విప్లవాత్మకంగా మార్చాయి. కానీ, దానికి దిగజార్చే మరో విషయం మనము గమనించాలి. ఈరోజు, మనలో చాలామందికి ఈ టెక్నాలజీ ఒక వ్యసనంగా మారి, దానికి బానిసై పోతున్నారు. మన సూక్ష్మ శరీరం మీద, మన చైతన్యం మీదా ఈ సాధనాలనుండి వెలువడే రేడియేషన్ ప్రభావం ఆరోగ్యానికి హానికరం కావచ్చు. వీటిని నిరంతరం ఉపయోగించడం వలన ఏయే దుష్ప్రభావాలు కలుగుతాయో కాలమే తెలియ చేస్తుంది. రోమన్లు వంటకు సీసపు పాత్రలను వాడడం వలన, వంట సీసపు విషంగా మారింది. ఈ రోజు మనం చరిత్రలో వెనక్కి తిరిగి చూసి, 'రోమన్లు ఎందుకంత అవివేకమైన పనిచేశారు?' అని ఆశ్చర్యపోతున్నాము. అదే విధంగా, 23వ శతాబ్దికి చెందిన ప్రజలు కూడా వెనక్కి తిరిగి చూసి, ఈ డిజిటల్ టెక్నాలజీలను మనం విచ్చలవిడిగా ఉపయోగించామని తెలిసి వారు నమ్మగలుగుతారా?

11

సంబంధాలను మార్చుకోండి!

ఈ నాడు ఇరవై ఏళ్ళ ప్రాయంలో ఉన్నవారిని 'నీ మనస్సులో ఏముంది?' అని అడిగితే, చాలామంది స్నేహసంబంధాలు, సంపాదన అని చెప్తారు. ముప్పె-నలభై ఏళ్ళ వయస్సులో ఉన్నవారిని కూడా ప్రశ్న అడిగితే, వారు చెప్పే సమాధానం కూడా అదే ఉంటుంది. మనం కుటుంబాలలోను, సంఘాలలో, నగరాలలోను, దేశాలలోనూ జీవిస్తూ ఉంటాము కాబట్టి, సంబంధాలు ముఖ్యం. సహజంగా మనం సంఘజీవులం. మన ముఖ్యమైన సంబంధాలలో ఏదైనా సంఘర్షణ తలెత్తితే, అది మనల్ని సంఘం నుండి దూరం చేస్తుంది. అయినప్పటికీ ఆరోగ్యవంతమైన, ఆనందకరమైన, సత్సంబంధాలను ఎలా నిలుపుకోవాలో మాకు బాగా తెలుసు, అని మనలో ఎంతమంది చెప్పగలరు?

సంబంధాలను గురించి నేను ఇన్ని సంవత్సరాలుగా నేర్చుకున్న కొన్ని విషయాలు, ఈ క్రింద చెపుతున్నాను.

గౌరవం

సంబంధాలను ఏర్పరచుకోవడానికి పరస్పర నమ్మకంతో కూడిన గౌరవం ఒక ఉత్తమ లక్షణం. కానీ తరచుగా మనం, ఇతరులను గౌరవించేందుకు ప్రయత్నించడానికి బదులుగా, ఆత్మగౌరవాన్ని గురించే ఎక్కువగా ఆలోచిస్తూ, ఇతరులే మనల్ని గౌరవించాలని ఆశిస్తాము. ఆత్మగౌరవం మీద నాకు ఎక్కువ గౌరవం లేదు; ఎందుకంటే అది సాధారణంగా ఒక చిన్నపిల్లల చేష్ట వంటిది. కాబట్టి

మన అభివృద్ధికి అది సహాయపడదు. కానీ, ఈ విషయంలో మనం ఒక ఉన్నతమైన విధానాన్ని గురించి ఆలోచిద్దాము. ఆత్మగౌరవాన్ని గురించి మన హార్ట్ ఫుల్‌నెస్ యోగ సాంప్రదాయానికి చెందిన ఇద్దరు మార్గదర్శులు ఏమి చెప్పారో చూద్దాం.

> బాబూజీ: 'నాకు తెలిసినదాన్ని బట్టి, ఆత్మ గౌరవం అంటే, ఇతరులు మనపట్ల ఏదీ చేయడం మనకు ఇష్టం ఉండదో, దానిని మనం ఇతరులకు చేయకూడదు.'
> లాలాజీ: ప్రతి ఒక్కరూ పరస్పరం మితభాషిగా ఉండాలి. ఎక్కువగా మాట్లాడేందుకు అవకాశం ఇవ్వకూడదు. అంటే, చర్చకు ఎక్కువ అవకాశాన్ని ఇవ్వవద్దు. తన ఇంటి రహస్యాలను ప్రతివారికి వెల్లడించకూడదు. తనని బలహీనుడనని ఎవరూ అనుకోరాదు. ఇతరులు నీ పట్ల అమర్యాదగా ప్రవర్తించే విధంగా నువ్వు ఏ మాటా అనకూడదు. ఇవన్నీ కలిసి ఆత్మగౌరవానికి నిర్వచనం అవుతాయి.'

ఇతరుల పట్ల గౌరవాన్ని గురించి మన భావన ఎలా ఉంటుందో చూద్దాం. వాస్తవానికి ఇది మీలో మీపట్ల ఉన్న ప్రేమకు పరాకాష్ట. మిమ్మల్ని మీరు ప్రేమించకపోతే, ఈ ఉత్తమ లక్షణం ఎన్నటికీ మీలో పెంపొందదు.

ఉదాహరణకు, మీకు బాధ కలిగించే పని మీరు చేశారనుకుందాం: అప్పుడు మీ మీద మీకే కోపం వచ్చిందని అనుకుందాం. ఆ సమయంలో మీరు ఇతరులను గౌరవించగలరా? అది సాధ్యం కాదు. దానికి భిన్నంగా, మీరు ప్రేమతో ఉన్నప్పుడు, మీరెలా ప్రవర్తిస్తారో ఒకసారి పోల్చి చూసుకోండి. మీ ముందుకు శత్రువు వచ్చినా, మీరు ప్రవర్తించే పద్ధతిని బట్టి, 'చూడు, అతడు నన్ను ఎంత మర్యాదగా చూస్తున్నాడో.' అని అతనికి అనిపిస్తుంది. అప్పుడు అతడు మారి వెళ్ళిపోతాడు.

ఇతరులపట్ల గౌరవాన్ని ఎన్నో విధాలుగా వ్యక్తం చేయవచ్చు. ఉదాహరణకు ఒక గౌరవనీయ వ్యక్తిని కలిసేందుకు మిమ్మల్ని ఆహ్వానించినప్పుడు, మీరు పొట్టి నిక్కరుతో వెళతారా? వెళ్లరు. ఎందుకంటే ఆ వ్యక్తిపట్ల మీకు గల గౌరవాన్ని ప్రదర్శించాలని అనుకుంటారు కాబట్టి.

ఇక్కడ మనం అందంగా కనిపించాలని కోరుకోవడంకాదు; కానీ ఉన్నత స్థాయికి చెందిన వ్యక్తిని కలుసుకుంటున్నప్పుడు, తగినట్లుగా ఉండాలని మనం కోరుకుంటాము. ఆఫీసుకు అతిథులు వస్తున్నారు. కాబట్టి, టై కట్టుకుని వెళ్లడం, మనం వారిపట్ల గౌరవ సూచకంగా ఉండడమేగానీ, దర్పాన్ని ప్రదర్శించాలని కాదు. మనం చక్కగా వస్త్రధారణ చేసుకోవడం ఇతరుల పట్ల మనకు గల గౌరవాన్ని వ్యక్తపరచడానికి మాత్రమే.

అదేవిధంగా మన మాట్లాడేతీరు, కూర్చునే పద్ధతి, శిరస్సును ఎలా ఉంచుతామనేవి, మనం కలుసుకోబోయే వ్యక్తులకు మన గురించి కొన్ని విషయాలను తెలియజేస్తాయి. అతిథుల ముందు మనం అసహ్యంగా వంకరటింకరగా నిలబడితే, అది గౌరవప్రదం కాదు. మనం ఒక్క మాట మాట్లాడకపోయినా, మన ప్రవర్తనను బట్టి అంతా తెలుస్తుంది. మనలో నిజాయితీగాని, అనుభూతికానీ లేకుండా మనల్ని మనం వ్యక్తపరచుకున్నప్పుడు, మన చూపులు, కదలికలూ, ప్రవర్తనా వైఖరీ దానిని తెలియజేస్తాయి.

కొందరు తుఫాను సృష్టించినట్లుగా భడాలున, తటాలున తలుపులు కొట్టుకుంటూ భీభత్సాన్ని సృష్టిస్తూ గదిలోనికి వస్తారు. వారు నడిచే విధానం, మాట్లాడే పద్ధతి, చుట్టూ చూసే చూపులను గురించి ఎంతైనా చెప్పుకోవచ్చు. వారికి ఇతరుల పట్ల ప్రేమ ఉండదు. కాబట్టి, వాళ్ళు తమతోపాటు అమర్యాదకరమైన వాతావరణాన్ని కూడా వెంట తెచ్చుకుంటారు. వారికి ఇతరుల పట్ల గౌరవం ఉండదు.

పిల్లలతో మన సంబంధాల మాటేమిటి? మనం తరచుగా పిల్లలకు 'ఏమీ తెలియదు; వారికి మనం ఎంత చెపితే అంత', అనే అభిప్రాయాన్ని కలిగి, వారు ముఖ్యమైన వ్యక్తులు కారు అంటూ, వారిని అవివేకులుగా భావిస్తూ ఉంటాము. దీనిని, చిన్న పిల్లలతో బాబూజీ ఎలా ఉండేవారో పోల్చి చూసుకోండి – చిన్న పిల్లలను కూడా 'తమరు' అనే అర్థంలో 'మీరు' అనేవారు. ఎందుకంటే పిల్లల పట్ల ఆయనకు అంత ఎక్కువ గౌరవం ఉండేది.

మనం చిన్న పిల్లవాడిని ఎంతో గౌరవంగా సంబోధించినపుడు, ఈ ప్రపంచంలో ఎదగడానికి ప్రయత్నిస్తున్న ఆ చిన్న కుర్రాడిలో ఆ లక్షణాన్ని మనం ప్రవేశపెడతాము. కానీ 'బుద్ధిలేని వెధవా, కూర్చో. నువ్వు అలా చేయకూడదు. సరిగ్గా ప్రవర్తించు', అంటూ వాడిని మనం తిడుతూ ఉంటే, ఎల్లవేళలా అతనికి నీతి ఉపన్యాసాలు ఇస్తూ, జోకులు వేస్తూ, అతనిని ఇబ్బంది పెడుతూ ఉంటే, ఆ విధంగానే అతడు ప్రవర్తించడం నేర్చుకుంటాడు. అలా చాలా చిన్న వయస్సు నుండి వాడికి గౌరవం అనే భావన మరుగున పడిపోతుంది. పిల్లలకు గౌరవం అంటే ఏమిటో తెలియలేదంటే, దానికి కారణం కేవలం వారి పెద్దలు వారిని (చిన్న పిల్లలను) గౌరవించకపోవడమే.

'ఓహో, ఈ పువ్వు అందంగా ఉంది' వంటి అభిప్రాయం చిన్న పిల్లవాడిలో కలిగితే, 'అవును! అది అలాంటి అద్భుతమైన పుష్పం. నువ్వు చెప్పింది. నిజమే' అంటూ వాళ్ళను పొగడండి. మరింత పరిశోధన చేసేందుకు వారికి

మార్గదర్శనం చేయండి. 'దానికి ఎన్ని రేకులు ఉన్నాయి? దాని రంగు ఏమిటి? నీకు దాని సువాసన ఎలా నచ్చింది?' ఇలా వాళ్ళలో విశ్లేషణాత్మక సామర్థ్యాలను పెంపొందించుకునేందుకు సహాయపడండి. చిన్నప్పటి నుండే మనం ప్రారంభించినప్పుడు, అది ఎంత ముందుకు వారిని తీసుకువెళ్లగలదో మనం చూడగలము.

ప్రేమ

ఒక శాస్త్రీయ భావనతో ప్రారంభించి, ప్రేమ అనే అంశాన్ని మరింతగా తెలియజేయాలనుకుంటున్నాను. అవ్యవస్థత (Entropy–ఎంట్రోపీ) అంటే ఏమిటి? ఒక ఆచరణాత్మక ఉదాహరణతో మనం దానిని అర్థం చేసుకుందాము. మీరు లైబ్రరీ నుండి ఒక పుస్తకాన్ని తెచ్చారనుకుందాం. మీ నాన్నగారు మీకు మరో పుస్తకాన్ని, మీ స్నేహితురాలు మీకు పత్రికలనూ బహుమతిగా ఇచ్చారనుకోండి. మీ వద్ద సేకరించిన కొన్ని సంగీతపు సీడీలు ఉన్నాయనుకోండి. అవన్నీ గదిలో అస్తవ్యస్తంగా ఒక చిన్న టేబుల్ మీద పేరుకుపోయి ఉన్నాయని అనుకుందాము. ఇప్పుడు అవన్నీ గుట్టలా పేరుకుపోయి ఉన్నాయి. మీ గదిలో మిగిలిన చోట కూడా ఇలా అస్తవ్యస్తంగానే ఉందని, మీ బట్టలన్నీ నెలమీద చెల్లాచెదురై ఉన్నాయని, మీ సాక్స్ లు మంచం క్రిందపడి ఉన్నాయని, మీ తువ్వాలు కుర్చీమీద వ్రేల్లాడుతూ ఉందనీ అనుకుందాము. అది గజిబిజిగా గందరగోళంగా ఉంటుంది.

చివరికి వీటిని అన్నింటినీ చూసి మీకు విసుగు పుట్టి, అన్నింటినీ పూర్తిగా శుభ్రం చేస్తారు. ప్రతి పుస్తకాన్నీ షెల్ఫుతో ఏది ఎక్కడ ఉండాలో అక్కడ ఉంచుతారు. విడచిన బట్టలను ఉతికి, మీ మంచాన్ని చక్కగా సర్దుతారు. ఇప్పుడు మీరు మళ్ళీ మరిన్ని పుస్తకాలను, ఇతర వస్తువులనూ చెల్లాచెదరుగా పడేసే వరకూ, మీ గది శుభ్రంగానే కనిపిస్తుంది. ఆ తర్వాత అది మళ్ళీ అస్తవ్యస్తంగా తయారవుతుంది. అన్నింటినీ ఒక క్రమపద్ధతిలో ఉంచేందుకు, నిరంతరం శక్తిని వినియోగించవలసిన అవసరం ఉంది.

ఏ వ్యవస్థలోనైనా ఉండే గందరగోళం లేదా అయోమయ పరిస్థితి ఎంతమేరకు ఉంది అనే దానిని అవ్యవస్థత అని అంటారు. కాలక్రమేణా ఈ అవ్యవస్థత పెరుగుతూ ఉంటుంది అని ఉష్ణగతికశాస్త్రం (Thermodynamics) యొక్క రెండవ సూత్రం చెపుతోంది. దానిని స్థిరంగా ఉంచడానికి ఏ శక్తినీ వినియోగించక పోతే, కొంత కాలానికి ఆ వ్యవస్థ స్థిరత్వాన్ని కోల్పోతుంది.

రోజురోజుకూ మన మధ్య చోటుచేసుకునే పరస్పర చర్యల వలన ఏర్పడిన అస్థిరత్వం కారణంగా, మన మానవ సంబంధాలు కూడా అస్థిరంగా మారతాయి. మనం వాటిని లోలోపల పేరుకుపోయేటట్లు చేస్తాము. అంతకంతకూ ఎక్కువగా భావోద్వేగాలను, ప్రతి చర్యలనూ నిల్వచేసుకుని, తద్వారా మనలోని వ్యవస్థను చిందరవందర చేసుకుంటాము – మీ గదిలో పుస్తకాలు దుస్తులు మొదలైన వాటిని అస్తవ్యస్తంగా చేసుకున్నట్లుగా!

కోపతాపాలు, చికాకులూ మనలో పేరుకుపోతాయి. వానిని గురించి మనం ఏదో ఒకటి చేయకపోతే, ఏదో ఒకరోజు అవన్నీ ప్రేలినట్లు ఒక్కసారిగా బయటపడతాయి. సంబంధాలను సుస్థిరం చేసుకోవాలంటే, ఎప్పటికీ మన మనస్సులలో వాటికి చోటు కల్పించకూడదు. అవి పేరుకుపోకుండా చూసుకుంటూ ఉండాలి. వాటివల్ల ఏర్పడిన ముడుతలను తొలగించుకోవాలి. అందుకు మనము కొంతశక్తిని (inputs) ప్రవేశ పెట్టవలసి ఉంది.

మనం ప్రవేశపెట్టవలసినది ఏమిటి? మన సంబంధాలను సుస్థిరంగా ఉంచేందుకు నిరంతరంగా బయటనుండి ఆవిధంగా ప్రవేశపెట్టవలసి ఉందా? మనం తప్పు చేసిన ప్రతిసారీ, ఆ వ్యక్తిని సముదాయించేందుకు అతనికి ఐస్-క్రీము, చాక్లెట్ ఇస్తూ ఉండాలా? అంటే సంబంధాన్ని చెడిపోకుండా నిలుపుకునేందుకు నిరంతరంగా పెట్టుబడి పెట్టాల్సి ఉంటుందని అర్థం. మనం పోట్లాడిన, లేదా వాదించిన ప్రతిసారీ, మనం ఏదో ఒకటి సమర్పించుకుంటూ ఉంటే, అది పోనుపోను ఇంకా ఎక్కువగా ఇవ్వవలసి వస్తూ ఉంటుంది. అదే సమయంలో, ఎలాగైనాసరే, ఒకరినొకరు ప్రేమించడమే మన ధర్మం. ఈ ప్రక్రియలో మన మనస్సు గాయపడవచ్చు: మనవైపు నుండి చాలా ఎక్కువగా శక్తిని వినియోగించవలసి రావచ్చు; కానీ అందుకు మనం సిద్ధమైతే, సంబంధాలు మెరుగుపడతాయి.

ఇది మన దైనందిన జీవితంలో ఎలా పనిచేస్తుంది? ఒక కుటుంబంలో మనం ఒకరినొకరు సహించాలంటే, దాని అర్థం నిరంతరంగా శక్తిని ('ఇన్-పుట్') పెట్టుబడిగా పెట్టవలసి ఉంటుంది. అది ఉత్తమమైన పనికాదు. నిజానికి మనమంతా కలిసి ఉన్నప్పటికీ, అది ఒక ప్రేమతో నిండిన కుటుంబం కాదు అని అర్థం.

దానికి భిన్నంగా, విభేదాలు సమసిపోయేలా చేసేందుకు ఐస్-క్రీమును ఇవ్వడం గాని, విహారయాత్రలకు తీసుకు వెళ్ళవలసిన అవసరం గానీ లేకుండా, ప్రేమతో ఎదుటివారి నిర్ణయాలను నిర్ద్వంద్వంగా అంగీకరిస్తూ, అందరి మధ్యా

ప్రేమ, అంగీకారమూ గల 'ఒక కుటుంబంతో పోల్చి చూడండి. సంబంధాలను సుస్థిరపరచేందుకు మనం శక్తి [ఇన్–పుట్]గా వినియోగించవలసింది మన హృదయాలలో ఉన్న ప్రేమనే! ప్రేమ ఉన్నప్పుడు అంగీకారం చాలా ఎక్కువ స్థాయిలో ఉంటుంది. అంగీకారం అంటే సహనం అని అర్థం కాదు. సహనం అనేది ఒక సుగుణం. కానీ మనం వేరొకరి తప్పులను సహించవలసి వచ్చినప్పుడు, ప్రేమతో పాటుగా వచ్చే అంగీకారస్థాయి, సహనం స్థాయిలో మనకు ఉండదు. ప్రేమ అన్నింటినీ చక్కబరుస్తుంది. ప్రేమ ఎక్కడి నుండి వస్తుంది? అది నిర్మలమైన హృదయం నుండి వస్తుంది, నిజమైన హృదయం నుండి వస్తుంది. అపనమ్మకం సంబంధాలను చంపివేస్తుంది. కానీ ప్రేమ, అంగీకారము, స్వచ్ఛత ఉన్నపుడు, త్యాగం సహజం అవుతుంది.

మనం అన్నింటినీ విడచిపెట్టగలుగుతాము. సంబంధాలలో ప్రేమ యొక్క ప్రాముఖ్యతను అర్థం చేసుకునేందుకు ఈ అవ్యవస్థత (ఎంట్రోపీ) సిద్ధాంతం మనకు సహాయపడుతుంది. ఆ ప్రేమే మన నిరంతరస్థితి అయినప్పుడు, శక్తి [ఇన్–పుట్స్] పెట్టుబడిగా పెట్టవలసిన అవసరం మటుమాయమౌతుంది. అప్పుడు దేనినీ పెట్టుబడిగా పెట్టవలసిన అవసరం ఉండదు. అలా పెట్టవలసిన అవసరం లేనప్పుడు, ఆ సంబంధం అత్యంత సుస్థిరమైనదని, అది అత్యంత సుస్థిరమైన కుటుంబమనీ అర్థం. దేనినీ వివరించవలసిన అవసరం ఉండదు. ఎందుకంటే ప్రేమ ఉన్నచోట సంజాయిషీలు ఇచ్చుకోవలసిన అవసరం ఉండదు.

నిజమైన ప్రేమ విషయానికి వస్తే, ఏమి జరుగుతుంది? ప్రేమ అంకురిస్తుంది; ఇరువురి హృదయాలూ విస్తరిస్తాయి. ఒకరిని గురించి మరొకరు దేనినైనా, అన్నింటినీ సహిస్తారు. చివరికి ఇతరుల తప్పులు కూడా చాలా ప్రీతిపాత్రమైనవి అవుతాయి. మీరు పోట్లాడుకోరు. అప్పుడు మరో దశ ప్రారంభమౌతుంది. మీరు నిజంగా ప్రేమించడం ప్రారంభించినప్పుడు, మిమ్మల్ని మీరు మరచిపోవడం. ప్రారంభిస్తారు. ఆ వ్యక్తిలో మీరు విలీనం కావడం ప్రారంభిస్తారు. ఎదుటి వ్యక్తిని ఆనందంగా ఉంచడానికి మీరు ఎంతటిదైనా చేయాలనుకుంటారు. సమయంలో మీ గురించి మీరు ఎంతమాత్రమూ పట్టించుకోరు.

ప్రేమ వివాహాలు ఎందుకు విఫలమౌతున్నాయి? వారిద్దరిలోనూ పరస్పర ప్రేమ స్పందన సమానంగా లేనప్పుడు విఫలమౌతాయి. ముందటి స్థాయి ఇప్పుడు మారిపోవడం ప్రారంభిస్తుంది; అప్పుడు మీరు మంచిచెడ్డలను గురించి నిర్ణయిస్తూ, 'నేను ఇలా చేసి ఉండవలసింది కాదు', అని అనుకుంటూ ఉంటారు. మిమ్మల్ని మీరు పూర్తిగా వదులుకోవడం మీకు ఇష్టం ఉండదు. కాబట్టి, వెనుకంజ వేయడం

ప్రారంభిస్తారు; మీరు భయపడతారు. ఆ అహం నుంచి భయం కలుగుతుంది. ఇప్పుడు మీరు మీ గురించి పట్టించుకోవడం ప్రారంభిస్తారు. దానితో మీ సంబంధం అల్లకల్లోలంగా మారుతుంది. మీకు మీ స్వంత అవసరాలను గురించి తెలుస్తుంది. కానీ ఇంతకుముందు మీకు వాటిని గురించి తెలియదు. అప్పుడు, ఎదుటి వ్యక్తి కోసం మీరు ఏదైనా, ప్రతీదీ, చెయ్యాలనుకునేవారు: కానీ ఇప్పుడు మీరు, 'నాకు ఏం జరిగింది? పూర్వం నేనొక గొప్ప డాక్టరును. కానీ నేను ఇప్పుడు ఎంతో త్యాగం చేస్తున్నాను.' అంటూ అనుకోవడం ప్రారంభిస్తారు. దానితో సంబంధం దెబ్బతింటుంది. 'నేను త్యాగం చేశాను' అనే ఆలోచన మీలో తలెత్తిన మరుక్షణం, ప్రేమకథకు అదే ముగింపు అవుతుంది.

మనం ప్రేమలో ఉన్నప్పుడు, మన గురించి మనం ఎంతమాత్రమూ ఆలోచించకూడదా? మనం ప్రేమలో ఉన్నప్పటికీ కూడా, నిరంతర అభివృద్ధి మీద మన దృష్టిని కేంద్రీకరించవలసిన అవసరం ఉంటుంది. ఇది కేవలం జాగ్రత్త చెప్పే ఒక సూచన: ఎదుటి మనిషి మనస్సును మీరు గాయపరుస్తునట్లు తెలుసుకుంటే, లేదా మీరు వేరొకరి కోసం ఎంత త్యాగం చేస్తున్నారో గమనిస్తూ ఉంటే, అప్పుడు మీలో అహం తలెత్తుతూ ఉందని, మీరు దానిని గుర్తించాలని తెలుసుకోండి. మరోవైపు మన నిరంతర వ్యక్తిగత అభివృద్ధి అహానికి సంబంధించిన లక్షణం కాదు. అది వ్యక్తిగత కోరికల పట్ల తక్కువ అసక్తి కలిగి, ఎక్కువగా అంగీకరించే వైఖరిని పెంపొందించడం, క్రమక్రమంగా స్వార్థపర చింతనలకు అతీతంగా ఎదగడం అవుతుంది. వాస్తవానికి మనం ఒక ప్రేమస్థితిలో ఉంటూ ఇతరులతో ప్రతిస్పందిస్తూ ఉండే విధంగా, అది మనకు సహాయపడుతుంది. దీనిని మీ దైనందిన చర్యలు ఆలోచనలకు గల సంబంధంతో లోతుగా ఆలోచిస్తే, అది మీకు స్పష్టమౌతుంది.

అంగీకారం

'జీవిత భాగస్వామిని ఎంచుకోవడంలో అత్యంత ముఖ్యమైన అంశం ఏమిటి?' అని చాలామంది యువతీయువకులు నన్ను అడుగుతూ ఉంటారు.

'మీ హృదయాన్ని ఉపయోగించండి. ఇంతవరకూ చూసినదాన్ని బట్టి – నేను జీవించిన ఈ జీవితాన్ని బట్టి – మరీ ఎక్కువగా ఆశించవద్దు', అని మాత్రం చెపుతాను.

జీవితం అంతా అంగీకారాన్ని గురించే. ఏదివస్తే, దానిని అంగీకరించడం మనం నేర్చుకున్నప్పుడు, అది ఒక పరిస్థితి అయినా, ఒక వ్యాపార ఫలితం అయినా, లేదా ఒక భాగస్వామి అయినా, మన అంగీకారమే మనల్ని విజయవంతం చేస్తుంది. చివరికి ప్రతికూల వాతావరణంలో కూడా మనుగడ కోసం బాక్టీరియా

విభజింపబడుతుంది. అలాంటిది, మనం మారలేమా? అంతగా బాధపడకుండా, పరిస్థితులకు అనువుగా మారడం నేర్చుకోవాలి. ఎవరూ పరిపూర్ణ వ్యక్తి కాదు. మన అసంపూర్ణతలతో మనం పరస్పరం పోట్లాడుకుంటున్నాము. మనం పరిపూర్ణత కోసం అన్వేషిస్తూ ఉంటే, ముందుగా 'నేను పరిపూర్ణంగా ఉన్నానా?" అని మనల్ని మనం ప్రశ్నించుకోవలసి ఉంటుంది.

తగిన జీవిత భాగస్వామిని నిర్ణయించడంలో జాతకాలు ముఖ్యమా అని కొందరు తెలుసుకోవాలని అనుకుంటారు. బహుశా ఈ ప్రశ్నకు ఉత్తమమైన సమాధానంగా రామాయణంలోని శ్రీరామచంద్రుని ఉదాహరణగా చెప్పుకోవచ్చు. సీతతో రామునికి వివాహం చేస్తున్న సమయంలో ఋషులు అందరూ వారిరువురి జాతకాలనూ ఒకటికి పదిసార్లు పరిశీలించారు. అయినప్పటికీ రాముడు తన భార్యతో పద్నాలుగు సంవత్సరాలు వనవాసం చేసి, ఆమెను కష్టమైన పరీక్షలకు గురిచేశాడు. రావణుని చెర నుండి విడిపించిన తర్వాత కూడా ఆమె అగ్నిప్రవేశం చేయవలసి వచ్చింది. ఆయన ఎలాంటి భర్త?

సీత ధైర్యంగా బాధలన్నింటినీ భరించింది. స్వామి వివేకానంద చెప్పినట్లుగా, ఈ భూలోకంలో సీతలాంటి స్త్రీమూర్తి లేదు, ఇకపై ఎన్నడూ ఉండదు కూడా! పరమ సాధ్వి, నిష్కళంక మూర్తి అయిన ఆమెను ఎవరో సామాన్యమానవుడు కాదు ప్రశ్నించింది. సాక్షాత్తూ దైవాంశ సంభూతుడు అయిన శ్రీరామచంద్రుడే అనుమానించాడు. కాబట్టి మరీ ఎక్కువగా ఆశించకపోతేనే మంచిది. జీవితంలో మన ముందుకు ఏది వస్తే దానిని అంగీకరించగలిగినప్పుడు, మనం ఆనందంగా జీవిస్తాము. అన్ని విధాలా తగిన సంబంధం కూడా విపత్కర పరిస్థితులకు దారితీయవచ్చు. ఎందుకంటే మన గత సంస్కారాలు ఎప్పుడు తలెత్తుతాయో, ఇప్పుడు కొత్తగా ఏయే సంస్కారాలు ఏర్పడతాయో మనకు తెలియదు.

జీవితం పట్ల మన స్పందనలు చాలా సంక్లిష్టంగా ఉంటాయి. 'మనం మన తప్పులను ఎంత చక్కగా అంగీకరిస్తాము?', 'మనం ఇతరుల తప్పులను, మన చుట్టూ ఉన్న పరిస్థితులనూ ఎంత చక్కగా అంగీకరిస్తాము?', అనే రెండు ప్రశ్నలను మనకై మనం ప్రశ్నించుకున్నప్పుడు, మన స్పందనలు మరింత స్పష్టంగా మారతాయి. మనం ప్రతిదానినీ అంగీకరిస్తూ పోతే, పరిపూర్ణత వైపుగా నిరంతర అభివృద్ధి అనే దానిలో అర్థం ఏముంది? అందుకని, మన స్పందనలను లోతుగా ఆలోచించడం ఎంతైనా మంచిది. 'నా లోపాలను నేను అంగీకరిస్తాను. నేను చాలా ఆనందంగా ఉన్నాను. నేను ప్రశాంతంగా ఉన్నాను. నేను మారవలసిన పనిలేదు' – ఇలాంటి అంగీకారం ఉపయోగకరమా?

బహుశా ఈ హాస్యోక్తి మీకు తెలిసే ఉంటుంది. భర్త హడావుడిగా ఇంటికి వచ్చి, 'అమ్మా, నాన్నా ఈ రోజు సాయంత్రం వస్తున్నారు', అనే వార్తను చాలా ఆనందంగా తన భార్యకు చెపుతాడు. కానీ అతని భార్య మళ్ళీ 'ఇంత తరచుగా ఎందుకు వస్తూ ఉంటారు?' అని గొడవ ప్రారంభిస్తుంది. భర్త మౌనంగా ఉండిపోతాడు. తర్వాత, సాయంత్రం కాలింగ్ బెల్ మ్రోగుతుంది. ఆమె తన స్వంత తల్లిదండ్రులు వచ్చి బయట నిలబడి ఉండడం చూస్తుంది. ఆమెకు చాలా ఆనందం కలుగుతుంది. అక్కడ అంగీకారానికి ఏమయ్యింది?

మనం కొన్ని పరిస్థితులను అత్యంత ఆనందంతో అంగీకరిస్తాము, మరి కొన్నింటి పట్ల విముఖత చూపుతాము. మన హృదయాలు సంకుచితం అయినప్పుడు, ఆ అంగీకారం వీడ్కోలు పలుకుతుంది. వ్యక్తులు మన స్వంతమైనప్పుడు, వారి విచిత్రధోరణులను మనం అంగీకరిస్తాము. వాళ్ళు మన వాళ్ళు కానప్పుడు, అది పూర్తిగా వేరే విషయం. కానీ ఆధ్యాత్మికత వేరొకటి చెపుతూ ఉంది. అందుకని దయచేసి దీనిని గురించి ఆలోచించండి. మీ కుటుంబంలో, మీ వ్యాపారంలో, లేదా మీరు పనిచేసే వాతావరణంలో ఒకానొక స్థాయికి చెందిన అంగీకారం అవసరమైనప్పుడు, మీరు ఎంత మేరకు అంగీకరించగలరో చూడండి. ఆలోచిస్తూ ఉండండి.

బలవంతంగా కాకుండా, అంగీకారం ఒక అలవాటుగా మారకుంటే అప్పుడు మనం మెరుగైన పద్ధతిలో మరో కార్యాన్ని నిర్వర్తిస్తున్నట్లే. ఉదాహరణకు 'నేను దీనిని అంగీకరించి తీరాలి. లేదంటే, నేను హార్ట్ ఫుల్‌నెస్ సిద్ధాంతానికి విరుద్ధంగా ప్రవర్తిస్తున్నట్లే' అనేది ఉపయోగకరమైన ఆలోచన కాదు – ముఖ్యంగా హృదయం మరోలా చెపుతున్నప్పుడు! పూర్తి అప్రమత్తతతో, పూర్తి అవగాహనతో మనకు జీవితంలో ఎదురయ్యే పరిస్థితులను అంగీకరించవలసిన అవసరం ఉంది. వేరే ఎవరో చెప్పారు కాబట్టి, 'మనం అంగీకరించాలి' అని గుడ్డిగా అనడంలో అర్థమేమీ లేదు. అప్పుడు అది నిజమైన అంగీకారం అవ్వదు.

అంగీకారాన్ని గురించి వ్యక్తిగత కథను మీకు చెప్పాలనుకుంటున్నాను. ఇది 1983లో బాబూజీ పరమపదించిన తర్వాత జరిగిన సంఘటన. బాబూజీ ఏప్రిల్ 19న దివంగతులయ్యారు. 18 వ తేదీన ఒకానొక సమయంలో, నేను న్యూయార్కులోని ఒక ఫార్మసీలో పనిచేస్తూ ఉన్నప్పుడు, నా శరీరం నిస్త్రాణంగా అయిపోతున్నట్లు అనిపించింది. శక్తి నాలోనుండి బయటకు పోతూ ఉంది. ఆ రోజు ఇక ఎంతమాత్రమూ పనిచేయలేని స్థితిలో ఉన్నాను కాబట్టి, నేను ఇంటికి వెళ్ళిపోతాను అని నా యజమానికి చెప్పాను.

ఆ రోజు అర్ధరాత్రి, దక్షిణ ఆఫ్రికా నుండి మా కుటుంబ మిత్రుడు ఒకాయన ఫోన్ చేసి, 'మన బాబూజీ ఇక లేరు' అని చెప్పాడు. రెండు రోజుల తర్వాత షాజహాన్ పూర్‌కు విమానంలో బయలుదేరాను. నేను అక్కడికి వెళ్లేసరికి ఆయనకు దహన సంస్కారాలు అయిపోయాయి. అయినప్పటికీ ఆయన పవిత్ర చితాభస్మాన్ని సేకరించి, దానిని మట్టిపాత్రలో నింపి, దానిని ఆయన కాటేజీలో ఉంచే అవకాశం నాకు లభించింది.

ఆ సమయంలో బాబూజీకి (ఆధ్యాత్మిక) వారసునిగా చారీజీని ప్రకటించారు. కానీ 'అటువంటి గొప్ప వ్యక్తికి ఎవరైనా వారసులు ఎలా కాగలరు?' అని హృదయంలో నాకు అనిపించింది. 'నేను చారీజీని ప్రశాంతంగా బ్రతకనీయను. అందుకు నేను చర్య తీసుకుంటాను' అని నేను వాగ్దానం చేసుకున్నాను. ఈ వైఖరితో నేను ఒక అంబాసిడర్ కారును అద్దెకు తీసుకుని, మరో ముగ్గురితో పాటు ఫతేగర్ బయలుదేరాను. అక్కడ లాలాజీకి నమస్కరించి, 'ఏది ఏమైనప్పటికీ నేను చారీజీని వారసుని కానివ్వను' అని ప్రమాణం చేయాలనుకున్నాను.

దారి మధ్యలో, ఈ విషయాన్ని గురించి తీవ్రంగా చర్చించుకుంటున్న సమయంలో, అకారణంగా మా కారు ప్రక్కకు దొర్లి, ఒక మురికి కాలువలో పడిపోయింది. అదృష్టవశాత్తూ దానిలో నీళ్ళు లేవు. ఆ వూరివాళ్ళు వచ్చి, కారును పైకి తీసి, మళ్ళీ రోడ్డుమీద పెట్టారు. కానీ అది నడవడం లేదు. అందుకని మేము ఒక బస్సు పట్టుకుని వెనక్కి షాజహాన్‌పూర్‌కు వచ్చేసాము.

'నీ ఆలోచనలో ఏదో తప్పు ఉండి తీరాలి. నీ ఆలోచనల గుర్రాలను అదుపులో ఉంచుకో. మరీ ఎక్కువ ఉద్వేగంగా ప్రవర్తించకు. ప్రార్థించడం ప్రారంభించు,' అని అనిపించింది. ఇది మాకు ఒక చెంపపెట్టులా తగిలింది.

అందుకని నేను బాబూజీని ప్రార్థించాను. ఒకదాని తర్వాత మరో స్వప్నం చారీజీయే ఆయన వారసులు' అనేది తెలుసుకోడానికి దారితీసింది. కానీ నేను తటస్థంగా మారినప్పుడు, ఆ నిర్ణయానికి సానుకూలంగా గానీ, ప్రతికూలంగా గానీ లేని సమయంలో మాత్రమే, ఈ కలలు కనిపించడం ప్రారంభమయ్యాయి. అంగీకరిస్తామా, అంగీకరించమా? అనే నిర్ణయం తీసుకోడానికి ముందుగా, తటస్థస్థితికి రావలసి ఉంటుందని నేను అనుకుంటాను.

ఆవిధంగా, ఏ పరిస్థితిలోనైనా, మనం చేసేదే మంచి పని అనుకుంటాము. మనం తటస్థస్థితికి వచ్చినప్పుడే, పరిష్కారం లభించే అవకాశం ఉంటుంది. బాబూజీ స్థానాన్ని 'ఎవరూ భర్తీ చేయలేరు', అనే నా నమ్మకాన్ని మొండిగా పట్టుకుని కూర్చుని ఉంటే, నా పని అంతటితో ముగిసి ఉండేది. తటస్థస్థితికి

చేరుకోవడం వలన, ఉన్నత శక్తులు నా మీద పనిచేసి, నన్ను సరియైన విధంగా నడిపించే అవకాశం లభించింది.

అంగీకారంలో మొట్టమొదటి మెట్టు: తటస్థమైన మధ్యస్థ స్థితికి వచ్చేందుకు, 'ఇది ఇలాంటిది' అనో, అది 'అలాంటిది కాదు', అనో నిర్ణయించే అవకాశాన్ని ఇవ్వకూడదు. మీకు ప్రకృతి నుండి, లేదా భగవంతుని నుండి, లేదా మీ మార్గదర్శి నుండి మార్గదర్శనాన్ని ఎప్పుడు కోరుకున్నా, మీరు ఆ తటస్థమైన మధ్య బిందువు వద్దకు వచ్చి, అప్పుడు చూడండి: అది మిమ్మల్ని సరియైన దిశగా ఎలా త్రిప్పుతుందో!

మనం తటస్థ స్థితికి చేరుకున్నపుడు, భారాన్ని తొలగించినట్లే ఉంటుంది. కుటుంబ జీవితంలోనైనా, లేదా వ్యాపారంలోనైనా, అంతిమ నిర్ణయాన్ని తీసుకునే ముందు, తటస్థస్థితికి వచ్చి, అప్పుడు, ఏమైనప్పటికీ దానిని అంగీకరించాలా, తిరస్కరించాలా, అనేది ఆలోచించండి. మనం తటస్థస్థితికి చేరుకున్నప్పుడు, మనం దురభిమానాలను, అపోహలను, ముందే ఏర్పరచుకున్న భావనలనూ విడచిపెడతాము. దురభిమానాలు మన నిర్ణయాలను ఏకపక్షంగా చేస్తాయి. కానీ తటస్థంగా ఉన్నప్పుడు, స్పష్టమైన దృష్టితో మనం చూడగలము. తటస్థంగా ఉన్నప్పుడు, విశ్వాసం. బలాన్ని పుంజుకుంటుంది. మనం సరియైన దిశగా వెళుతున్నప్పుడు, హృదయం తేలిక అయిన అనుభూతి చెందుతుంది.

అంగీకారాన్ని గురించి రెండు ప్రశ్నలు ఉన్నాయి. నిజంగా ఇవి లోతుగా ఆలోచించదగినవి.

1. ఆశించడం (ఎక్స్‌పెక్టేషన్) కు ఆశ (హోప్) కూ మధ్య తేడా ఏమిటి?
2. అంగీకారాన్ని, బాధ్యతనూ ఏ విధంగా మనం సమతుల్య పరచుకోగలము? మరో విధంగా చెప్పాలంటే, అంగీకారం ఎప్పుడు బాధ్యతారహితం అవుతుంది? వీటిని గురించి ఆలోచించండి.

సామూహిక విధి

సామాజిక మార్పును గురించి నా యువ సహచరులు చాలా ఆదర్శవంతంగా, మక్కువతో ఉన్నారు. స్వీయ అభివృద్ధిపై మన దృష్టిని అంతగా కేంద్రీకరించడానికి బదులుగా, మనం దేశ నిర్మాణానికి, సామాజిక కారణాలకూ దోహదం చేస్తూ ఉంటే బాగుంటుంది కదా, అని తరచుగా వారు అడుగుతూ ఉంటారు. కానీ ఒకవేళ మనం దేశంలోని జనాభాను అంతటినీ మార్చాలనుకుంటే, అలా మార్చడానికి అవసరమైన సామర్థ్యం మనకు ఉన్నప్పటికీ, మనం మారకుండా

మొత్తం జనాభాను ఎలా మార్చగలము! ఉదారత మన దగ్గర నుండి, మనతోనే ప్రారంభం అవ్వాలి. తగిన సాధనాలను మనం సమకూర్చుకోవడం ద్వారా మనం ఇతరులకు సహాయపడగలము. వేరొకరికి కొన్ని వందల వేల రూపాయలు ఇచ్చేందుకు, మనకు లక్షలాది రూపాయలు అవసరం. ఏ డబ్బూ లేకుండా, ఎవరికైనా లక్షల రూపాయలు ఇవ్వాలని అనుకుంటే, అది ఒక డాంబికమైనచర్యే అవుతుంది. ఒకరిని దోచి మరొకరికి పంచడమే అవుతుంది.

అదే విధంగా మనకు మానసిక ప్రశాంతత లేనప్పుడు, ఇతరులకు మాత్రం మనం మానసిక ప్రశాంతతను ఎలా అందించగలము? తరగతిలోనికి ప్రవేశించగానే భీభత్సాన్ని సృష్టించే టీచర్లు కొందరు ఉంటారు. స్ఫూర్తిని నింపే టీచర్లు మరికొందరు ఉంటారు. అలాంటి వారిచుట్టూ ఉండాలని మనం కోరుకుంటాము. వారివారి వ్యక్తిత్వాలను బట్టి, వారి సహచర్యంలో ఉండాలని మీరు కోరుకునే స్నేహితులు కూడా మరికొందరు ఉంటారు.

మనం పరిపూర్ణత వైపు పయనిస్తూ ఉన్నాము. దేనిలో పరిపూర్ణత? మనం బాహ్యంగా కనిపించడంలో కాదు, లేదా ఇతర బాహ్య అంశాలలో కూడా కాదు. మన అంతర్గత సమతుల్యతలో పరిపూర్ణత, ఏ లోపమూ లేని మన అంతర్గత వ్యక్తిత్వం ముఖ్యం.

ప్రపంచంలో శాంతిని ఎలా స్థాపించాలి అనే అంశం మీద 1957లో బాబూజీ ఐక్యరాజ్య సమితికి (యునైటెడ్ నేషన్స్) ఒక ఉత్తరం వ్రాశారు. దానిలో ఈ విశ్వాన్ని అంతటినీ ఉద్ధరించడానికి ఒక పద్ధతిని సూచించారు. ప్రతిఒక్కరూ ప్రతిరోజూ ఒక నిర్ధారిత సమయంలో 'అందరూ శాంతి కాముకులుగా, పవిత్రంగా మారుతున్నారు' అనే భావనతో ఒక గంటసేపు కూర్చోవాలని సూచించారు. మనం పురోగమిస్తున్నప్పుడు, మనలోని సమతుల్య స్థితికి, మన అంతర్గత స్థితికి మన చుట్టూ ఉన్న వాతావరణానికి అతీతంగా ఒక ప్రభావం ఉంటుంది. దాని ప్రభావం నక్షత్రమండలం వరకూ ఉంటుంది.

అయితే ఈ ప్రపంచాన్ని మార్చడానికి మనం ఏమి చేయగలము? ముందుగా, కనీసం మనం ఈ లోకాన్ని మరింతగా పాడుచేయకూడదు. మనం నిర్మలీకరణ చేసుకున్నప్పుడు, మన ముద్రలను మనకోసం మాత్రమే తొలగించుకోవడం లేదు; మన ఇంటిలో, మన ఇరుగుపొరుగు వారిలో, చివరికి మనతో సంబంధం ఉన్న ప్రతి ఒక్కరిలోనూ సామరస్యాన్ని నెలకొల్పడం కోసం మనం దోహదపడుతున్నాము. మనం పెందలకడే నిద్రలేచి ధ్యానాన్ని ముగించుకున్నప్పుడు, మన పిల్లలు ఆనందంగా నవ్వుతూ మేల్కొనే అనుభవం మనలో చాలామందికి కలిగే

ఉంటుంది. అదే ఏదైనా ఒకరోజు మనం ధ్యానం చేయనప్పుడు, మన పిల్లలపై దాని ప్రభావం స్పష్టంగా కనిపిస్తుంది. మన ధ్యానానికి ఖచ్చితమైన, తక్షణ ప్రభావం ఉంటుంది. చుట్టూ ఉన్న పరిసరాల ప్రకంపనా స్థాయిలను మారుస్తుంది. ఈ మార్పులను అమాయకపు చిన్నపిల్లలు చాలా సున్నితంగా గ్రహిస్తారు. వారు 'మంచి' ప్రకంపనాలకు అలవాటు పడినప్పుడు, అవి లేనప్పుడు (అంటే మనం ధ్యానం చేయనప్పుడు) లోటును వారు గుర్తిస్తారు.

మన చుట్టూ ఉన్న వాతావరణం మీద మన ఆలోచనల ప్రభావాన్ని గురించి ఒకసారి ఆలోచించండి. జైలులో వాతావరణం ఎలా ఉంటుంది? జైలులో ఉండేవారి సమిష్టి ఆలోచనా సరళి వలన ఆ వాతావరణం సృష్టించబడింది. ఆస్పత్రిలో వాతావరణం ఎలా ఉంటుంది? ఆస్పత్రిలో ఉండే రోగుల, వారిని ప్రేమించేవారి మానసిక స్థితి వలన, చైతన్యస్థితి వలన, ఆ వాతావరణం ఏర్పడింది. ఎక్కువమంది ఒక బృందంలా కలిసి సృష్టించిన ఆలోచనా సరళి, లేదా ప్రకంపనల ప్రభావాన్ని, 'ఎగ్రి గోర్' (సమిష్టి చైతన్యము) అని అంటారు. ధ్యానం లేదా ప్రార్థన చేయడానికి బదులుగా, భక్తులు తమ సమస్యలను గురించి, కలతలను గురించీ ఆలోచించకుండా ఉంటే, ఒక చర్చిలోను, ఒక దేవాలయంలోను, లేదా ఒక మందిరంలోనూ నెలకొని ఉండే ఆ సమిష్టి చైతన్యము చాలా పవిత్రమైనది, భక్తితో నిండినది అవుతుంది. ప్రతి ప్రదేశానికి ఒక భిన్నమైన ప్రకంపన ఉంటుంది. మనమంతా కలిసి చేసే ఆలోచనా సరళి ద్వారా ఆ వాతావరణాన్ని మనమే సృష్టిస్తాము.

ఉదాహరణకు, మీరు ఆనందంగా ఉన్నారని, ఆ ఆనందాన్ని మీరు ఒక పటం రూపంలో తెలియపరచేందుకు ప్రయత్నిస్తున్నారని అనుకుందాము. అది నీటి అలల రూపంలో ఉంటుంది. ఆనందంగా ఉన్న మరో వ్యక్తి కూడా మీతో కలిసినప్పుడు, అతడు సృష్టించే తరంగాల రూపం మీ దానితో కలిసి, ప్రభావాన్ని మరింత ఎక్కువగా పెంచవచ్చు. అలా ఆనందంగా ఉండేవారు ఒక్కచోట కలిసినప్పుడు, వారి వలన సృష్టించబడే తరంగాల ప్రభావం పెరుగుతుంది. ఈ విధంగా ఒకే విధమైన మనోభావాల వలన, ఆలోచనా విధానాల వలన సమిష్టి ప్రభావం (ఎగ్రి గోర్) ఏర్పడుతుంది.

మనమేమీ ప్రయత్నించకుండానే, కేవలం మనమంతా కలిసి సృష్టించే ఆలోచనాశక్తి వల్లనే ఈ సమిష్టి ప్రభావం ఏర్పడుతుంది. కాబట్టి, సాధారణంగా మనం దీనిని ఎలా సృష్టిస్తామో మనకు తెలియదు. ఈ విధంగానే మనకు తెలియకుండానే మన చుట్టూ ఉన్న పరిసరాలను, వాతావరణాన్ని మార్చేస్తూనే

ఉంటాము. అది అప్రయత్నంగా జరుగుతుంది. గులాబీలు ఎక్కడికి వెళ్ళినా, వాటితోపాటి వాటి సువాసన కూడా వెళుతుంది. మనం ఎక్కడికి వెళ్ళినా, మనతో పాటు మనం మోసుకు వెళుతున్నవి (ఆలోచనలు, మనోభావాలూ కూడా వస్తూ ఉంటాయి. నేను అవివేకిని అయితే, నాతోపాటు ఆ అవివేకం కూడా వస్తుంది. నేనొక జోకరును (హాస్యగాడిని) అయితే, నా హాస్యధోరణి కూడా నాతో పాటే వస్తుంది: నా చుట్టూ ఉన్నవారు నన్ను చూసి నవ్వుతారు. మనలో ఉండే లక్షణాలు, మన చుట్టూ ఉన్న వాతావరణం మీద అలాంటి ప్రభావాన్ని కలిగిస్తాయి.

మనమంతా కలిసి, మన చైతన్యాన్ని పరిశుద్ధం చేసుకుంటే, మనం ఎలాంటి ప్రకాశవంతమైన సమగ్ర ప్రభావాన్ని సృష్టించగలమో ఊహించండి! తెలివితేటల పరంగా, నైతికపరంగా, ఆధ్యాత్మికపరంగా మనమంతా కలిసి ఉన్నాము. చివరికి నేరస్తులు కూడా అంత చక్కగా కలిసి ఉన్నారంటే మీరు ఆశ్చర్యపోతారు. అస్సాములోని చీకటి వ్యాపారస్తునికి ఎంత టీ పొడిని గోదాములో నిల్వ ఉంచాలో తెలుసు. ఆ సమాచారాన్ని అతడు దక్షిణ భారతదేశంలో ఉన్న మరొకనికి లేదా దుబాయిలో ఉన్న వేరొకరికీ తెలిపినప్పుడు, వారు ఒక ఒప్పందం చేసుకుంటారు. వారందరూ లాభాల కోసం ఒకరితో మరొకరు కలిసి ఉంటారు. తీవ్రవాద సంస్థల సభ్యులు కూడా ఒకరితో మరొకరు చక్కగా కలిసిమెలిసి ఉంటారు. మాఫియా సభ్యులు కూడా ఒకరినొకరు ఎంతగా గౌరవించుకుంటారంటే, 'ఈ లేబర్ యూనియన్ తో నాకు కాంట్రాక్టు లభించింది. నువ్వు ఈ డిపార్టుమెంటుకు వెళ్లి, ఆ వ్యవహారాన్ని పూర్తి చెయ్యి. అది నీ పని' అని వారు సమాచారాన్ని పరస్పరం పంచుకుంటారు.

మరి ఆధ్యాత్మిక వ్యక్తుల మాటేమిటి? మనం ఆ విధంగా ఒకరితో మరొకరు కలిసి ఉన్నామా? ఒకరికి మరొకరం సహాయపడుతున్నామా? దానికి, నిజానికి మనము చురుకుగా చేయవలసినదేమీ లేదు. ఈ ప్రక్రియలో మనం జోక్యం చేసుకోకుండా, జరగవలసిన వాటిని అలా జరగనిస్తే చాలు. మనల్ని మనం పరిశుద్ధం చేసుకోవడం ప్రారంభించినప్పుడు, ఈ సంబంధం అప్రయత్నంగా ఏర్పడుతుంది. మనం మనలో సృష్టించుకున్నది అందరి మనోభావాలతోనూ ఏకమై, మనం ఈ సంపూర్ణ ప్రణాళికలో భాగంగా మారతామనేది అప్పుడు మనకు తెలుస్తుంది.

అందుకే ఈ సమగ్ర ప్రకంపనల ప్రభావాన్ని పెంచేందుకు బాబూజీ మన సహాయాన్ని కోరారు. మనం ఎలా సహాయపడగలము? సాధన ద్వారా,

మనల్ని మనం నిర్మలీకరించుకోవడం ద్వారా! మనం ఈ విధంగా చేసినప్పుడు, మానవులలో మార్పును తీసుకు వచ్చే పరివర్తన కోసం మనం సంసిద్ధులమౌతాము. దానిని కూడా భావి తరాలకు అందిస్తాము. ఈ మార్పుకు తయారు చేస్తున్నది ఈ ప్రకంపనా స్థాయి. మనం ఎంతమేరకు పరిశుద్ధులమౌతామో, అంత మేరకు మనం మానవాళి భవితవ్యానికి దోహదం చేస్తాము. అందుకని మన అంతర్గత సంసిద్ధతకు ఒక గొప్ప ప్రభావం ఉంది. అది భవిష్యత్తులో అంత ఎక్కువగా ప్రతిధ్వనిస్తుంది. మనం తయారుచేసిన సమిష్టి చైతన్యానికి, మనం సిద్ధం చేసిన రంగానికి తనదైన ప్రభావం ఉంటుంది. క్రమం తప్పకుండా చక్కగా ధ్యానం చేయడం ద్వారా, మనం ఎక్కడున్నా, అందరితో కలిసి ఉన్నా, ఒంటరిగా ఉన్నా, దాని ప్రభావాన్ని మన చుట్టూ ఉన్న పరిసరాలకు అతీతంగా, మానవాళికి ప్రయోజనాన్ని చేకూర్చుతుంది.

మన శక్తి దివ్యశక్తి కంటే తక్కువేమీ కాదు. ఎందుకంటే, సృష్టి సంభవించిన సమయంలో ఏర్పడిన మొట్టమొదటి కదలిక లేదా కుదుపు (ఒరిజినల్ స్టిర్) ఇప్పటికీ మన మనస్సు యొక్క మూలంలో పనిచేస్తూనే ఉంటుంది. ఉదాహరణకు, మహాభారత సంగ్రామం ప్రారంభమయ్యే సమయానికి కాసేపటి ముందు, శ్రీకృష్ణ భగవానుడు దుర్యోధనుని సమీపించి, యుద్ధం చేయడానికి అతడు వేసుకున్న ప్రణాళికలతో ముందుకు సాగవద్దనీ, యుద్ధ ప్రయత్నాన్ని విరమించుకోమని నచ్చజెప్పడానికి ప్రయత్నించాడు. దానికి దుర్యోధనుడు 'చూడు కృష్ణా! నువ్వెవరివో నాకు తెలుసు. నీ సామర్థ్యాలూ తెలుసు. ఈ యుద్ధంలో నేను ఓడిపోతానని కూడా నాకు తెలుసు. ఏది మంచిదో నాకు తెలుసు. నా కర్తవ్యం ఏమిటో నాకు తెలుసు. నేనేమి చేయాలో నాకు తెలుసు. కానీ ఆ విధంగా యుద్ధం మానమని నన్ను నేను బలవంతం చేసుకోలేను. నేను యుద్ధం చేయకూడదని కూడా నాకు తెలుసు, కానీ యుద్ధం చేయకుండా ఉండలేను', అని చెప్పాడు.

ఒక్కొక్కసారి మనము కూడా దుర్యోధనుడి లాంటివారమే అవుతాము. ఏది సరియైనదో మనకు తెలుసు కానీ, తరచుగా మనం నిస్సహాయులమని నమ్ముతాము. 'నేను ఈ పనిని చేయలేను. అది సరియైనదేనని నాకు తెలుసు, కానీ చేయలేను అనో, లేదా 'నేనేమి చేయకూడదో నాకు తెలుసు, అయినప్పటికీ నేను ఇదే చేసి తీరతాను' అనో అంటాము. చివరికి మనలో పరివర్తన తీసుకువచ్చే గొప్ప సామర్థ్యాన్ని కలిగి ఉన్న ఒక మార్గదర్శిని మనం ప్రార్థించినప్పుడు కూడా, అది పనిచేయదు. ఎందుకనీ? ఎందుకంటే మనం దానిని నిరోధిస్తాము కాబట్టి. మన ఆలోచనా శక్తి కూడా ఎంత శక్తివంతమైనదంటే, చివరికి మనల్ని

మార్చేందుకు గొప్ప మార్గదర్శులు చేసే ప్రయత్నాలు కూడా విఫలమౌతాయి. తమ స్వంత ఇష్టం లేకుండా ఎవ్వరినీ మార్చలేము. మార్పు చెందే ఈ ప్రక్రియలో మనం ఇష్టపూర్వకంగా, ఆనందంగా పాల్గొనాలి. మనకు నిజంగా ఇది అవసరమా? అనేది మనం తెలుసుకోవలసిన అవసరం ఉంది. అలా మారాలనే కోరిక మనకు ఉండాలి.

భాగము IV

విధి, స్వేచ్ఛా సంకల్పం, ఎంపిక చేసుకునే స్వేచ్ఛ

ఇంతవరకూ మనం హార్ట్ ఫుల్ నెస్ సాధనలను గురించి, వాటితో పాటు మనం అనుసరించవలసిన జీవన శైలిని గురించీ తెలుసుకున్నాము. ఈ చివరి విభాగంలో, ఇవి మన విధిని ఎలా సృష్టిస్తాయో తెలుసుకుందాము. విస్తృతమైన ఈ సిద్ధాంతాన్ని కేవలం ఒక అధ్యాయంలోనే వివరించడం సాధ్యం కాదు కాబట్టి, ఇది కేవలం ఒక విహంగ వీక్షణం మాత్రమే. తర్వాత ప్రచురితమయ్యే పుస్తకాలలో మరింత వివరంగా మరిన్ని భావనలను గురించి తెలుసుకుందాము.

12

విధి

1982[2]లో బాబూజీ తన సహచరులు కొందరికి ఒక చక్కని సందేశాన్ని ఇచ్చారు. నిజానికి అదే ఈ పుస్తకానికి స్ఫూర్తి.

> మేధోపరంగా, నైతికంగా, మానవ జీవితానికి ప్రధాన లక్ష్యమైన ఆధ్యాత్మికపరంగా అనుసంధానమైన మనమందరమూ సోదరులము. ఇప్పుడు ఇదీ అదీ కూడా పోయాయి. ఆయన చేసే పనులన్నింటిలోనూ, వాతావరణంలోనూ, కేవలం స్వచ్ఛత మాత్రమే ఉంది. అదే ఆ పరమాత్మతో కలిసి ఉండే ఆధ్యాత్మిక విధిని రూపొందిస్తుంది.

మన జీవిత లక్ష్యమైన మన ఆధ్యాత్మిక సంబంధాన్ని గురించి సూచనప్రాయంగా ఆయన మనకు చెప్పారు. 'ఇదీ, అదీ' అంటే భౌతిక జీవనంలో ఉండే మంచి–చెడు, తప్పు–ఒప్పు, చీకటి–వెలుగు మొదలైన ద్వంద్వాలు అని అర్థం. అందుకని చివరికి మనం ఈ ద్వంద్వాలకు అతీతంగా వెళతాము; హృదయ మండలాన్ని దాటి, ఎక్కువ తరచుగా స్వచ్ఛత ఉదయించడం ప్రారంభమయ్యే మనో మండలంలో ప్రవేశించినప్పుడు, ప్రపంచ జీవనంలోని ద్వంద్వాలను అధిగమిస్తాము.

---

[2] Ram Chandra, 2009. *Complete Works of Ram Chandra*, Volume 3. Shri Ram Chandra Mission, India.

బాబూజీ తన పుస్తకాలలో, మనస్సు యొక్క మూడు విస్తృత ప్రాంతాలను గురించి వివరించారు. అవి: హృదయ మండలము.[3] మనో మండలం, కేంద్ర మండలం. మనో మండలంలో కూడా ఐదు ప్రధాన ప్రాంతాలు ఉన్నాయి. అవి: బ్రహ్మాండ మండలం, పర- బ్రహ్మాండ మండలం, శరణాగతి మండలం, శరణాగతి-ఏకత్వం మధ్యన ఉన్న మండలం, దైవంతో ఐక్యమయ్యే మండలం ఇలా మొత్తం ఏడు ప్రాంతాలు లేదా క్షేత్రాలు లేదా మండలాలు ఉన్నాయి. వీటన్నింటినీ పూర్తిగా వివరించాలంటే ఈ పుస్తకంలో వీలుకాదు. అందుకు పెద్ద గ్రంథమే వ్రాయవలసి ఉంటుంది. అందుకని, హృదయ మండలం లౌకిక ప్రపంచంలోని మన భౌతిక అస్తిత్వానికి, చైతన్యానికి సంబంధించినది, అని మాత్రమే మనం ఇక్కడ చెప్పుకుందాము. మనో మండలం, భౌతిక ప్రపంచంలో సృష్టి ఏర్పడడానికి ముందు ఉండే చైతన్య స్థితికి సహాయపడే సామర్థ్యానికి సంబంధించినది. కేంద్ర మండలం 'ఏమీలేనితనానికి' '(నథింగ్ నెస్) లేదా 'శూన్యత్వానికి' సంబంధించినది. అది ప్రతి అణువు యొక్క కేంద్రంలోనూ ఉంటుంది. మన స్వీయ అస్తిత్వపు కేంద్రంలో కూడా ఉంటుంది. అదే మన సంపూర్ణ అస్తిత్వానికి సహాయపడుతుంది. భౌతికశాస్త్రంలోని పదార్థము, శక్తి, ప్రదేశము (space) గురించి ఆలోచిస్తే, అస్తిత్వం ఈ మూడు దశలలో ఉండడాన్ని గురించి ఒక అభిప్రాయాన్ని మనకు కలుగజేస్తుంది. పదార్థము అత్యంత భారమైంది, శక్తి తేలికైనది, ప్రదేశము ఈ మూడింటిలోనూ అత్యంత సూక్ష్మమైనది.

ఈ ప్రాంతాల వివరణే ఒక పూర్తి సిద్ధాంతం. దానిని మీరు బాబూజీ వ్రాసిన 'రాజయోగ ప్రభావం'[4] అనే పుస్తకంలో చదువగలరు. కానీ ఇక్కడ మన ప్రయోజనం కోసం, విధిని దృష్టిలో ఉంచుకుని, మానవులుగా మనం ఈ మూడు ప్రాంతాలతోనూ జన్మించామనేది తెలుసుకోవడం ముఖ్యం. అంతేకాకుండా, వాటన్నింటినీ గ్రహించే సామర్థ్యం మనకు ఉంది, అనేది మనం తెలుసుకోవాలి. ఏ విధంగానూ మన విధి కేవలం భౌతిక శారీరక అస్తిత్వానికి పరిమితం కాదు; నిజానికి అది చాలా వరకూ మన మూడు ప్రాంతాల మీదా ఆధారపడి ఉంది. ఈ మూడు ప్రాంతాల గుండా మన యాత్రను కొనసాగించడానికి మన హార్ట్ ఫుల్‌నెస్ సాధనలు రూపొందించబడ్డాయి.

---

[3] Ram Chandra 2015. *Complete Works of Ram Chandra, Volume 1.* Shri Ram Chandra Mission, India,

[4] Ram Chandra, 2014. *Efficacy of Raja Yoga in the Light of SahajMarg.* Shri Ram Chandra Mission, India.

7 మండలాలు

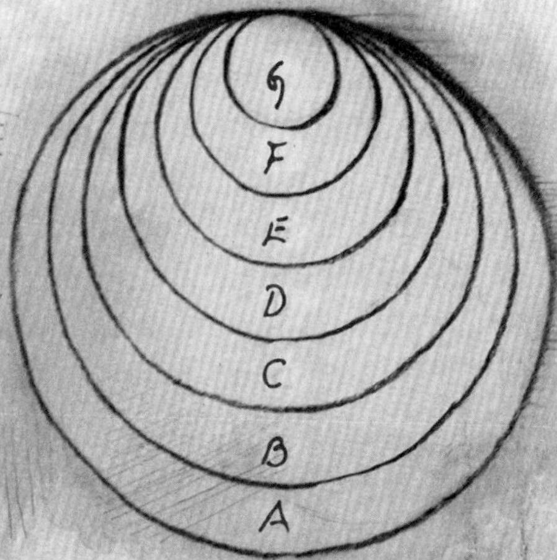

A – హృదయ మండలం

B – బ్రహ్మాండ మండలం

C – పర–బ్రహ్మాండ మండలం

D – ప్రపన్న

E – ప్రపన్న–ప్రభు

F – ప్రభు

G – కేంద్ర మండలం

ఒక ఆధ్యాత్మిక సాధన ద్వారా మనం పురోగతి చెందుతున్నప్పుడు, మన జీవన ప్రమాణకాలం తీరేంతవరకు ఈ భౌతిక ప్రపంచంలో మనం జీవించే ఉంటాం. అయితే మన ఉనికికి సంబంధించి మిగిలిన రెండు ప్రపంచాలలో కూడా మన సామర్థ్యాలను పెంపొందించుకుంటాం. ఎందుకంటే, మన సూక్ష్మ, కారణ శరీరాలను కూడా మనం ఆ విధంగా పోషించుకుంటాం గనక. భౌతిక క్షేత్రం దాటి, బ్రహ్మాండ మండలానికి, అంతకూ అతీతమైన మండలాల వైపు ఊర్ధ్వంగా మన ప్రయాణం సాగిపోతుంది.

ఇక్కడ ఒక చిన్న ప్రయోగాన్ని చేసి చూద్దాం. 100 సి.సి.ల సామర్థ్యం గల, ఒక అంగుళం వ్యాసం ఉన్న పొడవాటి గాజు పాత్రను తీసుకుని, దానిని మురికి నీటితో నింపండి. దానిని కదపకుండా ఒకచోట కాసేపు ఉంచండి. కొంత సేపటికి, మురికి అంతా అడుగుకు చేరి, పరిశుభ్రమైన నీరు పైకి తేలుతుంది. కొన్ని తేలికపాటివి మాత్రం పైకి తేలుతూ ఉంటాయి. అదే విధంగా సంస్కారాల 'మురికి' ఎక్కువగా హృదయ మండలంలోనే ఉంటుంది. ఎందుకంటే ముద్రలు మన భౌతిక అస్తిత్వంలోనే ఏర్పడతాయి కాబట్టి. ఈ భౌతిక సామ్రాజ్యానికి అతీతంగా మనం విస్తరించినప్పుడు, మనకు అంతకంతకూ ఎక్కువగా పవిత్రత కనిపిస్తుంది.

విస్తారమైన, సూక్ష్మీకరించబడిన ఉన్నత చైతన్యస్థితుల గుండా మనం ప్రయాణిస్తున్నప్పుడు, పరమాత్మతో మన విధి యొక్క రూపకల్పన చేసే ఆ పవిత్రతను మరింతగా మనం అనుభవపూర్వకంగా తెలుసుకుంటాం. ఈ సంబంధాన్ని ఏర్పరచుకోవడమే మానవ జీవితపు లక్ష్యం. ఎప్పుడైతే ఈ సంబంధం ఏర్పడుతుందో అపుడు ఆ దివ్యత్వపు మాధుర్యాన్ని చవి చూడటమే కాకుండా, మన జీవన విధానాన్ని కూడా దివ్యత్వం యొక్క సూక్ష్మ స్థితులకు తగినట్లుగా మార్చుకుంటాం. అటువంటి జీవనశైలిని గురించి ఈ పుస్తకంలోనే 'జీవనశైలి' అనే వేరే అధ్యాయంలో మనం మాట్లాడుకున్నాం. ఈ విధానం ద్వారా పరమాత్మతో మన విధిని మనం రూపొందించుకుంటాము.

పరమాత్మతో ఈ విధి ఏమిటి? అది కేవలం మనం జీవిస్తున్న ఈ భౌతిక ప్రపంచంలోని మన విధి కాదు. ప్రాపంచిక అర్థంలో చూసుకుంటే, మనకు ఒక చక్కని జీవితం, ఆనందంగా ఉండే కుటుంబం, ఒక చక్కని ఇల్లు, కావలసినన్ని వస్తువులు, విజయవంతమైన ఉద్యోగం, మానవాళికి ఉపయోగకరమైన పని చేయడం – ఇవన్నీ మనం కోరుకుంటాము. ఇవన్నీ ముఖ్యమైనవే కానీ, అవి ఈ భౌతిక ప్రపంచంలో మన ఎదుగుదలకు సంబంధించినవి. మనం మరణించిన తర్వాత అవి ఈ ప్రపంచాన్ని వీడి, మరో చోటికి గానీ, పరిమాణానికి గానీ, మన వెంట రావు. పరమాత్మతో మన విధిని నెరవేర్చుకోవడానికి, భూలోకాన్ని వీడి ముందుకు సాగే మన ప్రయాణానికి చేసే, అంతర్గత లక్షణాలను పెంపొందించుకోవడం మీద కూడా మనం దృష్టి సారించాలి. ఎందుకంటే మనం ఈ భౌతిక శరీరాన్ని విడచిపెట్టిన తర్వాత, మన కారణ, సూక్ష శరీరాలు మరో స్థాయిలలో ప్రయాణాన్ని కొనసాగిస్తూ ఉంటాయి. కేవలం ముసలితనంలోనో, లేదా మృత్యు సమయంలోనో ఆ విధంగా తయారుకావడం అనేది సాధ్యపడదు.

ప్రాపంచిక జీవితంతో సమాంతరంగా, మన జీవితకాలమంతా అది క్రమక్రమంగా నిర్మించబడుతుంది.

'నేయడం' అనే ఒక చక్కని పదాన్ని బాబూజీ తన సందేశంలో ఉపయోగించారు. రెండు వేరువేరు దారాలను కలిపి నేయడం ద్వారా బట్ట తయారవుతుంది. వేరువేరు అంశాలను (ఎలిమెంట్స్) ఒక్కటిగా కలపడాన్ని గురించి ఆయన చెపుతూ ఉన్నారు. పలు ఆధ్యాత్మికపరమైన, మతపరమైన సాంప్రదాయాల పరిభాషలో దీనిని ఐక్యత లేదా 'లయావస్థ' అని అంటారు. ఈ పుస్తకంలో ఇంతకు ముందు ప్రస్థావించిన తాదాత్మ్యస్థితి (ఆస్మోసిస్)ని వివరించేందుకు ఇది మరో పద్ధతి.

మన సూక్ష్మ శరీర పరిశుద్ధతకై చేసేవన్నీ మన ఉన్నత ఆధ్యాత్మిక లక్ష్య సాధనకు సహాయపడతాయి. దివ్యమూలంతో విలీనం అవ్వగలిగేందుకు, దాని చుట్టూ పేరుకుపోయిన ముద్రల పొరలను తొలగించడం ద్వారా, మనం సూక్ష్మ శరీరాన్ని నిర్మలీకరిస్తాము ('సాధన' విభాగంలో హార్ట్ ఫుల్‌నెస్ నిర్మలీకరణ అధ్యాయంలో వివరించబడింది). ఈ పొరలు ఒక దానిమీద మరొకటి తొడుగులా ఏర్పడతాయి. ఈ పొరలను నీటిమీద ఏర్పడే నూనె పొరతో పోల్చవచ్చు. ఒక నీటిబిందువు మీద నూనె పొర ఏర్పడినప్పుడు, అది సముద్రంలో కలవలేదు. నూనె పొర కలిగిన నీటి బిందువు సముద్రపు ఉపరితలం మీద కొన్ని వేల సంవత్సరాలైనా తేలుతూనే ఉంటుంది. మనం జన్మజన్మలకూ భగవంతుని స్మరిస్తూనే ఉండవచ్చు. కానీ ఈ సంస్కారాలనే నూనె పొర ఉన్నంతకాలం, మనం ఎన్నటికీ ఆ పరమాత్మతో విలీనం కాలేము. మనం గమ్యాన్ని చేరేందుకు సంస్కారాల పొరలను ఒక్కొక్కటిగా తొలగిస్తూ ఉండడానికి గల కారణం ఇదే.

13

అనుభవాలకు అర్థాలు

హృదయ మండలం, మనో మండలం, కేంద్ర మండలాల మధ్య సాగే ఈ ఆధ్యాత్మిక యాత్ర పదమూడు బిందువులు లేదా చక్రాల ద్వారా మనల్ని ముందుకు తీసుకు వెళుతుంది.

- హృదయంలోనే అంతకంతకూ లోతైన స్థాయిలకు తీసుకు వెళుతుంది.
- సంపూర్ణ చైతన్యపు పొరలగుండా తీసుకు వెళుతుంది.
- చైతన్యానికి అతీతంగా సామర్థ్యానికి, అక్కడి నుండి పరిపూర్ణ శూన్యత్వపు స్థితికీ తీసుకు వెళుతుంది.

'చైతన్యము, సంభావనీయత లేదా క్షమత (potentiality), శూన్యత్వము లను అర్థం చేసుకునేందుకు సులభమైన మార్గం, వాటిని 'శరీరం, మనస్సు, ఆత్మ'లకు జోడించడమే. చైతన్యం మన శారీరక అస్తిత్వం అయిన హృదయ మండలానికి సంబంధించినది. క్షమత అనేది మనో మండలానికి సంబంధించినది. శూన్యత్వం అనేది మన ఆత్మ, లేదా కేంద్ర మండలం అయిన కారణ శరీరానికి సంబంధించినది. క్షమత నుండి చైతన్యం ఉద్భవిస్తుంది; శూన్యత్వం నుండి క్షమత ఉద్భవిస్తుంది. భగవంతుడు సర్వాంతర్యామి. కాబట్టి పరిపూర్ణ శూన్యత్వమే భగవంతుని అంతిమ సామ్రాజ్యం అయినప్పటికీ, భగవంతుడు ఈ మూడింటిలోనూ ఉంటాడు.

వాస్తవానికి ఈ యాత్ర ఎన్నటికీ ముగియదు. ప్రతి బిందువూ కూడా స్వయంగా ఒక అనంతమైన విశ్వమే. దీనిని అనుభవం ద్వారా తెలుసుకోగలము. మొదటి బిందువు, రెండవ బిందువు నుండి పదమూడవ బిందువు వరకూ అన్నీ అనంతంగా విస్తరించేవే. హృదయం యొక్క మొదటి బిందువు మీద జన్మ జన్మలకూ ధ్యానాన్ని కొనసాగించగలము. అది సమాంతరమైన ఎదుగుదల 1 అవుతుంది. మన ఆధ్యాత్మిక యాత్రలో మరో రకమైన ఎదుగుదల కూడా ఉంది. దానిని ఊర్ధ్వముఖవికాసం అని అంటాము.

13 చక్రాలు

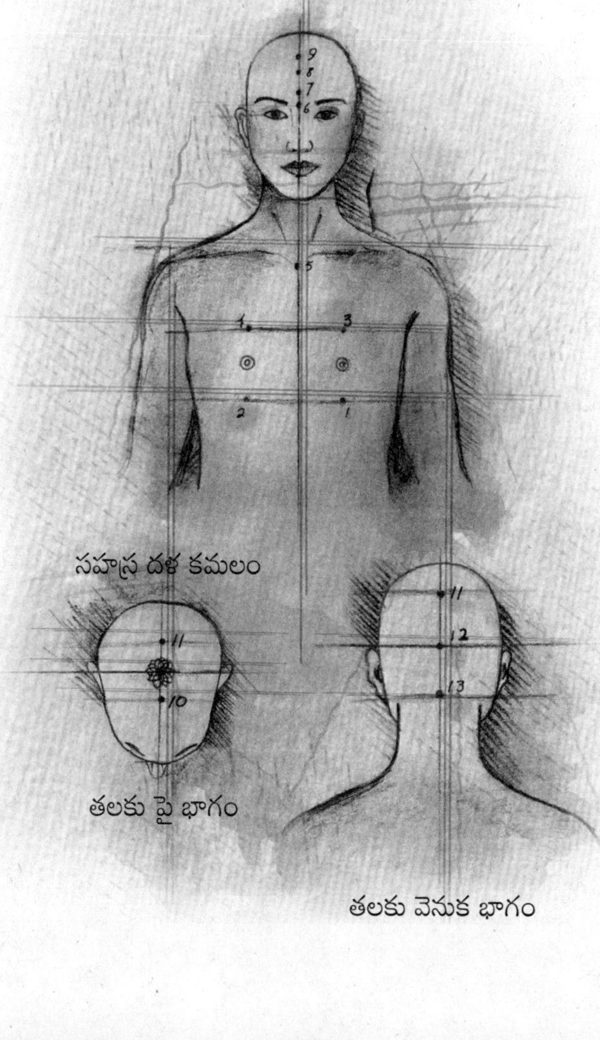

మొదటి బిందువు వద్ద కొంతమేరకు విస్తరణ తర్వాత, మనం రెండవ బిందువుకు చేరుకుంటాము. అక్కడ కూడా అనంతం ఉంటుంది. రెండవ బిందువు యొక్క అనంత క్షమతాశక్తిలో మనం సులువుగా మైమరచిపోతాము. కానీ సమర్థుడైన మార్గదర్శి మనల్ని తర్వాత స్థాయి అయిన మూడవ బిందువుకు నెట్టుతారు. మనం పదమూడవ బిందువుకు చేరుకునేంత వరకూ, ఇది ఈ విధంగా కొనసాగుతూనే ఉంటుంది.

ఒకసారి ఒక వ్యక్తి 'నాకు భగవంతుని చూపగలరా? లేదా కనీసం భగవంతుడు అంటే ఎవరు? ఈ సృష్టి ఆరంభ స్థితా? నాకు చెప్పండి' అని బాబూజీని అడిగాడు.

ఆ సమయంలో బాబూజీతో ఉన్న చారీజీ 'ఈ పెద్దాయన ఈ రోజు అతని చేతిలో చిక్కుతారు. ఏమి సమాధానం చెప్పి తప్పించుకుంటారో చూద్దాం' అని అనుకున్నారు.

'ఒకవేళ నేను నీకు భగవంతుని చూపించినా, అతడే భగవంతుడని నువ్వు ఎలా తెలుసుకుంటావు?' అని బాబూజీ అతడిని అడిగారు. కాబట్టి ఎలా అనుభూతి చెందాలనేదే ప్రశ్న. 'నీకు ఏది లభించినా దానిపట్ల స్వీకృతితో, నిష్కపటంగా, సిద్ధంగా ఉండు', అనేది దానికి సమాదానం.

మనల్ని మనం ఎలా సిద్ధపరచుకోవాలి? మనం క్షుణంగా నిర్మలీకరణ చేసుకుని, ప్రాణాహుతి యోగ ప్రసారాన్ని పొందడానికి నీ చైతన్యాన్ని విస్తరించుకోవాలి.

ప్రాణాహుతి యోగ ప్రసారాన్ని పొందడానికి నీవు ఏమి చేయగలవు? ధ్యానం చేయడమే దీనికి ఉత్తమమైన మార్గం. ధ్యానం చేయడం వలన నిన్ను నువ్వు కొద్దికొద్దిగా సిద్ధం చేసుకుంటావు. ఈ ప్రయత్నంలో నువ్వు కొన్ని స్థితులను, దశలనూ అనుభూతి చెందుతావు. నువ్వు మారి, మరోదానిలా తయారవ్వాలి కూడా. నీ విధిని రూపొందించుకునే విధానం ఇదే.

ఒకవేళ మనం హార్ట్ ఫుల్‌నెస్‌లో ఏదీ అనుభూతి చెందలేదనుకోండి, మనలో ఎవరైనా ధ్యానం చేస్తూనే ఉంటారా? ఎంతమాత్రమూ చేయరు. అలాగని ఈ అనుభవాలు కేవలం ధ్యానాన్ని కొనసాగించడానికి మనకు ఇచ్చే తాయిలాలేనా? ఎంతమాత్రమూ కాదు. అనుభవాలకు మరో ప్రయోజనం ఉంది. ఆధ్యాత్మికత్వాన్ని లేదా అనంతాన్ని పూర్తిగా, ఒక్కసారిగా అనుభూతి చెందాలనుకుంటే, మరు క్షణంలో మనం జీవించి ఉండము. ఇదెలాంటిదంటే, మీరు వ్యాయామశాలకు వెళ్ళినప్పుడు, ఒక్కసారిగా మిమ్మల్ని వెయ్యి కిలోల బరువు ఎత్తమన్నట్లు. మీరు ఎత్తగలరా? ఒకవేళ వెయ్యి కిలోల బరువును ఎత్తడానికి మీకు ఎవరైనా సహాయం చేసినా, ఆ తర్వాత ఆ బరువును మీరు పట్టుకుని ఉండేందుకు, వాళ్ళు వదిలేస్తారు.

అదే విధంగా, అంతటి మహత్తర అనుభవాన్ని ఒక్కసారే ఇవ్వాలని మార్గదర్శి ఎంతో ఉదారంగా సంకల్పించినా, మనకు ఇలాగే జరుగుతుంది. మన పని అంతటితో సరి.

అందుకని దానికి బదులుగా మనం ముందుగా ఐదు కిలోల బరువుతో ప్రారంభించి, ఆ తర్వాత పదికిలోల బరువును, ఆపై పదిహేను కిలోల బరువునూ పెంచుకుంటాము. నెమ్మది నెమ్మదిగా బరువువలన కలిగే ఒత్తిడిని భరించడం ప్రారంభిస్తాము. అదే విధంగా, ఒకదాని తర్వాత మరో అనుభవం ద్వారా, మనం అంతిమ ప్రశాంతతను మనలో అనుభూతి చెందడం ప్రారంభిస్తాము.

ధ్యానం చేస్తున్నప్పుడు కొందరు తిన్నగా సమాధి లాంటి ఒక నిద్రావస్థలోనికి వెళ్లిపోవడం మీరు గమనించే ఉంటారు. చివరికి వారు గురక పెట్టవచ్చు కూడా. ఒక విధంగా ఇది వారి చైతన్యం బలహీనంగా ఉన్నట్లు తెలియజేస్తుంది. మత్తుమందులు, మాదక ద్రవ్యాలు సేవించేవారు మొదట్లో మొదటి మోతాదుతోనే క్రిందపడి, రాత్రంతా స్పృహ కోల్పోయి ఉంటారు. కానీ కొంతకాలానికి ఐదు మోతాదులు వేసుకున్నప్పటికీ వాళ్ళు తమ కాళ్ళ మీదనే నిలబడి ఉంటారు. పైగా, ఆఫీసుకు కూడా వెళుతూ ఉంటారు. నా వ్యాపారంలో నేను ఇది చూశాను. 'డైజేపాం' అనే ఒక మందు ఉంది. అది ఒక నిద్ర మాత్ర. రెండున్నర మిల్లీగ్రాముల మందు మీరు తీసుకుంటే, మీరు నిలబడలేరు; వెంటనే నిద్రలోనికి జారుకుంటారు. కానీ ఇరవై మిల్లీగ్రాముల మాత్రను తీసుకున్నప్పటికీ కూడా, ఇంకా పనిచేస్తూనే ఉండే ఒక ఫార్మసిస్ట్ నాకు తెలుసు. అతడు అంతగా బానిసయ్యాడు. అతని శరీరం కూడా దానికి అలవాటుపడింది.

అదే విధంగా, ఈ స్వచ్ఛత, పవిత్రత, నిరాడంబరత, దివ్యత్వాల మోతాదులతో కూడా అలాగే జరుగుతుంది. రాత్రికి రాత్రే మనం అత్యంత ఉన్నత స్థాయికి వికాసం చెందవలసిన అవసరం లేదు. ఆ యాత్రలో కొత్తగా అనుభూతి చెందే ప్రతి వాతావరణానికి అనుకూలంగా మారగలిగే విధంగా, మనం మన చైతన్యాన్ని నెమ్మది నెమ్మదిగా, అంచెలు అంచెలుగా విస్తరించుకుని, అంతటి సుదీర్ఘమైన దూరాన్ని దాటాలని అనుకుంటాము.

ప్రారంభంలో మనకు చాలా అనుభవాలు కలుగుతాయి. హార్ట్ ఫుల్‌నెస్ ప్రశిక్షకుని (ట్రైనర్)తో కలిసి పలుమార్లు ధ్యానం చేసినప్పుడు, మనము అనుభూతి చెందిన తేలికదనం మనకు బాగా నచ్చుతుంది. ఎందుకంటే మనం అటువంటి గొప్పస్థితిని అనుభూతి చెందుతున్నాము. ధ్యానం చేస్తున్నప్పుడు మనకు ఎలాంటి అనుభూతి కలగకపోయినా, ధ్యానం తర్వాత కలిగే అనుభవం మనకు ఆశ్చర్యాన్ని

కలిగిస్తుంది. నిజానికి, ధ్యానం చేస్తున్నప్పటి కంటే, ఆ తర్వాత ఆ ధ్యానస్థితి మన శరీరవ్యవస్థ అంతటా లీనమై ఉంటుంది. కాబట్టి, మనం తరచుగా ఎక్కువగా అనుభూతి చెందుతాము. ఆ తర్వాత మనం అంతకంతకూ ఎక్కువగా పురోగమిస్తున్న కొద్దీ మనకు ఇంకా ఎక్కువ అనుభవాలు కలుగుతూ ఉంటాయి కానీ, అవి మరో రకానికి చెందినవి. అవి ఆధ్యాత్మికత్వానికి సంబంధించినవి. కాబట్టి అవి మనకు అంత ఆకర్షణీయంగా, నాటకీయంగా ఉండవు. మనం ఇంకా ఉన్నత స్థితులకు చేరుతున్న కొద్దీ, అనుభవాలు అంతకంతకూ తక్కువ అవుతాయి. మనం కేంద్ర మండలానికి (సెంట్రల్ రీజియన్) చేరుకున్నప్పుడు, అసలు ఏ అనుభవమూ ఉండదు. అది ఎలాంటి లక్షణాలూ ఉండని, అత్యంత స్వచ్ఛమైన స్థితి. అది ఎడారి బంజరు భూమి లాంటిది.

ఆ స్థితికి చేరుకున్న మీదట, 'ఇప్పుడు ఏమి చెయ్యాలి? నా పూర్వపు రోజులే చాలా బాగుండేవి. ఇది నాకు ఏమీ లేనట్లు అనిపిస్తోంది. ఈ స్థితిలో నాకు ఆనందం ఏమీ కనిపించడం లేదు' అని, బాబూజీ లాలాజీకి ఫిర్యాదు చేశారు.

'అయితే నీకు ఇష్టం లేదు కాబట్టి, ఈ స్థితిని తొలగించమంటావా?' అని లాలాజీ అడిగారు.

'వద్దు మహాప్రభో, అలాంటి పని చేయకండి. అలా చేస్తే, అదే నా అంతిమ శ్వాస అవుతుంది. నేను ప్రాణాలతో ఉండను' అని బాబూజీ లాలాజీని వేడుకున్నారు.

ఆ స్థితిలో ఆకర్షణ గాని, సౌందర్యం గానీ ఏమీ లేనప్పటికీ, అది లేకుండా నువ్వు ఎంతమాత్రమూ సజీవంగా ఉండలేని ఒకానొక స్థితి అది. చైతన్యాన్ని అత్యంత ఉన్నత స్థితికి పరిశుద్ధం చేసుకునేందుకు మనం లక్ష్యంగా ఏర్పరచుకున్నది ఆ స్థితే.

14

పరిణామం

పరిణామం, లేదా వికాసం, అనేది నాకు ఇష్టమైన అంశం. మానవుని భౌతిక, సూక్ష్మ, కారణ శరీరాలను మూడింటినీ దీనిలో చేరిస్తే, చాలా మంది ఊహించిన దానికంటే, ఇది వాస్తవానికి మరింత విస్తృతమైన అంశం అవుతుంది. వికాసం అంటే నిజంగా మనం ఏమి అర్థం చేసుకుంటాము? చుట్టూ ఉన్నవాళ్ళను అడిగితే, చాలామంది అది మార్పును గురించి తెలిపేది అని అంటారు. కానీ మానవ పరిణామంలో వికాసం చెందేది. ఏమిటి? విధి, పరిణామం ఏ విధంగా పెనవేసుకుని ఉన్నాయి?

మనకు బాగా తెలిసిన దానితో ప్రారంభిద్దాము. స్కూలులో జీవ పరిణామాన్ని గురించి, అనగా, జీవిలో మార్పును గురించి, కణాలలో మార్పును గురించి, జన్యువులలో మార్పును గురించి, మనం నేర్చుకున్నాము. ఈ మధ్య జరుగుతున్న ఉపజన్యువుల (epigenetics) పరిశోధనల ద్వారా. జన్యువుల పరివర్తన, పరిణామాల మీద, మన ఆలోచనలకు, ఉద్వేగాలకూ తమదైన స్వంత ప్రభావం ఉంటుందని శాస్త్రజ్ఞులు అంగీకరించడం ప్రారంభించారు.

ఉదాహరణకు, ఈ ఉపజన్యువుల రంగంలో ముందంజలో ఉన్న మార్గదర్శకులు, డాక్టర్ బ్రూస్ లిప్టన్, తన పుస్తకం [The Biology of Belief]లో, నిరంతరం పోట్లాటలు, కొట్లాటలు జరుగుతూ సామరస్యం లోపించి, చెల్లాచెదరైన కుటుంబంలో మానసిక ఒత్తిడికి గురి అవుతూ ఉండే ఒక తల్లి కాబోతున్న లేదా గర్భం దాల్చిన స్త్రీకి, ఏమి జరుగుతుందో వివరించాడు. భౌతికమైనది అయినా,

లేదా మానసికమైనది అయినా ఎలాంటి హింసకైనా శారీరకమైన స్పందన ఏమిటి? అయితే ఎదురు తిరిగి పోట్లాడాలి. లేదా పలాయనం చిత్తగించాలి. ఆమె మీద ఎవరైనా దాడిచేయడానికి ప్రయత్నిస్తే, ఆమె తిరిగి పోట్లాడుతుంది. లేదా పోట్లాడవలసిన అవసరం రాకుండా. అక్కడి నుండి పారిపోతుంది. ఏది చెయ్యాలన్నా ఆమెకు బలం అవసరం. ఈ రెండు పరిస్థితులలోనూ, ఆమెకు తన కాళ్ళు, చేతులూ అవసరమౌతాయి. కాబట్టి జీర్ణాశయం, కాలేయం, ప్లీహము, ఊపిరి తిత్తులు, మెదడు వంటి శరీరంలో ఉండే భాగాల కంటే, కాళ్ళు. చేతులలోనికి ఎక్కువ రక్తం ప్రసరిస్తుంది. తల్లి ఎప్పుడు ఒత్తిడికి లోనైనా, తరచుగా కాళ్ళు, చేతులలోనికి రక్త ప్రసరణ ఎక్కువగా జరుగుతుంది. గర్భంలో ఎదుగుతున్న పిండానికి కూడా ఇదే సంభవిస్తుంది. కాబట్టి పిండానికి జరిగే రక్త ప్రసరణ కూడా శరీర లోపలి భాగాల కంటే కాళ్ళు, చేతులలోనికి ఎక్కువగా జరుగుతుంది. ఆ శిశువు యొక్క కాళ్ళు, చేతులు, సాధారణ మానవులలో కంటే పొడవుగా ఉంటాయి.

జరిగే రెండవ మార్పు ఏమిటంటే, మెదడు యొక్క వెనుక, ముందు భాగాల (పోస్టీరియర్, ఫ్రాంటల్ లోబ్స్) ఎదుగుదలలో తేడా ఉంటుంది. గ్రహణశక్తి, సహజజ్ఞానానికి, సంబంధించిన ముందుభాగం ప్రేమ, ఆప్యాయతలూ నిండిన ఆరోగ్యకరమైన కుటుంబ వాతావరణంలో పెరిగే అవకాశం శిశువుకు లభించినప్పుడు, చక్కగా అభివృద్ధి చెందుతుంది. ఐతే, మానసిక ఒత్తిడి, ఉద్రిక్తతలూ ఉన్న పరిస్థితులలో, రక్తం ఎక్కువగా మెదడు యొక్క వెనుక భాగానికి ప్రవహిస్తూ ఉంటుంది; కాబట్టి, వెనుక భాగం పెద్దదిగా ఎదుగుతుంది.

ఆ శిశువు యొక్క తండ్రి మెదడు చక్కగా అభివృద్ధి చెంది ఉండవచ్చు; అతని కాళ్ళు, చేతులు సాధారణంగానే ఉండవచ్చు. అదే విధంగా తల్లికి కూడా. కానీ, పిండానికి మాత్రం కాళ్ళు, చేతులు పొడవుగా అభివృద్ధి చెంది, జీర్ణ వ్యవస్థ తక్కువగా అభివృద్ధి చెందవచ్చు. శిశువు యొక్క జన్యు విధానం ఎలా రూపొందుతుంది అనే దానిమీద, తల్లిదండ్రుల సూక్ష్మ శరీరాలకు, శిశువుతో సంబంధాన్ని కలిగి ఉన్న ఇతరుల సూక్ష్మ శరీరాలకు, ఆ శిశువు పెరుగుతున్న వాతావరణానికీ, ఖచ్చితమైన ప్రభావం ఉంటుంది.

ధ్యానం మన సూక్ష్మ శరీరాలను పరిశుద్ధం చేసి, మెరుగు పరుస్తుంది కాబట్టి, అది ఉపజన్యువుల విషయంలో చాలా ప్రముఖ పాత్ర వహించగలదు. మనం ధ్యానం చేస్తున్నప్పుడు ఏం జరుగుతుంది? 10,000 నుండి 20,000 గంటల వరకూ ధ్యానం చేసినవారి మీద పరిశోధకులు ప్రయోగాలను నిర్వహించారు.

నరాలచుట్టూ రక్షణగా ఉండే 'మైలిన్' పొర దళసరిగా అవుతుంది. అంతే కాకుండా, కొంతకాలం పాటు, క్రమం తప్పకుండా ధ్యానం చేస్తూ ఉండే వారిలో, మెదడు యొక్క ముందుభాగాలు చక్కగా అభివృద్ధి చెందుతాయి. కాబట్టి, మన శారీరక వ్యవస్థ మీద కూడా ధ్యానానికి ఒక నిశ్చయమైన పరిణామాత్మక ప్రభావం ఉంది. కానీ ఇక్కడ మన లక్ష్యం అది కాదు. ఇన్ని మంచిపనులు జరుగుతున్నప్పటికీ, మన నిజమైన పరిణామలక్ష్యం ఈ శారీరక మార్పులన్నింటి కంటే అతీతమైనది.

మన జీవితాలు మరింత గొప్పగా మారాలని కోరుకున్నప్పటికీ, మనలో చాలామందికి, మార్పంటే భయం. సమస్య ఏమిటంటే, మార్పు ఎంతో అసౌకర్యాన్ని సృష్టిస్తుంది. అది మన పునాదుల్ని కదిలించి వేస్తుంది. భార్యాభర్తలు ఒకే మంచం మీద పడుకునే అంశాన్నే తీసుకుందాం. వారిద్దరూ ఆ మంచం మీద ఎన్నో సంవత్సరాలుగా చెరోవైపు పడుకుంటూ ఉంటారు. భార్య మంచానికి ఎడమవైపు కుడివైపున పడుకున్నాడని అనుకుందాము. ఏదో ఒకరోజు వారిలో ఎవరైనా దానిని మార్చాలని కోరితే, వారిమధ్య పోట్లాట జరుగుతుంది. చివరికి అటువంటి స్వల్పమైన ప్రాపంచిక మార్పు కూడా ఒక సవాలుగా మారుతుంది! కాబట్టి, మనలోని ఆధ్యాత్మిక వాతావరణంలో ఏదైనా భారీ మార్పు సంభవించినప్పుడు, అంతవరకూ సుఖంగా ఉన్నది ఒక్కసారిగా పూర్తిగా మారిపోతూ ఉండడంతో, మనం ఎదురు తిరుగుతాము. మనం కొన్ని మనోభావాలకు, ఒకానొక అంతర్గత వాతావరణానికి, అలవాటు పడిపోయాము.

మనకు హృదయంనుండి పైకి, కేంద్రమండలం (సెంట్రల్ రీజియన్) వరకూ పదమూడు ప్రధాన బిందువులు లేదా చక్రాలు ఉన్నాయి. మన ఆధ్యాత్మిక వికాసాన్ని ఒక చక్రం నుండి ఆ తర్వాత చక్రానికి, అక్కడి నుండి మరో చక్రానికీ, చివరికి పదమూడవ చక్రానికి సాగే యాత్రలా వర్ణించవచ్చు. మనం, అనంత విశాలమైన మనలోని విశ్వం గుండా పయనిస్తాము. ఆ విశ్వంలో ప్రతి చక్రమూ పూర్తిగా భిన్నమైన ఒక్కొక్క నక్షత్ర మండలంలాంటిది.

ఒక నక్షత్రమండలం నుండి మరో నక్షత్ర మండలానికి మనం చేరుకున్నపుడు, ఆ చలనానికి, అది తెచ్చే మార్పు పట్ల, ఎల్లప్పుడూ ఒక ప్రతిస్పందన ఉంటుంది. అనంతం వైపు[5] అనే తన పుస్తకంలో, బాబూజీ ప్రతి కొత్త చక్రంలోనూ ప్రవేశించే ఈ విధానాన్ని వివరించారు. మనస్సులో పెంపొందే భారాన్ని, అస్థిరత్వాన్ని ఆయన వివరించారు. మనలో చాలా మందికి, ఒక కొత్త నక్షత్రమండలంలో

[5] Ram Chandra of Shahjahanpur. 2015. Towards Infinity, Shy Ram Chandra Mission, India:

ఉండడం వలన కలిగే అసౌకర్యాన్ని అనుభూతి చెందినప్పుడు, ధ్యానం చేయడం చాలా కష్టతరమౌతుంది.

అప్పుడు మనం దీని నుండి చక్కగా ఎలా బయటపడాలి? సహాయం కోసం అడగండి. మీ మనస్సు భారంగా ఉన్నందువలన, మీకు ధ్యానం చేయాలని అనిపించని రోజుల్లో, ధ్యానం చేయాలన్న ఆసక్తి మీకు కలుగనప్పుడు, ఒక ధ్యాన సమావేశాన్ని నిర్వహించమనీ ప్రశిక్షకుని [ట్రైనర్] కోరండి. లేదా ప్రశిక్షకునితో కలిసి ధ్యానం చేసేందుకు, మీ ఫోనులో 'హార్ట్-యాప్' ను ఉపయోగించండి. మార్పుకు మరింత సులభంగా సర్దుకునేందుకు, ఇది సహాయపడుతుంది. ఎందుకంటే మీరు ఒక వికాస పథంలో ఉన్నారు కాబట్టి, దీనిని కొనసాగించడానికి ఒక మార్గాన్ని కనుగొని, ఆ మార్పుకు తగిన విధంగా మీరు సర్దుకుపోతారు.

ఒక చక్రం నుండి మరో చక్రానికి మనం ముందుకుసాగిన ప్రతిసారీ, మన చైతన్యపు అంతర్గతపటం ఎక్కువగా మారుతుంది. అది మనలో ఒక కొత్త వాతావరణాన్ని తీసుకువస్తుంది. ఫలితంగా, మనం సాధనలో స్థిరత్వాన్ని కోల్పోతాము. ఈ క్షణాలను మనం ముందే ఊహించి నిరీక్షిస్తే, మన పురోగతికి మనమే అభినందనలు తెలుపుకోగలము.

నేను మీకు ఒక అనుభవాన్ని గురించి చెప్పాలనుకుంటున్నాను జర్మనీకి చెందిన ఒక యువతి, తన సాధన ప్రారంభించిన తర్వాత, భారతదేశంలోని మన ఆశ్రమాలలో ఒకదానిని సందర్శించడానికి వచ్చింది. ఆమె హార్ట్ ఫుల్ నెస్ ను ఆకాశానికి ఎత్తేస్తూ, దానిని ఎక్కువగా ప్రశంసిస్తూ ఉంది. 'నీ పొగడ్తలను కట్టిపెట్టు' అని చెప్పి, ఆమెకు ఒక డైరీని బహూకరించాను. ఆమె చెపుతున్న వాటిని మొదటిపేజీలో వ్రాయమని ఆమెను కోరాను. ఆ తర్వాత ఆమెతో, మూడు పరిచయాత్మక హార్ట్ ఫుల్ నెస్ సెషన్లలో పాల్గొని అనుభూతి చెందినవారిలో చాలామంది, వారికి జరిగిన వాటిలో అత్యుత్తమమైనది ఇదేనని సాధారణంగా చెప్పినప్పటికీ, కొంత కాలం తర్వాత వారిలో చాలామంది సాధన విరమించుకుంటున్నారని చెప్పాను. ఆమె, దానికి వివరణ అడిగింది.

"మీకు కలిగిన ఈ ఉత్సాహకరమైన భావన ఎంతోకాలం నిలవదు. త్వరలోనే మీరు తర్వాత ఆధ్యాత్మిక చక్రానికి చేరుకున్నప్పుడు, మరో కొత్త దశ వస్తుంది. 'నేను ఎక్కడ ఉన్నాను? నేను ఇక్కడ ఎందుకు ఉన్నాను? ఇది నాకు అంత బాగా అనిపించడం లేదు', అని మీరే అంటారు. కానీ అది దాటి ముందుకు వెళతారు. కొంచెం ముందుకు వెళ్ళేసరికి మీరు పురోగమించారని, మీ చైతన్యం విస్తరించిందనీ మీకు తెలుస్తుంది. కేవలం ఈమార్పే మనకు అసౌకర్యంగా అనిపిస్తుంది.

అందుకని, ఈ మొదటి పేజీ చదివి, 'నాకు సంభవించిన అత్యంత ఉత్తమమైనది ఇదేనని మీకై మీరు గుర్తు చేసుకోండి. ప్రతి కొత్త దశను దాటినప్పుడు, దీనిని మళ్ళీ చదువుకోండి', అని ఆమెకు చెప్పాను. కొన్నాళ్ళ తర్వాత, 'నాకు ఎంతమాత్రమూ చెడ్డగా అనిపించడం లేదు. నేను ఎప్పుడు పురోగతిని సాధిస్తాను?' అని ఆమె నాకు ఉత్తరం వ్రాసింది.

ఒక క్రీడాకారుడు తన నైపుణ్యాన్ని మరో స్థాయికి పెంచుకునేందుకు అవసరమైన శిక్షణ పొందుతున్నప్పుడు, అతనికి కలిగే అసౌకర్యాన్ని ఆహ్వానిస్తాడు. అదేవిధంగా, ఆధ్యాత్మిక వికాసపు యంత్రాంగాన్ని మనం అర్థం చేసుకున్నప్పుడు, మన ఎదుగుదలకు సూచనగా వచ్చే ఆ అసౌకర్యాన్ని, అనివార్యంగా దానితోపాటు వచ్చే అల్లకల్లోలాన్నీ, మనం స్వాగతిస్తాము. విమానంలోనో, లేదా ఓడలోనే సంభవించే ఒకరకమైన అల్లకల్లోలాన్ని గురించి కూడా ఆలోచించండి. ఆధ్యాత్మికత్వంలోనూ అలాంటి అల్లకల్లోలం ఏర్పడితే, దాని అర్థం మనం ముందుకు సాగుతున్నామని! అలా కాకుండా, మనం హాయిగా సుఖంగా ఉన్నచోటనే కదలకుండా ఉంటే, దాని అర్థం మనం పురోగమించడం లేదని. అప్పుడు మనం ముందుకు సాగి, వికాసం చెందేందుకు మనకు సహాయపడే పని మార్గదర్శిదే అవుతుంది. మనం మార్పును వ్యతిరేకించినప్పుడు, ఆయన మనల్ని ముందుకు నెట్టడు. దానికి బదులుగా మనం అంతకంతకూ ఎక్కువగా తపించడం ప్రారంభించే విధంగా తగిన వాతావరణాన్ని, పరిస్థితులనూ ఆయన సృష్టిస్తాడు. ఈ వికాస ప్రక్రియను వేగవంతం చేసేందుకు మార్గదర్శి ఎల్లప్పుడూ అక్కడ ఉంటాడు. కానీ మనం చురుకుగా, శ్రద్ధగా పాల్గొనడం కూడా అవసరమే. మనలో తెలివైనవారు కాలానికి విలువనిస్తారు!

యాత్రలో ఎదురయ్యే ఒడుదుడుకులను ఆనందంగా అంగీకరిస్తూ, అంతకంతకూ ఉన్నతమైన స్థితులకు చేరుకోవాలని ఆకాంక్షిస్తూ, మనం సహకరిస్తే, ఏమి సాధ్యమౌతుందో ఒక్కసారి ఊహించండి. యాత్రలో చాలా ప్రయోజనకరమైన మార్పులు కూడా సంభవిస్తాయి. మొదటిసారిగా మనం ఒక కొత్త చక్రానికి చేరుకున్నప్పుడు, అసౌకర్యం ఉంటుంది; కానీ అక్కడ మనం స్థిరపడినప్పుడు, మనకు మన స్వంత ఇంట్లో ఉన్న అనుభూతి కలుగుతుంది. మనకు ఎంతో హాయిగా అనిపించడం ప్రారంభిస్తుంది. ఒకదాని తర్వాత మరో చక్రానికి వెళ్ళినప్పుడు, ప్రతి చక్రంలోనూ కలిగే అనుభవం అంతకంతకూ ఎక్కువ ఆనందంగా మారుతుంది; చైతన్యం కొత్త స్థాయిలకు విస్తరిస్తూ ఉంటుంది. ఆ స్థితి యొక్క స్పష్టత, సూక్ష్మత్వమూ మెరుగుపడుతూ ఉంటుంది.

మనం ముందుకు సాగుతూ ఉండేలా మార్గదర్శి చూస్తారు. ఒకసారి మనలో ప్రతిచక్రంలోనూ మంచి స్థితులు పరిపక్వమైనప్పుడు, ఆ చక్రం వద్ద కలిగే అనుభూతులలోను, అనుభవాలలోనూ మనం ప్రావీణ్యాన్ని సంపాదించినప్పుడు, మనం మృదువుగా తర్వాత చక్రాన్ని చేరుకునేందుకు అవసరమైన స్థితులను ఆయన సృష్టిస్తారు. 'నేను ఇంకా ముందుకు వెళ్లాలని అనుకుంటున్నాను', అని మనకి మనం అడగడం ప్రారంభిస్తే, మన వైపునుండి ఇష్టపూర్వకంగా కొత్త స్థితులను సృష్టించుకుంటాము. వేగంగా వికాసం చెందడానికి, ఇదే కీలకం. మనం మార్పుకు భయపడకుండా, దానిని ఆహ్వానించాలి.

మూడు శరీరాలు: శరీరం, మనస్సు, ఆత్మ

దీనిని మరింత చక్కగా అర్థం చేసుకునేందుకు, మానవునిలోని భౌతిక, మానసిక, ఆధ్యాత్మిక శరీరాలైన మూడు శరీరాలను గురించి మరింత లోతుగా తెలుసుకుందాము. మొదటిది రక్తమాంసాలతో తయారైన మన భౌతిక శరీరం. జ్ఞానేంద్రియాల ద్వారా విషయాలను గ్రహించడం అనేది భౌతిక శరీర స్వభావం. పని చేయడం అనేది ఈ శరీరం యొక్క స్వభావం. మన జీవనవిధానాన్ని బట్టి భౌతిక శరీరంలో కొన్ని మార్పులు సంభవించినప్పటికీ, అది ఎక్కువగా మార్పు చెందదు. ఉదాహరణకు, మనం పనికి తగిన విధంగా మారవచ్చు; కానీ ఒక అడుగు ఎక్కువ పొడవుగా అవ్వలేము. లేదా కాళ్ళు, చేతులూ అదనంగా పెరగవు. భౌతిక పరిణామానికి ఒక జీవితకాలం కంటే ఎక్కువ కాలం పడుతుంది. అందుకని ఈ జన్మలోనే మన భౌతిక శరీరం ఎక్కువగా వికాసం చెందాలని మనం ఆశించలేము.

మనకు మానసిక శరీరం కూడా ఉంది. దీనినే 'ఏస్ట్రల్ బాడీ' సూక్ష్మ శరీరం, ప్రకంపనల శరీరం (వైబ్రేషనల్ బాడీ), మనస్సు అని కూడా అంటారు. ఇది హృదయానికి, మనస్సుకు సంబంధించి, శక్తితో కలసి ఉన్న రంగం. దానికి ఆలోచించే, అనుభూతి చెందే, అవగాహన చేసుకునే స్వభావం ఉంది. ఇది ఆలోచనల, అనుభూతుల, ఉద్వేగాల, అంతఃదృష్టి, స్ఫూర్తి, ప్రేరణ, అహం, తెలివి, జ్ఞానం, ధైర్యం, ప్రేమ చైతన్యాల సామ్రాజ్యం. దానిలో చలనము, విశ్రాంతి కూడా ఉన్నాయి.

మూడవది ఆధ్యాత్మిక శరీరం. దీనినే మన అస్తిత్వానికి మూలకారణమైన కారణ శరీరం లేదా ఆత్మగా కూడా అంటారు. మన కారణ శరీరం, పరిపూర్ణ శూన్యత్వపు (నథింగ్ నెస్) స్థితితో సంబంధం కలిగిఉంటుంది. మన అస్తిత్వానికి

అదే మూలం. ప్రశాంతత లేదా విశ్రాంతి, అనేవి ఆత్మ యొక్క లక్షణాలు. ఆత్మలో అన్ని చలనాలూ బీజరూపంలో ఉంటాయి. కారణశరీరం పూర్తిగా స్వచ్ఛమైనది, మార్పు చెందనిది. శాశ్వతమైనది. దాని వికాసం ప్రత్యక్షంగా జరిగేది కాదు. చక్రాల ద్వారా సాగే మన అంతర్గత యాత్ర యొక్క సహజమైన ఫలితం వల్లనే అది పరిణామం చెందుతుంది.

మనలో పరివర్తన సంభవించేది, మనం వికాసం చెందేదీ ఈ మూడు దేహాల మధ్యలో ఉండే సూక్ష్మ శరీరం వల్లనే. మనము మానవ జాతికి చెందినవారమని, మన అస్తిత్వానికి అత్యంత ముఖ్యమైనవి మనస్సు, జ్ఞానము, వివేకం అనీ, అక్కడే

3 శరీరాలు

మన వికాసం సంభవిస్తుందనీ గుర్తుంచుకోండి. మన విధి నిర్మాణానికి సూక్ష్మ శరీరాల పరిశుద్ధత, వికాసం ఎంతో అవసరం.

మన శరీరంలోని అన్ని చక్రాలను పరిశుద్ధం గావించి, వాటిని జాగృతం చేసేందుకు సంక్లిష్టతలు, మాలిన్యాలు అనే పొరలను మనం తొలగించినప్పుడు, ఈ వికాసం సంభవిస్తుంది. అప్పుడు మన చైతన్యం వికాసం చెందుతున్నట్లు మనం గుర్తిస్తాము. మనం, మన విధిని ఈ విధంగా రూపొందించుకుంటాము. మన హార్ట్ ఫుల్‌నెస్ సాధనలు ఉన్నది ఇందుకోసమే.

అన్ని జీవులకూ ఈ మూడు శరీరాలూ ఉంటాయి. వీటిని, భౌతిక శాస్త్రంలో చెప్పే పదార్థము, శక్తి, సంపూర్ణ ఆకాశం అనేవాటి భావనతో సరిపోల్చి చూసినప్పుడు మీకు అర్థం అవుతుంది. ఇవి, విశ్వంలో అన్నింటిలోనూ ఉండే స్థితులు.

ఖనిజాలలో ఈ మూడు శరీరాలు చాలా దగ్గరగా కలిసి ఉంటాయి; వాటిని విడదీయడం చాలా కష్టం. వాటికి అంతగా స్వేచ్ఛ ఉండదు. ప్రకంపనల వైవిధ్యం ఉన్నంతమేరకు వాటికి వివిధ లక్షణాలు ఉంటాయి. అందుకే మనం వాటికి బంగారము, సీసం, ఆస్మియం మొదలైన పేర్లు పెట్టాము.

వృక్ష జాతులలో ఈ మూడు శరీరాలూ లోహాలలో కంటే కొంచెం వదులుగా ఉంటాయి. మనం మొక్కలను గమనిస్తే, బాహ్య ప్రభావాలకు స్పందించే సూక్ష్మ శరీరాలు వాటికి ఉన్నట్లు మనకు తెలుస్తుంది. సూర్యోదయం అయినప్పుడు మందారం, కలువ, కాలిఫోర్నియా పాప్పీస్, మాగ్నోలియాస్ మొదలైన మొక్కల పువ్వులు వికసిస్తూ ఉండడం, సూర్యాస్తమయమై చీకటి పడగానే, అవి మళ్ళీ ముడుచుకోవడం మీరు చూశారా? సూర్యుని చలనాన్నిబట్టి పొద్దుతిరుగుడు, పోప్పీస్, చామంతి, డైసీస్ వంటి పువ్వులు దిశను మార్చుకుంటూ ఉంటాయి. లాజవంతి లేదా అత్తిపత్తివంటి మొక్కలకు, తాకగానే ముడుచుకునే స్వభావం గలిగిన ఆకులు ఉంటాయి. చల్లని గాలి, లేదా చివరకు ఈదురు గాలి వీచినప్పుడు, మొక్క ఆకులు, కొమ్మలు ఆనందంగా ఊగుతూ ఉంటాయి, కానీ ఎవరైనా వాటిని తాకినా, లేదా కొమ్మను త్రుంచినా, మొక్కంతా విలవిలలాడిపోతుంది. మొక్కలు తమ వ్రేళ్ళ ద్వారా పరస్పరం ఎలా మాట్లాడుకుంటాయో ఆధునిక పరిశోధకులు[6] వివరించారు. చెట్లు అడవిలో ఒకచోట వృక్షాలు సంఘాలను ఏర్పాటుచేసుకుని, పరస్పరం ఎలా సహాయం చేసుకుంటాయో, చెట్లు ఎలా నేర్చుకుంటాయో కూడా వారు తెలిపారు. చివరికి ఇవన్నీ ఉన్నప్పటికీ కూడా, మొక్కల సూక్ష్మ శరీరాలు, కారణ శరీరాలూ జంతువుల కంటే కూడా మరింత గట్టిగా బంధించబడి ఉంటాయి.

[6] Haskell, D.G., 2017. The Songs of Trees, Black Inc. Australia

మొక్కల కంటే జంతువుల మూడు సూక్ష్మ శరీరాల మధ్య దూరం ఇంకా ఎక్కువగా ఉంటుంది. మానవులలో ఈ మూడు శరీరాల కలయికా మరింత వదులుగా ఉంటుంది. కానీ అది కూడా వ్యక్తిని బట్టి, అతని లేదా ఆమె స్వభావాలను బట్టి, మారుతూ ఉంటుంది. కొందరిలో ఈ మూడు శరీరాలూ గట్టిగా కలిపి కట్టబడినట్లు ఉంటాయి; మరి కొందరిలో ఈ మూడు శరీరాలూ చాలా స్వేచ్ఛగా, వదులుగా ఉంటాయి. వీటి మధ్య దూరాలలో వ్యత్యాసం ఉంటుంది. వేద సిద్ధాంతంలో, తామసికము, రాజసికము, సాత్వికము అనే మూడు గుణాలు లేదా స్వభావాలు ఉంటాయని మీరు వినే ఉంటారు. మానవులలో ఈ శరీరాలు ఎంత వదులుగా లేదా ఎంత బలంగా కలిసి ఉంటాయి అనేది ఈ మూడు లక్షణాలూ తెలియజేస్తాయి.

తామసిక లక్షణాలు ఉండే వ్యక్తి శరీరాలు చాలా దగ్గరగా కట్టబడి, దాదాపు ఒక రాయిలా, లేదా ఖనిజంలా ఉంటాయి; కాబట్టి సూక్ష్మ శరీరం అంత స్వేచ్ఛగా ఉండదు. ఫలితంగా చైతన్యం పరిమితంగా ఉంటుంది. అటువంటి వ్యక్తి చాలా పరిమితమైన మానసిక సామర్థ్యం ఉన్నట్లు కనిపిస్తాడు. తన చుట్టూ ఏమి జరుగుతోందో స్ఫురణలో ఉండదు. చివరికి మనం దేనినైనా వివరించినప్పుడు కూడా, అతడు అర్థం చేసుకోడు. ఎందుకంటే అతని సూక్ష్మ శరీరం ఆ భావనను అర్థం చేసుకునేందుకు తగినంత స్వేచ్ఛగా ఉండదు కాబట్టి.

రాజసిక లక్షణాలు కలిగిన వ్యక్తిలో, సూక్ష్మశరీరానికి చాలా ఎక్కువ చలనం ఉంటుంది కానీ, చైతన్యం మాత్రం చికాకుగా, అవిశ్రాంతంగా, చెదరినట్లు ఉంటుంది. సంతోషాలు కోరికలూ ఎన్నో వైపులకు లాగుతూ ఉండడంవలన, మనస్సు చంచలంగా ఉంటుంది. ఫలితంగా, చైతన్యం మరింత అస్తవ్యస్తంగా ఉంటూ, తన పూర్తి సామర్థ్యం మేరకు విస్తరించలేదు.

సాత్వికమైన వ్యక్తికి విస్తరించే పరిశుద్ధమైన చైతన్యం ఉంటుంది. సూక్ష్మ శరీరం సులువుగా చుట్టూ తిరగగలదు. దాని వల్ల సాత్వికమైన వ్యక్తి తన ఆలోచనలను ఎక్కడైనా ప్రసరించగలడు. ఆలోచనలో తేలికదనాన్ని, అనువుగా మారే స్వభావాన్ని, చుట్టూ ఉన్న ప్రతి దాని పట్లా అద్భుత భావనను కలిగిఉంటాడు.

మనలోని స్వచ్ఛతనుబట్టి, లక్షణాలనుబట్టి, సాధారణంగా మనలో ఈ గుణాలన్నీ కలిసి ఉంటాయి. సూక్ష్మ శరీరపు మార్పు చెందగలిగి స్వభావాన్ని బట్టి మనం వికాసం చెందాలని, మన చైతన్య రంగం విస్తరించాలని ఎంచుకుంటాము. మన అస్తిత్వం భౌతిక శరీరం మీద ఆధారపడి ఉంటుందని, దాని పునాది

మీద సూక్ష్మశరీరాలు, ఆత్మ కూర్చుని ఉన్నట్లు అనిపించవచ్చు. కానీ వాస్తవం దానికి వ్యతిరేకంగా ఉంటుంది. ఆత్మ, చైతన్యానికి జన్మనిస్తుంది. వాటిని విడదీయలేము. అప్పుడు చైతన్యం, తన మనుగడ కోసం తనదైన గుర్తింపును, అహాన్నీ సృష్టించుకుంటుంది. అప్పుడు అహం, తన మనుగడ కోసం తెలివిని ఉపయోగించుకుంటుంది. ఆ తెలివితేటలు: – మేధస్సు – వృద్ధి చెందడానికి, దానికి మనస్సు యొక్క ఆలోచించే సామర్థ్యం కావాలి. నిజానికి చైతన్యానికి సహాయపడేది ఆత్మయే. ఆ చైతన్యం అహంకారానికి, అహంకారం మేధస్సుకు, ఆ మేధస్సు ఆలోచనకు సహాయపడతాయి. ఇవన్నీ భౌతిక శరీర అస్తిత్వానికి సహాయపడతాయి.

సూక్ష్మ శరీరం

సూక్ష్మ శరీరమే మన శక్తి మండలం, హృదయ మండలం, మనో మండలాల వలెనే దీనిని మనం అనుకోవచ్చు. తుఫాను సమయంలో గర్జించే సముద్రంలా, అది అల్లకల్లోలంగానూ, క్లిష్టంగానూ ఉండగలదు; లేదా చివరికి ఒక చిన్న ఈక పడినా, తన ఉపరితలం మీద అలలను సృష్టించగలిగిన నీటికొలనులా నిశ్చలంగానూ ఉండగలదు. ఇక్కడ హార్ట్ ఫుల్ నెస్ సాధనాలు ఒక కీలకమైన, ముఖ్యమైన పాత్ర పోషించవలసి ఉంది. ఎందుకంటే అవి మనకు ఈ మండలాన్ని నిర్మలీకరించుకుని, సరళంగా మార్చడానికి, స్పష్టతను, నిశ్చలతను, ప్రశాంతతను, శాంతిని తీసుకురావడానికి, అవసరమైన సాధనాలను అందిస్తాయి.

మనస్సు హృదయం యొక్క కార్యరంగం. అంటే ఏమిటి? ఈ రంగంలో నాలుగు ప్రధాన విధులు ఉన్నాయి. అవి: చైతన్యము (చిత్), ఆలోచించుట, అనుభూతి చెందుట (మనస్), తెలివి, జ్ఞానము (బుద్ధి), అహం, గుర్తింపు (అహంకారము). ఇవన్నీ కలిసి మనకు తెలిసిన మనస్సులా తయారవుతాయి. వాటిని మనం నాలుగు ప్రధాన సూక్ష్మ శరీరాలు లేదా సూక్ష్మ శరీరం యొక్క భాగాలు అని అంటాము.

వాస్తవానికి, గుజరాతీ యోగి హరిదాస్ (1862–1938) సూక్ష్మ శరీరానికి 19 భాగాలు ఉంటాయని వివరించారు. అవి:

> ఐదు జ్ఞానేంద్రియాలు: చూపు, వినికిడి, వాసన, రుచి, స్పర్శ ఐదు కర్మేంద్రియాలు: మన ప్రధాన శక్తి ప్రక్రియలైన విసర్జన, ప్రత్యుత్పత్తి, చలనము, చేతులతో గ్రహించుట, మాట్లాడుట. ఐదు ప్రాణశక్తులు లేదా శక్తి ప్రవాహాలు. వీటినే వాయువులు అని కూడా అంటారు. అవి: శక్తి లోనికి ప్రవహించుట,

క్రిందికి, బయటకూ ప్రవహించుట. శక్తి ప్రవాహాన్ని సమతుల్య పరచుట, ఊర్ధ్వానికి ప్రవహించుట, శరీరమంతటా ప్రవహించుట.
నాలుగు అంతకారణాలు లేదా మనస్సు యొక్క నాలుగు అంతర్గత విధులు: చిత్తము, మనస్సు, బుద్ధి, అహంకారము.

వికాసంకోసం ప్రాధమికంగా మనం పనిచేసేది ఈ 'నాలుగు అంతః కరణాలతోనే. హార్ట్ ఫుల్‌నెస్ సాధనల ద్వారా, మిగిలిన పదిహేను భాగాలు

4 సూక్ష్మ శరీరాలు

కూడా మెరుగుపడతాయి. ఈ నాలుగింటిలోనూ విస్తరించి, మన విధిని రూపొందించడానికి వికాసం చెందేది, మన చిత్ లేదా చైతన్యమే. కానీ మిగిలిన మూడూ పరిశుద్ధం అవ్వడం ద్వారానే ఇది సంభవిస్తుంది. ఒక చిత్రకారుడు చిత్రాన్ని గీసిందుకు ఉపయోగపడి పటం లాంటిది ఈ చైతన్యం. ఆ పటం మీదనే మిగిలిన మూడు శరీరాలూ ప్రతిరోజు విన్యాసాలు చేస్తాయి. చైతన్యంలో వాటికి తమదైన అస్తిత్వం ఉందని చెప్పవచ్చు.

మనం వికాసం చెందేందుకు మన చైతన్యాన్ని చురుకుగా విస్తరిస్తున్నాము. మనస్సును అంతకంతకూ నిశ్చలస్థితికి తీసుకు వచ్చి, దానిని క్రమక్రమంగా లోలోతు స్థాయిలకు చేర్చి, దాని విస్తరణకు అవసరమైన స్థితులను మన ఆధ్యాత్మిక సాధన సృష్టిస్తుంది. భౌతికస్థాయిలో మనం శరీర కండరాల దారుఢ్యం కోసం వ్యాయామం చేస్తాము. మనస్సు వికాసం చెందడానికి, చైతన్యం విస్తరించడానికీ, అస్థిత్వపు సూక్ష్మ స్థాయికి చెందిన మనస్సు, బుద్ధి, అహంకారాలపై వ్యాయామాలను మనం చేయవలసి ఉంటుంది. తద్వారా, చైతన్యం విస్తరించి ఉన్నత స్థితులకు చేరుకునేందుకు, దానిని స్వేచ్ఛగా ఉంచేందుకూ, వీలవుతుంది. ఇది, ధ్యానసాధనల ద్వారా జరుగుతుంది.

ధ్యానము – ధ్యాన స్థితి

ధ్యానానికి దీనితో పని ఏముంది? మనం మన మనస్సుకు వ్యాయామాన్ని ఇచ్చి, దానిని క్రమబద్ధం చేసేందుకు ధ్యానం చేస్తాము. క్రమబద్ధం కాని మనస్సును, కోరికలు, వాంఛలు, భయాలు, అలవాట్లూ వివిధ దిశలలో లాగుతూ ఉంటాయి. దాని స్వభావం రాజసికంగా ఉంటుంది. ఎన్నో మార్గాలలో దాని శక్తి చెల్లాచెదరైనప్పుడు, అది బలహీనంగా మారుతుంది. బాబూజీ ఒకసారి తన చేతిమీద గోరుతో గీసి చూపించిన నీటి కాలువ గుర్తుందా? దీనిని, ఒకే దృష్టితో ఉన్న, క్రమబద్ధమైన మనస్సుతో పోల్చి చూడండి. మనం చక్కగా ధ్యానం చేసినప్పుడు, మన చైతన్యం విస్తరించి, వికాసం చెందగలిగేందుకు మన మనస్సులను క్రమబద్ధం చేసుకుంటాము.

మన ఆలోచన, బుద్ధి, అహం – ఇవన్నీ ధ్యానం ద్వారా మెరుగుపడి, అభివృద్ధి చెందుతాయి. ఎన్నో మార్గాల గుండా పయనించే మన ఆలోచనా ప్రక్రియను, ఒకే మార్గంలోనికి మళ్ళించి, మన ఆలోచనా విధానాన్ని సరళంగా చేస్తాము. దానివలన, ధ్యాన సాధన ద్వారా మనం దృష్టిని కేంద్రీకరించడం నేర్చుకుంటాము. అప్పుడు మనం ఆలోచన నుండి అనుభూతికి లోలోతుగా వెళతాము. మన

జీవిత శైలిని మెరుగుపరచుకుని బాహ్య ప్రవర్తనలను అంతర్గత స్థితులతో సమగ్ర పరచేందుకు, అనుభూతి మనకు మరింత ఎక్కువ ప్రత్యక్ష అవగాహనను, అధిక సహజ జ్ఞానాన్ని, భావోద్వేగాలను నిగ్రహించుకునే సామర్థ్యాన్నీ ఇస్తుంది.

ధ్యానం ద్వారా మనం మన ఆలోచనలను గమనించి, సాక్షిగా చూడడాన్ని నేర్చుకుంటాము. ముఖ్యంగా అహం సమస్యలను సృష్టిస్తున్నప్పుడు, ఇది మన భావోద్వేగాలను, స్పందనలను నిగ్రహించడానికి సహాయపడుతుంది. మనం మరింత సూక్ష్మగ్రాహ్యతను కలిగి అప్రమత్తంగా మారతాము.

చక్కని ధ్యానం ద్వారా కలిగే మరో ప్రయోజనం, ధ్యానస్థితిని రోజంతా నిలుపుకుని పోషించడం. అది మన మనస్సును సమతుల్య పరచి, మరింతలోతుగా వెళ్లేందుకు సహాయపడుతుంది. మనం ఈ నిరంతర అవగాహన స్థితిలో, లేదా అంతర్గత స్థితి యొక్క నిరంతర స్మరణలో ఉన్నప్పుడు, మన చైతన్యపుస్థితి చెదరదు. అది తాజాగాను, శుభ్రంగానూ ఉంటుంది. ముద్రలు ఏర్పడడం వలన అది మలినపడదు.

ఈ సూక్ష్మశరీరాలు మనస్సు యొక్క ఉపచేతనము, చైతన్యం, అధిచైతన్య అంశాలతో పాటు, చైతన్యపు క్షేత్రమంతా విస్తరిస్తాయి. 'ఉపచేతనత్వం, అధి చేతనత్వం అనే రెండు మహాసముద్రాల మధ్య ఉండే ఒక సన్నని పొరలాంటిది చైతన్యం, అని స్వామి వివేకానంద ఒకసారి చెప్పారు. ఉపచైతన్యాన్ని ఒక విశాలమైన మహా సముద్రంగాను, చైతన్యాన్ని భూమి పైభాగంగానూ, అధిచైతన్యాన్ని విశ్వాంతరాళంలో వ్యాపించి ఉన్న ఆకాశంగానూ కూడా మనం ఊహించుకోవచ్చు. మనం వికాసం చెందుతున్న కొద్దీ, మన చైతన్యం పూర్తి రూపంలో విస్తరించి, మానవ సామర్థ్యాల విస్తారతను బయటకు తీస్తుంది. దీనిని మరో విధంగా చెప్పాలంటే, ఉపరితలంలో ప్రారంభించిన చోటు నుండి, మనం అంతకంతకూ లోలోతుగా వెళతాము, అనవచ్చు.

శాస్త్రవేత్తలు దీనినే మరో విధంగా చెపుతారు. ఉదాహరణకు, తన పుస్తకం [The Biology of Belief] లో, డాక్టర్ బ్రూస్ లిప్టన్ ఇలా చెప్పాడు:

> పూర్తిగా నాడీమండల ప్రక్రియా సామర్థ్యాల విషయానికి వచ్చినప్పుడు, చేతన మనస్సు కంటే, ఉపచేతన మనస్సు లక్షల రెట్లు ఎక్కువ శక్తివంతమైనది. ఉపచేతన మనస్సు యొక్క కార్యక్రమాలతో చేరిన మనస్సు యొక్క కోరికలు సంఘర్షిస్తే, ఏ 'మనస్సు' నెగ్గుతుందని మీరు అనుకుంటారు? మనకు ఎదురయ్యే అత్యంత పెద్ద సమస్య ఏమిటంటే, మన చేతన మనస్సు సృష్టించిన ఆశలు, కోరికలు, ఆకాంక్షలతో మనము జీవితాలను గడుపుతూ ఉన్నామని మనం అనుకుంటాము.

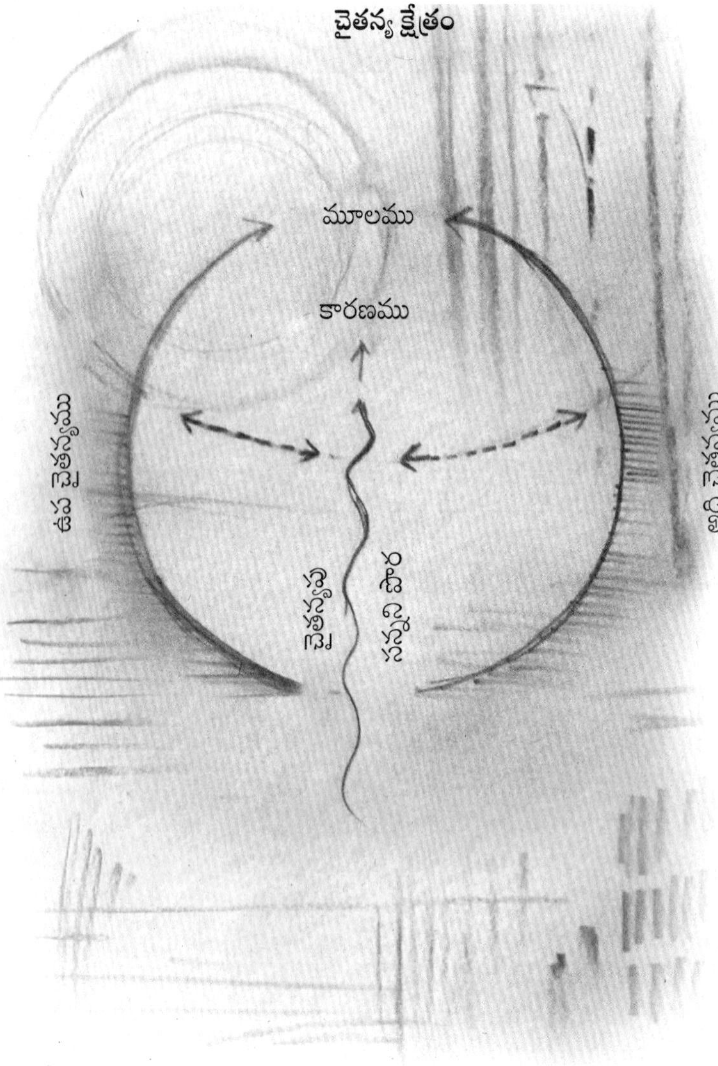

అది, మనము మన లక్ష్యాలను సాధించడానికి పోరాడి, విఫలమైనప్పుడు, మన గమ్యాన్ని చేరుకునేందుకు నిరోధించే బాహ్యశక్తులకు మనం బాధితులమయ్యామనే నిర్ణయానికి వచ్చేటట్లు చేస్తుంది. చేతనత్వపు మనస్సు, మహా అయితే కేవలం ఐదు శాతం సమయంలో మాత్రమే పనిచేస్తుందని,

న్యూరో సైన్స్ (నాడీమండల విజ్ఞానం) ఇప్పుడు స్థిరపరచింది. ఉపచైతన్యపు మనస్సు 95 శాతం కంటే ఎక్కువ మన జీవిత అనుభవాలను ప్రభావితం చేస్తుంది. (Szeged Maszak 2005).[7]

అధిచైతన్యాన్ని గురించి డాక్టర్ లిప్టన్ చెప్పలేదు; కానీ, మానవుని సృజనాత్మకతలో అదిచైతన్యం ఎలా వ్యక్తమవుతుందో వివరిస్తూ ఆర్థర్ కోయస్టర్ 1964లో 'ది యాక్ట్ ఆఫ్ క్రియేషన్' (The Act of Creation) అనే ఒక పుస్తకాన్ని వ్రాశాడు. గొప్పగొప్ప శాస్త్రీయ పరిశోధనలు, యోగశాస్త్ర పరిశీలనల మీద మనం లోతుగా ఆలోచిస్తే, అటువంటి పరిశోధనాస్ఫూర్తికి మూలం అదిచైతన్యం నుండి వస్తుందని, అది వ్యక్తి పూర్తిగా విశ్రాంతస్థితిలో ఉన్నప్పుడే వికాసం చెందగలదని తెలిసింది. మహత్తరమైన ఆర్కిమెడిస్ సిద్ధాంతాన్ని, లేదా సర్ ఐజాక్ న్యూటన్ కనిపెట్టిన ప్రధానమైన గురుత్వాకర్షణ సిద్ధాంతాన్ని గాని, లేదా మేడం క్యూరీ కనిపెట్టిన రేడియో ధార్మికతను గాని, లేదా బెంజీన్ అణువ్యవస్థను కనుగొనడం గాని, లేదా డీ.ఎన్.ఏ. (DNA) యొక్క ప్రత్యేక నిర్మాణం కనుగొనడం గాని ఎలా జరిగాయో పరిశీలించండి. హేతుబద్ధంగా ఆలోచించినందువలన అవి వ్యక్తం కాలేదు. దానికి బదులుగా స్వప్నాల ద్వారా కాని, 'ఆలోచిస్తూ ఉన్నప్పుడు' కాకుండా పూర్తిగా విశ్రాంత స్థితిలో ఉన్నప్పుడు కానీ, వారి పరిశోధనలు వ్యక్తమయ్యాయి. ఆధ్యాత్మిక పరిశోధనకు, శాస్త్రీయ పరిశోధనకు, మూలం ఒక్కటే. అవి తమ విధానంలో వ్యతిరేకమైనవి కావు. కానీ, అధిచైతన్యాన్ని గురించి ఎంతమాత్రమూ ప్రస్తావించకుండా, చైతన్యపు మనస్సు కంటి, ఉపచైతన్యపు మనస్సు ఎంత ఎక్కువ విస్తారమైనదో డాక్టర్ లిప్టన్ సూచించాడు. గతంలో తెలియని ఈ ఉపచైతన్యపు, అధిచైతన్యపు రంగాలను గురించి లోతుగా తెలుసుకోగలిగిందుకు ప్రాణాహుతి. సహాయంతో, మనం మన చైతన్యాన్ని రెండు వైపులా విస్తరించగలుగుతున్నాము.

బుద్ధి, ప్రార్థన, నిర్మలీకరణ

మన అంతరంగంలోనికి లోలోతుగా వెళ్ళే ప్రక్రియలో బుద్ధి అంతకంతకూ ఎక్కువగా హృదయం మీద ఆధారపడినది అవుతుంది. చైతన్యం విస్తరించినప్పుడు, సహజశక్తి, స్ఫూర్తి, అభివృద్ధి చెంది, బుద్ధి మెరుగుపడుతుంది – హృదయం యొక్క సంకేతాలను గ్రహించే సున్నితమైన 'యాంటెన్నా' లా! ఫలితంగా, అంతకంతకూ

[7] Lipton, B.H., 2008. The Biology of Belief: Unleashing the Power of Consciousness, Matter and Miracles. Hay House, USA.

ఎక్కువ జ్ఞానాన్ని పొందేందుకు బుద్ధి విస్తరిస్తుంది. తెలివైన నిర్ణయాలు తీసుకునే వానినే తెలివైన వ్యక్తిగా మనం అనుకుంటాము; కానీ ఈ ప్రక్రియతో మనం, ఎంపిక ఎంతమాత్రమూ అవసరం లేని, పూర్తిగా భిన్నమైన మరో పరిమాణంలోనికి మరింత ముందుకు వెళతాము. ఎందుకంటే హృదయం యొక్క జ్ఞానము ఎంతో స్వచ్ఛంగా, సరియైనదిగా ఉంటుంది. ఫలితంగా, భావోద్వేగపరమైన జ్ఞానము, సాంఘిక జ్ఞానము, ఆధ్యాత్మిక జ్ఞానమూ – ఇవన్నీ సహజంగానే వికసిస్తాయి.

మేధావికి, జ్ఞానికీ మధ్యా చాలా పెద్ద తేడాయే ఉంది. కేవలం మేధస్సు నుండి జ్ఞానానికి చేరుకునేందుకు ప్రార్థన కూడా మనకు సహాయపడుతుంది. ప్రార్థన మనను హృదయంలోనికి తీసుకునివెళ్లి, దివ్య మూలంతో అనుసంధానం చేస్తుంది. అక్కడ మనం చేసిన ఏవైనా తప్పులను తొలగించుకుని, అవే తప్పులను మళ్ళీ చేయకుండునట్లు నిర్ణయం తీసుకోగలుగుతాము. ఇది వివేక జ్ఞానం కాదా? రోజురోజుకూ, గంటగంటకూ, అవివేకపు తప్పులకు మనము లొంగిపోతే, మనం జ్ఞానిగా మారడం లేదు. మన హృదయపు లోతుల నుండి మార్పును ఆశించి, అలా మారేందుకు తగిన సహాయాన్ని అర్థిస్తే, మనం వివేకజ్ఞానిగా మారతాము. ప్రతి క్షణమూ మనం ఈ వైఖరితో జీవిస్తే, వివేకం అభివృద్ధి చెందుతుంది.

వివేకం అంటే మన శక్తి సామర్థ్యాలన్నింటినీ శాయశక్తులా వినియోగించడం అని అర్థం. అతితక్కువ శక్తిని వినియోగించి, అత్యధిక ప్రయోజనం పొందడమే జ్ఞానం. కనిష్ట చర్యతో మనము గరిష్ట ఫలితాన్ని సాధిస్తాము – అది కూడా అతి తక్కువ ప్రయత్నంతో అత్యంత ఎక్కువ ఫలితాన్ని రాబడతాము. కేవలం ధ్యానస్థితిలో ఉన్న మనస్సుతో, ధ్యానపూర్వకమైన చర్యలతోనే, మన దైనందిన జీవితంలో, అటువంటి ఫలితాలను మనం పొందగలమని ఆశించవచ్చు.

ఇది జరగాలంటే, సూక్ష్మ శరీరాలు పరిశుద్ధంగా ఉండాలి; లేదంటే మురికి నీటితో నిండి ఉన్న సరస్సులో అడుగుభాగాన్ని చూడడానికి చేసే ప్రయత్నమే అవుతుంది. అదే విధంగా, అల్లకల్లోలమైన మనస్సులో స్పష్టత ఉండదు. అందుకే చైతన్యం వికాసం చెందడానికి, గత ముద్రలను తొలగించుకోవడానికీ, నిర్మలీకరణ ప్రక్రియను సాధన చేయడం ఎంతైనా అవసరం.

అహం

మూడవ సూక్ష్మ శరీరం అహం. దీనినే అహంకారం అని కూడా అంటారు. చైతన్యం విస్తరించినా, విస్తరించకపోయినా, ఇది ఒక కీలకమైన ప్రముఖ పాత్ర వహిస్తుంది. అహాన్ని సాధారణంగా ఒక చెడ్డ లక్షణముగా పరిగణిస్తాం. కానీ అది

మనజీవితానికి, పరిణామ ప్రక్రియకి అవసరమైనది. చేయడం, ఆలోచించడం వంటి మనస్సు యొక్క క్రియా శీలకమైన కార్యాలను అహం నిర్వహిస్తుంది. చివరికి, మనం వికాసం చెందాలనుకున్నా కూడా, మన దైనందిన జీవితపు ప్రతి అంశంలోనూ అహం మనకు అవసరం. ఇది మనకు మనదైన గుర్తింపునిస్తుంది. అహం చైతన్యపరచే లేదా పనిని ప్రారంభింపజేసే శక్తి. దీనిని మనం తెలివిగా ఉపయోగిస్తే, అది మనకు చక్కగా ఉపయోగపడుతుంది. కానీ ఈ అహాన్ని మన స్వార్థ ప్రయోజనాలకోసం వినియోగించినప్పుడు, మనం దురహంకారిగా మారి, మనకు మనమే ఎక్కువ ప్రాముఖ్యతను ఇచ్చుకుంటాము. మనం నిరంతరంగా అహాన్ని తగ్గించుకున్నప్పుడు, చైతన్యం చాలా వేగవంతంగా అభివృద్ధి చెందుతుంది.

చైతన్యాన్ని 'మెరుగు పరచుకోవడం లేదా పరిశుద్ధం చేసుకోవడం. అంటే ఏమిటి? మనం ఎంత వినమ్రంగా ఉంటే, మన వికాసం కోసం మన అంత ఎక్కువ ప్రయోజనకారి కాగలదు. ఆధ్యాత్మికత్వము, మతము, నైతికత్వాలకు చెందిన గొప్పగొప్ప గురువులందరూ, ఈ సచ్ఛీలతను పెంపొందించుకోడానికి చాలా ఎక్కువ ప్రాముఖ్యతను ఇచ్చారు. వారు ఈ వినమ్రత అనే లక్షణానికి ఎంత ఎక్కువ విలువను ఇచ్చారంటే, ఎట్టి పరిస్థితిలోనైనా దీనిని తప్పక నిలుపుకోవాలి. ఇక్కడ ఉన్న సిద్ధాంతం ఏమిటంటే, ఎదుటి మనిషి మనకంటే ఎక్కువ గొప్పవాడు అనుకుంటూ ఉన్నంత కాలం, మనలను మనం గొప్పవారిగా అనుకోవడంలో తప్పేమీ లేదు.

లేదంటే అహం ఒక 'కృష్ణ బిలం' (black hole) లా పనిచేస్తుంది. చైతన్య విస్తరణను నిరోధిస్తూ, మన చైతన్యం మీద అహం బలమైన గురుత్వాకర్షణ వంటి శక్తిని కలిగి ఉండగలదు. భూమియొక్క గురుత్వాకర్షణ శక్తి మనల్ని ఆ అనంత ఆకాశంలో పడిపోకుండా ఎలాగైతే లాగిపెట్టి ఉంచుతుందో, అదేవిధంగా మన అహం కూడా మన చైతన్యాన్ని వెనక్కి లాగిపెట్టి, చాలా సంకుచితమైన రంగానికి పరిమితం చేయగలదు. అహంకారం విపరీతమైన స్థాయిలో ఉన్న వారి విషయంలో ఇలా జరుగుతుంది. వారి చైతన్యం తనలో తాను సంకోచించి, గట్టి రాయిలా మారుతుంది. వ్యాకోచం చెందిన అహాన్ని కలిగిన దురహంకారిని మరో ఉదాహరణగా చెప్పుకోవచ్చు. అటువంటి వ్యక్తి ఇతరులతో ఎలా మాట్లాడతాడో మీరు గమనించారా? దానికి భిన్నంగా, మనం అంతకంతకూ ఎక్కువ వినయంగా మారినప్పుడు, చైతన్యం అనంతంగా విస్తరించగలదు. చక్కని మృదు మధురమైన సంభాషణ ద్వారా మంచితనం వ్యక్తం కాగలదు.

అహం ఎన్నో విధాలుగా తనకుతానుగా వ్యక్తం అవుతుంది. ఉదాహరణకు, ఒక సంగీత సమ్మేళనంలో వేణుగాన విద్వాంసుడు తన నైపుణ్యాన్ని ప్రదర్శించి, శ్రోతలకు ఎంతగానో ఆనందాన్ని అందిస్తాడు. దానికి వారుకూడా అనుగుణంగానే స్పందిస్తారు. ఒక కళాకారునిగా ఇప్పుడు తన గత ప్రదర్శనను మించిన ప్రదర్శన ఇచ్చేంతవరకూ అతడు ఆనందంగా ఉండడు. అతడు మరింత చక్కగా ప్రదర్శన ఇవ్వగలిగేలా చేసేది అహం మాత్రమే. ఈవిధంగా ప్రాపంచిక రంగంలోనైనా, ఆధ్యాత్మిక రంగంలోనైనా – ఏ రంగంలోనైనా, ఆత్మగౌరవం, ఆత్మాభిమానం ద్వారా, అత్యున్నత స్థాయిని చేరుకునేందుకు మనకు సహాయపడేది అహం మాత్రమే. మన గత ప్రదర్శనను మించి ప్రదర్శించేందుకు మనకు సహాయపడే మన అత్యుత్తమమైన స్నేహితుడు, అహమే. కానీ తనకంటే గొప్పగా ఎవరూ వేణుగానాన్ని ఆలాపించలేరని అనుకోవడం అభినందనీయమైన అహం కాదు. అది అత్యంత ఘోరమైన అహం. దీనినే దురహంకారం అని కూడా అంటారు.

అన్ని దైనందిన సందర్భాలలోనూ అహం తలెత్తుతుంది. ఉదాహరణకు, మనం మన పిల్లలతో లేదా భార్యతో/భర్తతో ఇంట్లో దేని గురించి అయినా చర్చ జరిగినప్పుడు, ఒక్కొక్కసారి వారు అంగీకరించకపోవచ్చు. సాధారణంగా ఎదుటి వ్యక్తి మన అభిప్రాయాన్ని అంగీకరించనప్పుడు, అతనిని అహంభావిగా ముద్ర వేస్తాము. అతడికి అహం ఎక్కువ, అందుకే అంగీకరించ లేకపోతున్నాడు – అంటూ అంగీకరించకపోవడాన్ని అహంభావంతో ముడిపెడతాము. నేటి ప్రపంచంలో వ్యక్తిగత స్వేచ్ఛకు ఎంత ఎక్కువ ప్రాముఖ్యత ఇవ్వబడిందీ అంటే, ఏకాభిప్రాయానికి వచ్చే అవకాశమే లేదు. మీ వ్యక్తిత్వంలో ఇతరులకు చోటు లేకపోతే, అప్పుడు అది నిరంతర సంఘర్షణకు మూలమై, విడిపోవడానికి దారితీస్తుంది. పూర్తిగా ఏకత్వ స్థితిలో ఉన్నప్పుడు, అహం వలన ఎవ్వరికీ బాధ కలుగదు – స్వార్థము కరిగిపోతుంది.

బలమైన స్వంత అభిప్రాయాలు గల ఇద్దరు లేదా ముగ్గురు వ్యక్తులు చర్చిస్తూ ఉన్నారనుకుందాం. వాళ్ళు చాలా తెలివైనవారు అయినప్పటికీ, వారి నమ్మకాలు, అభిప్రాయాలూ వారిని విడదీస్తాయి. వారు ఏకాభిప్రాయానికి రారు. కానీ, ఇతరుల అభిప్రాయాలను, ఆలోచనలనూ మనం గౌరవించి, మన్నించిన క్షణాన, మన అందరిలోనూ ఉన్న వ్యత్యాసాలన్నీ సమగ్రమై, ఏకమౌతాయి. అలాంటి కలయిక మాత్రమే మన ఆలోచనను సమృద్ధిపరచి, మన దృక్పథాన్ని విస్తృత పరుస్తుంది. మన అహం అణగారి ఉన్నప్పుడు మాత్రమే, ఇతరుల నైపుణ్యాలను, అభిప్రాయాలను, ఉద్దేశ్యాలనూ గౌరవించి, స్వీకరించగలము. ఒకరి అభిప్రాయాన్ని మరొకరు నిజమైన అర్థంలో, ఒక సాధికారిక పద్ధతిలో అంగీకరించినప్పుడే, ఐక్యత

సాధించేందుకు వీలు ఉంటుంది. కాబట్టి అహానికి విరుగుడు అంగీకారమేనని మనం చెప్పవచ్చు: వేరొకరి అభ్యర్థనను మనం అంగీకరించి, 'అవును' అని చెప్పినప్పుడు, ఆ అంగీకార స్థితిలో అహం ప్రమేయం ఉంటుందేమో ఆలోచించండి. ఎంతమాత్రమూ ఉండదు. కానీ, దానికి బదులుగా, మనం దానితో పోరాడినా, లేదా 'నేను తిరస్కరిస్తున్నాను' అని అన్నా, అప్పుడు అహం చాలా పెద్దగా, ఎంతో బరువుగా అనిపిస్తుంది. 'అవును' అంగీకరించినప్పుడు, అప్రయత్నంగా ఎన్నో అవకాశాలు తెరచుకుంటాయి. 'అంగీకరించను', అని మనం అన్నపుడు, అది అంతటితో ముగిసిపోతుంది. మనం అంగీకరించినప్పుడు, అహం కరిగిపోతుంది – అహం కరిగిపోయినప్పుడు, భావాతీత స్థితి ఉంటుంది.

ఆలోచన, చింతన

సూక్ష్మ శరీరపు నాలుగవ ధర్మము 'మనస్'. ఆలోచించడం, చింతన చేయడమూ దీని పని. హార్ట్ ఫుల్ నెస్ ధ్యానం చేస్తున్నప్పుడు, నలువైపులా చెల్లాచెదరైన ఆలోచనల మీద నుండి మనస్సు యొక్క దృష్టిని కేవలం ఒక ఆలోచన మీదకు, అంటే హృదయంలో దివ్య ప్రకాశం యొక్క మూలం మీదకు తీసుకురావడమే మనం చేయవలసిన మొదటి పని. ఏకాగ్రతను పెంపొందించుకోవడాన్ని మనం సాధన చేస్తాము. కాలక్రమేణా, ఏకాగ్రత సహజంగానే అలవడుతుంది. కానీ ధ్యానం చేస్తున్నంత సేపూ, ఈ ఒక్క ఆలోచనకి మనం అంటిపెట్టుకుని ఉండాల్సిన అవసరం లేదు. ఈ ఆలోచన యొక్క ముఖ్య లక్ష్యాన్ని మనం హృదయంలో అనుభూతి చెందగలిగేలా, ఒకానొక సమయంలో ఈ ఆలోచన విడిచి పోవాలి.

ధ్యానం చేస్తున్న సమయంలో మనం ఆలోచిస్తూ ఉంటే, మనకు తలనొప్పి వస్తుంది. చైతన్యం విస్తరించదు. ప్రారంభంలోని ఆలోచనైన ధ్యానం యొక్క లక్ష్యము, మనలను అంతకంతకూ లోలోపలికి తీసుకు వెళ్ళే ఒక సాధనంలాంటిది. ఒక శాస్త్రీయ ప్రయోగంలో చేసినట్లుగా, ఇది ఒక ఊహ లేదా పరికల్పన. మనం దేనిమీదనైతే ధ్యానం చేస్తూ ఉన్నామో, ఆ దివ్యప్రకాశపు ఉనికిని అనుభూతి చెందుతున్నప్పుడు, దానిలో మనం కరిగిపోవడం ప్రారంభించినప్పుడు, చివరికి ఈ ఊహ సరియైనదేనని నిరూపించబడుతుంది. అప్పుడు మనం మరింత లోతుకు వెళ్ళినప్పుడు, ఆ దివ్య ప్రకాశపు ఉనికిని అనుభూతి చెందినప్పుడు, చివరికి ఆ అనుభూతి కూడా అంతరించే విధంగా, నెమ్మదినెమ్మదిగా మనం మటుమాయ మవుతాము. అప్పుడు కూడా అంతరించి, దానిని అనుభూతి చెందేందుకు చివరికి మనం కూడా ఉండము.

ధ్యానసాధన ద్వారా మనస్సు వికాసం చెందినప్పుడు, మనోభావాలను ఆవరించేందుకు ఆలోచన వికాసం చెంది విస్తరిస్తుంది. అది చివరికి అనుభూతికి అతీతంగా అస్తిత్వస్థితికి, అక్కడి నుండి అస్తిత్వరహిత స్థితికి, చివరికి సంపూర్ణ అస్తిత్వస్థితిలో విలీనం అయ్యేందుకూ విస్తరిస్తుంది. ఈ స్థితులు కేవలం అనుభవం ద్వారా మాత్రమే అర్థం అవుతాయి.

చైతన్యం

మన ఆధ్యాత్మిక సాధన ద్వారా బుద్ధి, అహం, ఆలోచన వికాసం చెందినప్పుడు, ఈ సూక్ష్మ శరీరాలు తేలికగా, పరిశుద్ధంగా, సరళంగా, మరింత స్వచ్ఛంగా మారినప్పుడు, దాదాపు అలలేవీ లేకుండా, మనస్సు అనే సరోవరం నిశ్చలం అవుతుంది. అది విస్తరించి వికాసం చెందగలదు.

ఈ విస్తరించిన చైతన్యంతో మనమేమి చేయగలము? ధ్యానం చేస్తున్నప్పుడు మనం కేవలం ఆనందించడం కంటే చాలా ఎక్కువగా చేయగలము. ధ్యానం తర్వాత మనకు ఒకానొక స్థితి కలిగిందని, మనము పొందిన ఆ స్థితి మంచిదని మనకు తెలుసుననీ అనుకుందాము. అప్పుడు మనం పనిలోనికి వెళ్ళిపోతాము. ఆ స్థితిని రోజంతా ఎలా నిలుపుకోవాలో మనం ఇంతకు మునుపే చర్చించాము. అంతకంటే ఎక్కువగా, మనం ఎక్కడికి వెళ్ళినా అది తన పరిమళాన్ని వెదజల్లుతుందనే ధైర్యంతో మనస్ఫూర్తిగా, ఉద్దేశపూర్వకంగా, ఆ స్థితిని మన చుట్టూ ఎందుకు ప్రసరింప జేయకూడదు?

ఉదయం ధ్యానం తర్వాత, “నాలో ఉన్న ఈ స్థితి నా బయట కూడా ఉంది. నా చుట్టూ ఉన్న ప్రతీదీ కూడా అదే స్థితిలో లీనమై ఉంది. నేను ఎవరిని చూసినా, ఎవరితో మాట్లాడినా, ఎవరు చెప్పేది విన్నా, లేదా నేను మాట్లాడకుండా మౌనంగా ఉన్నా ఆ స్థితి ప్రతి చోటా విస్తరించుగాక” అని కాసేపు ఆలోచించండి. చైతన్యాన్ని తనదైన రీతిలో అంతటా విస్తరించనివ్వండి.

ఉన్నతస్థాయికి వికాసం చెందినవారి సూక్ష్మ శరీరాలను మనం పరిశీలించినప్పుడు, వారికి పూర్తి స్వేచ్ఛ ఉందని తెలుస్తుంది. సూక్ష్మ శరీరం ఎక్కడికైనా పయనించి, ఏ ఆధ్యాత్మిక కార్యాన్నయినా నిర్వర్తించి, వెనక్కి తిరిగి రాగలదు. అందుకే ఆధ్యాత్మికత్వంలో మనకు సజీవగురువు ఉండే సాంప్రదాయం ఉంది. గత యోగులు, ఆధ్యాత్మిక గురువులూ ఎంతటి గొప్పవారు అయినప్పటికీ, ఒక సజీవగురువు మనకు సహాయం చేయగలిగిన విధంగా, వారు మనకు ప్రత్యక్షంగా సహాయం చేయలేరు. ఎందుకు చేయలేరు? ఎందుకంటే ఆధ్యాత్మిక

కార్యానికి, మన మానసిక వ్యవస్థని సరిదిద్దవలసి ఉంటుంది. సూక్ష్మమైన సూచన, నిర్మలీకరణ, ప్రాణాహుతి ప్రసారం, ప్రార్థనల ద్వారా సాధకునిలోని సంస్కారాలను తొలగించేందుకు, సజీవ గురువు తన సూక్ష్మ శరీరాలను ఉపయోగించగలడు.

సాధకులు వ్రాసిన ఉత్తరాలను చారీజీ చదవడం, లేదా ప్రత్యక్షంగా వారికి వివరించాలనుకునే చాలామందిని ఆయన కలుసుకోవడమూ నేను చాలాసార్లు చూశాను. ఏమాటలూ మాట్లాడకుండానే వారికి ఏది కావాలో ఆయన అనుభూతి చెందేవారు. ఒక నిర్ణయాన్ని తీసుకునే ప్రక్రియలో ఆలోచించడం అనేది ఉండేది కాదు. ఆలోచించవలసిన అవసరం లేకుండానే, వారికి సహాయం చేసేందుకు ఆయన చాలా జ్ఞానదాయకమైన సలహా ఇవ్వగలిగేవారు. ఎందుకంటే, ఆయన మనస్సు అంతగా వికాసం చెందింది కాబట్టి.

శ్రీ రామకృష్ణ పరమహంస గురించి స్వామి వివేకానంద చెప్పిన వృత్తాంతము నుండి మరో ఉదాహరణ చెప్పుకుందాము: 'పశ్చిమ దేశస్తులు చైతన్యాన్ని గురించి అంత ఎక్కువగా మాట్లాడుతూ ఉండడాన్ని నేను విన్నప్పుడు, నా చెవుల్ని నేనే నమ్మలేకపోయాను! చైతన్యం అంటే ఏమిటి? దాని విషయమేమిటి? ఉపచైతన్యపు అంతుబట్టని లోతులతోను, అధిచైతన్యపు ఉన్నత శిఖరాలతోనూ పోల్చి చూసినప్పుడు, అది ఏమీ లేనట్లే! ఈ విషయంలో నేను ఎన్నడూ పెడతోవ పట్టలేను. ఎందుకంటే, రామకృష్ణ పరమహంస మానవుని ఉపచైతన్యపు మనస్సు నుండి అతని గతాన్ని అంతటినీ పది నిముషాలలో రాబట్టి, అతని భవిష్యత్తును, శక్తులను, నిర్ణయించడం నేను చూశాను.

సూక్ష్మత్వపు స్థాయిలు

ఆధ్యాత్మిక పురోగతితో మనం అంతకంతకూ తేలికగా అవుతాము. కాబట్టి, మనల్ని మనం నెమ్మదినెమ్మదిగా, మనం తినే ఆహారం వంటి దైనందిన కార్యకలాపాలన్నింటితోపాటూ, మనం చేసే ప్రతి పనిలోనూ ఉండే సూక్ష్మత్వానికి సవరించుకుంటాము. వికాసం చెందిన మానవునిలోని మూడు శరీరాలు కలిసి ఉండడం వలన కలిగిన ఎక్కువ స్వేచ్ఛ కారణంగా, తేలికపాటి, శాకాహారాన్ని భుజించడం ప్రయోజనకరంగా ఉంటుంది. పూర్వం చెప్పినట్లుగా, జంతువులలో కంటి మొక్కలలో భౌతిక, సూక్ష్మ శరీరాలు సాధారణంగా మరింత ఎక్కువగా కలిసి బంధించబడి ఉంటాయి; ఆ జంతువు ఎంత ఎక్కువగా వికాసం చెందినదైతే, వాటి సూక్ష్మ శరీరాలు అంత ఎక్కువ వదులుగా ఉంటాయి. సూక్ష్మ శరీరాలు

భౌతికశరీరంతో ఎంత తక్కువ బిగుతుగా, బంధించబడి ఉంటే, మరణించే సమయంలో అంత ఎక్కువగా బాధపడే అవకాశం ఉంటుంది.

మీ ముందు ఒక గొప్ప యోగి ఉన్నాడని ఊహించుకోండి. వారి సూక్ష్మ శరీరాలు ప్రతిచోటా ఉంటాయి కాబట్టి, ఆ వ్యక్తిని తినడం అనేది ఊహించనలవి కాదు. అతడు లేదా ఆమె ఈ విశ్వంలోనే అత్యంత వికాసం చెందిన వారు. వారిని నువ్వు చంపవలసి ఉంటే, వారిది అత్యున్నత స్థాయికి వికాసం చెందిన చైతన్యం కాబట్టి, దానితో పాటు కలిగే బాధ అపారంగా ఉంటుంది. అస్తిత్వం సూక్ష్మమైన కొద్దీ, సూక్ష్మ శరీరం పరిణామం చెందినకొద్దీ, అంత ఎక్కువ బాధ ఉంటుంది. ఆ బాధ, దానిని తిన్నవారికి సంక్రమిస్తుంది. మనం తినే ఆహారపు ప్రకంపనా స్థాయి మనలో ఒక భాగం అవుతుంది.

పెరుగుతున్న సూక్ష్మత్వపు స్థాయిలకు ఎలా సర్దుకోవాలి? మీరు మీ ధ్యానాన్ని ముగించినప్పుడు, చుట్టూ ఉన్న అనుకూలంగా లేని వాటితో మీరు ఎంతగా ఇబ్బందిపడుతున్నప్పటికీ, ఆ స్థితిని నిలిపి ఉంచుకోవడానికి ప్రయత్నించండి. ఇది ఒక సవాలు. అక్కడ మన ప్రయత్నం ప్రారంభమవుతుంది. సూక్ష్మ శరీరం – చైతన్యం, ఆలోచన, బుద్ధి, అహాలు – అన్నీ పరిసరాలకు అనుగుణంగా సర్దుకుపోవలసి ఉంటుంది. ప్రారంభంలో ధ్యానం చేస్తున్నపుడు, లేదా మనము ధ్యానాన్ని ముగించినప్పుడూ, మన ప్రశాంతతకు ఏదైనా భంగం కలిగిస్తే, మనకు చాలా కోపం వస్తుంది. కొంతకాలానికి ఈ ధ్యాన భంగాలన్నింటికీ మనం అలవాటు పడిపోతాము. మన చుట్టూ ఏమి జరుగుతూ ఉన్నప్పటికీ పట్టించుకోకుండా, ధ్యానస్థితిని మాత్రమే అంటిపెట్టుకుని ఉండే కళలో మనం ప్రవీణులమౌతాము.

చేతనత్వం ఎంతమేరకు అభివృద్ధి చెందగలదు? చైతన్యము, మనస్సు, బుద్ధి, అహం వాటి అత్యున్నత సామర్థ్య స్థాయికి చేరుకున్నప్పుడు, చైతన్యం దివ్యచైతన్యపు స్థాయికి చెందగలదు. వికాసం శిఖరాగ్రానికి చేరుకున్నప్పుడు, ఏ భయమూ లేకుండా మనస్సు పూర్తిగా తెరచుకుని ఉంటుంది. అటువంటి ఉన్నతంగా వికాసం చెందిన ఆత్మలు పూర్తిగా స్వేచ్ఛగా, పూర్తిగా వికసించి ఉంటాయి.

ఈ ప్రయత్నమంతా మన చైతన్యపు అత్యున్నత స్థితికి చేరుకునే వికాసప్రక్రియను గురించే. ఈ యాత్రను మరో విధంగా, మనం తిరిగి మన అసలు స్థితికి, మన నిజ చైతన్యానికి చేరుకుంటున్నామని కూడా వర్ణించవచ్చు. ఆ నిజస్థితిలో మనకు సంస్కారాలేవీ లేకుండా, పూర్తిగా స్వచ్ఛంగా, తేలికగా ఉండేవాళ్ళం. మొట్టమొదటి సారిగా మనల్ని సృష్టించినప్పుడు, మనలో ఏర్పడిన తొలి సంస్కారం ఏది? అది భయం, మన దివ్య మూలం నుండి విడిపోతున్నామనే భయం. ఒకసారి ఆ

మొట్టమొదటి భయానికి చెందిన సంస్కారాన్ని తొలగిస్తే, మనం మారడానికి సిద్ధంగా ఉంటే, మిగిలిన సంస్కారాలన్నీ వాటంతట అవే మనల్ని విడచి వెళ్ళిపోగలవు. హార్ట్ ఫుల్ నెస్ పద్ధతిలో ఈ సంస్కారాలు భవంతి యొక్క పునాదిని, ఆద్యమైన భయాన్ని, మొదటి పరిచయాత్మక ధ్యాన సమావేశంలోనే తొలగిస్తారు.

పరిచయాత్మక హార్ట్ హార్ట్ ఫుల్‌నెస్ ధ్యాన సమావేశాలలో మూడు కానుకలు ప్రసాదించ బడతాయి.

1. మీకై మీరు సమర్ధవంతంగా చేసుకునేందుకు, మీ దైనందిన నిర్మలీకరణ ప్రక్రియ చైతన్యవంతం చేయబడుతుంది.
2. మీ హృదయంలో ఇప్పటికే ఉన్న దివ్యప్రకాశం వెలిగించబడుతుంది.
3. మీ హృదయానికి, మార్గదర్శకుని హృదయానికీ మధ్య సంబంధం ఏర్పడుతుంది.

దేనినీ కోరకుండా, ఆ పరమాత్మ పట్ల కృతజ్ఞత కలిగి జీవించడం ఒక కళ. స్వీయ వికాసంలో ఇదే ఒక పెద్ద మెట్టు. మనమేమిటో, ఇతరులేమిటో అంగీకరిస్తూ, ముందుకు సాగడం, మనల్ని మనం మార్చుకోవడంలోనే మనకు తగినంత కష్టం ఉంది; ఇంక, ఆ పరమాత్మ సృష్టించిన ప్రపంచాన్ని మార్చాలని ప్రయత్నించడం ఎందుకు? చివరికి భగవంతుడు కూడా ఈ లోకాన్ని మార్చలేడు. ఇది ఆయన సృష్టి. కాబట్టి, మన భార్యని లేదా భర్తని, మన పిల్లలను, మన యజమానిని మార్చేందుకు ప్రయత్నిస్తూ, మన తలలు పగలకొట్టుకోవడం ఎందుకు? ఆనందంగా అంగీకరించడమే ఒక గొప్ప ముందడుగు.

చైతన్యము, మనస్సు, బుద్ధి, అహంకారం అనే సూక్ష్మశరీరపు నాలుగు మౌలికమైన అంశాలు చాలా శక్తివంతమైన సూత్రాలు. మన దైనందిన ప్రవర్తనలో, ఇతరులతో వ్యవహరిస్తున్న సమయంలో, అవి తమంతట తాముగా బయటకు వ్యక్తమవుతాయి. మన ప్రవర్తనా విధానం, వాస్తవానికి మన సూక్ష్మశరీరపు స్వచ్ఛత ఏ స్థాయిలో ఉందో తెలిపే ప్రతిబింబం. ఈ స్వచ్ఛతాస్థాయి, మన జీవనశైలి, సంబంధాల యొక్క పరిశుద్ధత, నిరాడంబరత్వం, సరళత్వం రూపంలో వ్యక్తమవుతుంది.

హార్ట్ ఫుల్ నెస్ నిర్మలీకరణ చేసుకునే సమయంలో, మనం ఇచ్చే సూచన ఏమిటి? సంక్లిష్టతలు, మాలిన్యాలూ అన్నీ వెనుకవైపు నుండి వెళ్ళిపోతున్నాయి. అనే సూచన చేసుకుంటాము. ఇది ఎంత సులభమో చూశారా? సంక్లిష్టతలు తొలగిపోయినప్పుడు, మనం సరళంగా మారతాము. ఇది చాలా చక్కని పద్ధతి, ఏ లోపమూ లేని పద్ధతి. ప్రతిరోజు సాయంత్రం సంక్లిష్టతలు, మాలిన్యాలూ అన్నీ వెనుకవైపు నుండి వెళ్ళిపోతున్నాయ ఒక సూచన, ఒక మౌలికమైన శక్తివంతమైన ప్రక్రియ.

15

విధి - ప్రకంపన

ప్రకంపనాపరమైన అనుకూలత

అనుకూలత అనేది ఎంతో దివ్యమైన భావన. ఈ అనుకూలతే లేనప్పుడు, సామరస్యం, ఐక్యత అనేది ఎక్కడుంటుంది? విషయాలు ఎప్పుడూ అనుకూలంగా ఉండవు. ఉదాహరణకు, భారతదేశంలో ఒక నిరుపేద కుటుంబం నుండి వచ్చిన ఒక ఉద్యోగి, ఐరోపా ఖండంలోని ఒకానొక నగరంలో, ఒక పెద్ద కంపెనీలో పనిచేయడానికి వెళ్ళినప్పుడు, ఒక్కొక్కసారి తినడానికి కత్తిని ఎలా ఉపయోగించాలో, స్నానాల తొట్టిలో స్నానం ఎలా చేయాలో తెలియకుండా, ఒక గొప్ప హోటలులో ఉంచినప్పుడు అతనికి ఎలా ఉంటుంది? తన చుట్టూ ఉన్న వాటికి అనుగుణంగా తన జీవనశైలిని సరిదిద్దుకునేంత వరకూ, ఆ వాతావరణంలో అతడు ఇమడలేడు. ఆ పరిసరాల మధ్య అతడు సర్దుకుపోలేడు. లేదా మరో ఉదాహరణ తీసుకోండి: మీరు ఒక మందు వేసుకున్నప్పుడు, అనుకోకుండా ఆ మందుతో సరిపడని ఆహారాన్ని మీరు తిన్నారని అనుకుందాము. అప్పుడు మీ లోపల ఒక యుద్ధం జరుగుతుంది, దాని ఫలితంగా మీరు బాధపడతారు.

మానవ సంబంధాలలో, అనుకూలత కూడా ఒక ముఖ్యమైన అంశం. 'ప్రతి ఒక్కరితోనూ నేను అనుకూలతను ఎలా ఈ పెంపొందించుకోగలను?' అనేదే మనలో చాలామంది అడిగే ప్రశ్న. ముప్పై సంవత్సరాల సహచర్యం తర్వాత, మనం మన భార్యతో లేదా భర్తతో సర్దుకుపోగలము. పిల్లలు ఎదిగే కొద్దీ, వారి

సంస్కారాలు బయటపడతాయి కాబట్టి, వారితో మనం సర్దుకుపోవడం మనకు అలవాటైపోతుంది. వ్యాపార రంగంలో భాగస్వాములతోను, లేదా స్కూలు లేదా కాలేజీలోనూ, అన్నిరకాల ప్రకంపనా స్థాయిలూ కలిసి ఉంటాయి. వాటి అన్నింటితోనూ ఒక్కసారిగా మనం సామరస్యాన్ని కలిగి ఉండగలమా? ఇతరుల అభిప్రాయాన్ని మనం అంగీకరించనప్పటికీ, ఇతరులతో ప్రతిస్పందించేందుకు మనం సానుభూతిని, అంగీకారాన్ని పెంపొందించుకున్నప్పుడు మాత్రమే ఇది సంభవిస్తుంది. ఈ సామర్థ్యాలను 'భావోద్వేగప్రజ్ఞ' (EQ) అని, 'సామాజిక ప్రజ్ఞ' (SQ) అనీ అంటారు. ఆధ్యాత్మిక సాధన ద్వారా చేకూరే చైతన్యవిస్తరణ ద్వారా అవి సహజంగానే అభివృద్ధి చెందుతాయి.

దీనిని ఈ విధంగా ఆలోచించండి: రెండు వైపుల నుండి ఇద్దరు వ్యక్తులు పర్వతాన్ని ఎక్కుతున్నారని అనుకోండి. పశ్చిమం వైపున ఎక్కుతున్న వ్యక్తి పర్వతం యొక్క పశ్చిమం వైపును మాత్రమే చూడగలడు. అది అతని అవగాహనను ప్రభావితం చేసి, అతని దృష్టిని పరిమితం చేస్తుంది. తూర్పు వైపు నుండి పర్వతాన్ని అధిరోహిస్తున్న వ్యక్తి కేవలం తూర్పు వైపును మాత్రమే చూడగలడు; అతనికి (మొదటి వ్యక్తికంటే) వ్యతిరేకమైన దృక్పథం ఏర్పడుతుంది. ఈ ద్వైతము మనం ఎందులోనైనా చూడవచ్చు: విజ్ఞాన శాస్త్రము – మతము, వ్యాపారంలో ఆదాయము – స్థిరత్వం, బాధ్యత, అంగీకారము ఇటువంటి ఏ ద్వంద్వం అయినా కావచ్చు. పర్వతం యొక్క శిఖరాగ్రాన్ని చేరుకున్నప్పుడు మాత్రమే, ఆ రెండింటినీ ఏకం చేసి, చుట్టూ 360 డిగ్రీలలో సంపూర్ణంగా చూడవచ్చు. అన్నింటినీ వీక్షించవచ్చు. మన చైతన్యం పూర్తిగా విస్తరించినప్పుడు మాత్రమే, మన ప్రకంపనా స్థాయిలు నిజంగా ఈ విశ్వం లోని ప్రతి ఒక్కరితోనూ, ప్రతి దానితోనూ సామరస్యంగా ఉండేందుకు ప్రయత్నం చేయగలము.

మృత్యు సమయంలో ప్రకంపన స్థాయి

మన విధి కేవలం ఈ భౌతికస్థాయితో మాత్రమే కాకుండా, ఇతర స్థాయిలతో కూడా సంబంధాన్ని కలిగి ఉంటుందని ఈ పుస్తకంలో ఇంతకు ముందు చెప్పాను. మృత్యుక్షణంలో ఏమి జరుగుతుంది? మన వాహనమైన ఈ భౌతిక శరీరం తిరిగి ఈ పదార్థ రేణువులలోనికి, ఐదు మూలపదార్థములు అనగా పంచభూతాలలోనికి వెళ్లి కలుస్తుంది. మరి మిగిలిన సూక్ష్మశరీరం, ఆత్మ, అనే ఆ రెండు శరీరాలూ ఏమవుతాయి? ఏ జీవిత కాలంలోనైనా, మనం ఒక ప్రకంపనా నమూనాను సృష్టిస్తాము. అదే మనము చేరుకోవలసిన గమ్యాన్ని నిర్ణయిస్తుంది. మరణించే

సమయంలో మన సూక్ష్మ శరీరాలు, ఆత్మ, ఆ నమూనాకు సంబంధించిన పరిమాణానికి (లోకానికి) వెళతాయి. అవి రెండూ ఒకదానితో మరొకటి సరిపోవాలి. ఆత్మచుట్టూ ఏవైతే శరీరాలు ఉన్నాయో, వాటిల్లో మనం పెంచిన సూక్ష్మ నిర్మలత్వపు స్థాయిని బట్టి, ఆత్మ యొక్క సామర్థ్యాన్ని బట్టి, ఆత్మ తన స్థాయిని, తన పరిమాణాన్ని (లోకాన్ని) కనుగొంటుంది.

ఈ భూమి మీద మనం ఎలా జీవించామనే దానిని బట్టి మనం చేరుకోబోయే గమ్యాన్ని నిర్ణయిస్తాము. మనం ఈ భౌతిక ప్రపంచంలో వ్యక్తులతోను, వస్తువులతోనూ ఏర్పరచుకున్న అనుబంధం వలన అది మనల్ని వెనక్కు లాగుతూ ఉంటుంది కాబట్టి, మనలో కొందరు మళ్ళీ ఈ భౌతిక అస్తిత్వానికి తిరిగి వస్తాము. సంస్కారాలు ఆడే ఆట అది. మనలో ఇతరులు ముందుకు, మరో సూక్ష్మపరిమాణాలలోనికి వెళతారు. అక్కడ భౌతిక శరీరం యొక్క అవసరం ఉండదు. అదంతా మనం జీవించి ఉన్నప్పుడు సృష్టించుకున్న ప్రకంపనాశక్తి యొక్క స్థాయి మీద ఆధారపడి ఉంటుంది. ఎన్నో అవకాశాలు ఉన్నాయి; కానీ ఈ అంశం మన ఈ పుస్తక పరిధిలో ప్రస్తుతం లేదు.

'నా ప్రకంపనా స్థాయి అత్యంత సూక్ష్మమైన పరిమాణంతో సమశ్రుతిలో ఉండే విధంగా, నేను మరణించే సమయంలో నన్ను నేను పరిశుద్ధం చేసుకోగలనా?' అని కొందరు అడుగుతూ ఉంటారు. అంతిమ క్షణంలో మనం దేనినీ సాధించలేము కాబట్టి, ఆ విధంగా అది పనిచేయదు. పరీక్షకు ఒకరోజు ముందు మనం చదివితే మనం ఉత్తీర్ణులమవవచ్చు; కానీ, మొట్టమొదటి రోజు నుండి మనం నెమ్మదినెమ్మదిగా చదువుతూ పరీక్షలకు తయారైతే, అప్పుడు వచ్చే ఫలితం భిన్నంగా ఉంటుంది. పరీక్షలు ఏరోజైనా జరుగవచ్చు. అలాగే మరణం కూడా ఏరోజైనా, ఏ క్షణాన్నయినా సంభవించవచ్చు.

మనల్ని మనం తర్వాత పరిమాణానికి సిద్ధపరచుకోవడం కోసం, స్వచ్ఛంగా ఉండడం, సూక్ష్మమైన ప్రకంపనా స్థాయిని కలిగి ఉండడం మంచిది. అది ప్రేమ యొక్క ప్రకంపన స్థాయి. ఆ అంతిమ క్షణం కోసం మనం ఎల్లప్పుడూ సిద్ధంగా ఉండేందుకు అది మనకు సహాయపడుతుంది. వాస్తవానికి ఇది మనం ఉత్తీర్ణులం అవుతామా, లేదా అని నిర్ణయించే పరీక్షలాంటిది కాదు; ఇది స్వర్గం–నరకం అని అన్వయించే సూచనా కాదు. ఇది ప్రకంపనలస్థాయి యొక్క సమానతకు సంబంధించినది. నా స్థితి చాలా తేలికగా ఉంటే, నేను తేలికపాటి సామ్రాజ్యానికి వెళతాను: లేదా నేను సంస్కారాల భారాన్ని ఇంకా మోస్తూ ఉంటే, వాటి భారం నన్ను భౌతిక ప్రపంచంలోనికి వెనక్కి లాగుతుంది. మనము మనపై చేసుకునే

పనితో పాటు, మనము ఈ యాత్రలో ముందుకు సాగేందుకు మార్గదర్శి మనల్ని తయారు చేస్తాడు. ఈ భౌతిక ప్రపంచంలోనికి మనం భౌతికంగా ప్రవేశించడానికి తల్లి జన్మనిచ్చినట్లే, 'బ్రైటర్ వరల్డ్' అనే మరో ఉన్నత పరిమాణాలలోనికి, మన ఆధ్యాత్మిక అస్తిత్వానికి సమర్థుడైన గురువు జన్మనివ్వగలడు. ఒక సాధకుడు గమ్యాన్ని చేరుకోవడంలో ఇది చాలా కీలకమైన మెట్టు. మనోహరమైన విషయం ఏమిటంటే, మనం ఇక్కడ, ఈ భౌతిక రూపంతో సజీవంగా ఉంటూనే, మన ఆధ్యాత్మిక రూపం 'బ్రైటర్ వరల్డ్'లో జన్మిస్తుంది. మన ఆధ్యాత్మిక రూపం వివిధ పరిమాణాలలో నివాసం ఉండగలదు. దీనిని ఎలా అర్థం చేసుకోవాలి? మీరు ఎన్నడైనా భౌతికంగా ఒకే చోట ఉంటూ, పూర్తిగా వేరే ఎక్కడో ఉన్నదానిని గురించి ఎన్నడైనా ఆలోచించారా? మనస్సు అనేది మరో పరిమాణం కదా? మీరు ఎంతో ఇష్టంగా ప్రేమించే వారిని మీరు మీ మనస్సులో లోపల గుర్తు చేసుకుంటూ ఉంటారు కూడా. కాబట్టి మీ అనుభూతి కూడా మరల వేరే ఎక్కడో ఉంది. వాస్తవానికి మన సామర్థ్యాన్ని అనుకునే దానికంటే చాలా ఎక్కువగా, బహుళ స్థాయిలలో ఉండేందుకు మనం ఉపయోగిస్తాము.

ఒక తల్లి నిర్వర్తించే విధులు, ఒక మార్గదర్శి నిర్వర్తించే విధులూ దాదాపు ఒకేలా ఉంటాయి. జన్మనిచ్చే ముందు తల్లి శిశువును తన గర్భంలో తొమ్మిది నెలలపాటు పెంచి పోషిస్తుంది. అలాగే మార్గదర్శి, ఆధ్యాత్మిక శిశువును, లేదా సాధకుని, తన మానసిక గర్భంలో కొంతకాలం పెంచి పోషిస్తాడు. ఈ సమయంలో సాధకుడు, మార్గదర్శి ఆలోచనల నుండి వెలువడి ఆధ్యాత్మిక తరంగాల నుండి శక్తిని, పోషణనూ గ్రహిస్తాడు. సరియైన సమయం ఆసన్నమైనప్పుడు, సాధకుడు 'బ్రైటర్ వరల్డ్' లో జన్మిస్తాడు. అప్పుడు అతని, లేదా ఆమె జన్మ, మరో పరిమాణంలో ప్రారంభమౌతుంది.

మనం ప్రతీదీ ఆయనకు సమర్పిస్తూ, మార్గదర్శి యొక్క మానసిక పరిధిలో నిజంగా ఉండగలిగినపుడు, మనల్ని 'బ్రైటర్ వరల్డ్'లో చేర్చడానికి ఆయనకు కేవలం ఏడు నెలలు మాత్రమే పడుతుంది. కానీ ఈ ప్రక్రియ సాధారణంగా ఆలస్యమౌతుంది. ఎందుకంటే మనం మన స్వంత ఆలోచనలు, మానసిక అనుభూతులు, కోరికలతో ముందే తీరిక లేకుండా ఉంటాము. మనం –మార్గదర్శిని ఒక ఆధ్యాత్మిక మాతృమూర్తిలా ఎప్పుడు అంగీకరించ గలిగితే అప్పుడు ఈ ప్రక్రియ అంతా పూర్తిగా సరళమైనది, సహజమైనదీ అవుతుంది. ఆయనపట్ల మనకు ప్రేమ, గౌరవం ఏర్పడతాయి. తల్లికి శిశువు శరణాగతురాలైన విధంగా, మనమూ సహజంగా మార్గదర్శికి శరణాగతులమవుతాము. కానీ, సాధారణంగా మార్గదర్శితో

మన సంబంధం అటువంటి అంగీకారం, శరణాగతి యొక్క ఉన్నత స్థాయిలో ప్రారంభం కాదు. మనశ్శాంతిని, ఆనందకరమైన జీవితాన్నీ పొందుతామని మనం ఆశించడం ద్వారా ప్రారంభించవచ్చు. కానీ, చివరికి అవన్నీ రాలిపోయి, మనకు ఏదైతే వస్తుందో దానినే ఉదారంగా అంగీకరించడం ప్రారంభిస్తాము. ఒక విధంగా చెప్పాలంటే, చక్కని అవగాహనతో జీవిత పరిస్థితులను అంగీకరించేందుకు మనకు సహాయపడడమే మార్గదర్శకుని పని.

మాతృమూర్తి తన శిశువుకు ఈ భౌతిక ప్రపంచంలోనికి జన్మనిచ్చినపుడు, ఆమెకు అద్భుతమైన ఆనందం కలిగినట్లే, సాధకుని ఆధ్యాత్మిక రూపాన్ని 'బ్రైటర్ వరల్డ్'లో చేర్చినప్పుడు కూడా మార్గదర్శికి కూడా అలాంటి అద్భుతమైన ఆనందమే కలుగుతుంది. ఈ విధంగా సాధకుని ఆధ్యాత్మిక రూపాన్ని మార్గదర్శి, 'బ్రైటర్ వరల్డ్' లో విజయవంతంగా చేర్చడం అనేది, సాధకునిగా మన సామర్థ్యం మీద ఆధారపడి ఉంటుంది. అది కేవలం సాధకుని నిలిపి ఉంచే మార్గదర్శి యొక్క సామర్థ్యం మాత్రమేకాదు; అపరిమితమైన ప్రేమ వలన మార్గదర్శి యొక్క మానసిక గర్భంలో నిలిచి ఉండే మన సామర్థ్యం కూడా. ప్రేమ ఎప్పుడూ ఉండేది ప్రేమకోసమే; మనం మన హృదయాలలో సృష్టించుకునే ఆధ్యాత్మిక శూన్యత. దివ్య కృపాప్రవాహాన్ని మనవైపు ఆకర్షిస్తుంది.

మరణించే సమయంలో, మన వాహనం అయిన భౌతిక శరీరము పనిచేయడం మానినప్పుడు, మనకంటూ ఒక ఆధ్యాత్మిక రూపం (స్పిరిచ్యువల్ ఎంటిటీ) ఉంటే, అది ఆత్మతోనూ, సూక్ష్మ శరీరాలతోనూ విలీనమౌతుంది. ఆత్మ, ఆధ్యాత్మిక రూపంతో విలీనం కావడాన్నే 'మహాసమాధి' అని అంటారు. అందుకని మహాసమాధికి ముందుగా ఒక ఆధ్యాత్మిక రూపం అవసరం. అందుకు మనం కనీసం ఏడు నెలల పాటైనా మన మార్గదర్శి యొక్క మానసిక గర్భంలో, ఆయనతో పాటు ఉండే సంబంధాన్ని ఏర్పరచుకోవడం ఆవశ్యకం.

ఈ జన్మలో మనం సృష్టించుకున్న ప్రకంపనల నమూనాను బట్టి, మరణించిన తర్వాత, వేరే ఇతర రకాల మరణాలు, గమ్యాలూ కూడా ఉండవచ్చు. చివరికి విముక్త ఆత్మల్లో కూడా, ఆధ్యాత్మిక రూపాన్ని కలిగి ఉన్న ఆత్మలు, మరో పరిమాణంలో అది లేని ఆత్మలూ కూడా ఉంటాయి. ఆ ఆధ్యాత్మిక రూపాన్ని సృష్టించగలిగే సజీవమార్గదర్శి వారికి లేరు కాబట్టి, వారి మరణాలు, గమ్యాలూ భిన్నంగా ఉంటాయి. తమ సూక్ష్మ శరీరాలలో ఇంకనూ సంస్కారాల భారాన్ని మోస్తూ ఉండే ఆత్మలు, ఆ ముద్రల భారం వలన అవి మరల ఈ లోకంలో భౌతికంగా శరీరంతో జన్మించవలసి వస్తుంది. ఇది ఒక శిక్ష కాదు. మనం భౌతికంగా జీవించి

ఉన్నప్పుడు, మనం దేనిమీదైనా అనుబంధాన్ని పెంచుకున్నప్పుడు, ఆ బంధమే మనల్ని మరణం తర్వాత కూడా వెనక్కి లాగుతూ ఉంటుందనేది వాస్తవము. ఈ ప్రక్రియను పునర్జన్మ అని అంటారు. అది మనల్ని ప్రకంపనా అనుకూలత యొక్క మరో అంశానికి చేరుస్తుంది.

గర్భధారణ సమయంలో ప్రకంపన స్థాయి

గర్భధారణ జరిగే సమయంలో మనం ఈ లోకంలోనికి ప్రవేశిస్తాము. అలా మనము ఈ ప్రపంచంలో చేసే యాత్ర ప్రారంభంలో ఏమి జరుగుతుంది? మన తల్లితండ్రులను, మనం జన్మించే ప్రదేశం, ఈ భూమి మీద గడిపే జీవితం– వీటన్నింటినీ నిర్దేశించేది ఏది?

నేను ఒకసారి చారీజీ దగ్గరికి వెళ్ళినప్పుడు, "గర్భధారణ జరిగే ప్రదేశం ముఖ్యమా? ప్రసవం జరిగే సమయము, ప్రదేశమూ ముఖ్యమా?" అని ఆయనను అడిగాను.

"ఈ రెండూ కాదు... ఆలోచించు", అని ఆయన జవాబు చెప్పారు.

అప్పుడు ఆయన మాకు సూచన ఇచ్చేందుకా అన్నట్లు, మహాభారతం నుండి ఒక కథ చెప్పారు.

ధృతరాష్ట్రుడు, పాండురాజు, విదురులకు తండ్రి అయిన రాజా విచిత్రవీర్యునికి ఇద్దరు భార్యలు. కానీ దురదృష్టవశాత్తూ అతడు లైంగికపరంగా అసమర్థుడు. ఆయన మరణించిన తర్వాత, రాజవంశం కొనసాగడానికి, ఒక వారసుడు ఉండాలని అతని తల్లి కోరింది. 'ఇది అన్ని విధాలా శుభప్రదమైన సమయం. మరో రెండు గంటలలో రాణులు గర్భాన్ని ధరిస్తే, వారికి పుట్టబోయే పిల్లలు శోభాయమాన సంతతిగా విరాజిల్లి, రాజుకు తగిన వారసులు కాగలరు' అని ఆస్థాన జ్యోతిష్కులు ఆమెకు చెప్పారు.

అందుకని ఋషి అయిన తన పెద్దకుమారుని రమ్మని ఆమె ఆజ్ఞాపించగా, వెంటనే ఆయన ఉన్న పళంగా, స్నానం కూడా చేయకుండా, జుట్టు విరబూసుకుని, చెమట వాసనతో ఆమె ముందు నిలబడ్డాడు. ఆమె చెప్పిన విధంగా, అతడు మొదటి రాణితో సంభోగించడానికి వెళ్ళాడు. "దేవుడా! ఈయనతో నాకు సంభోగమా!" అంటూ ఆ రాణి నివ్వెరపోయి, కళ్ళు మూసుకుంది. "సరే, ఇది అవసరమైతే అలాగే కానివ్వండి." అంటూ ఆమె అసహ్యపడింది.

అదే విధంగా ఆ ఋషి రెండవ రాజమందిరానికి వెళ్ళినప్పుడు, రెండవ రాణి రక్త ప్రసరణ పూర్తిగా స్తంభించినట్లు, స్తంభించిపోయింది. ఇలా ఇద్దరు పిల్లలు

జన్మించారు. మొదటి రాణికి గుడ్డివాడైన ధృతరాష్ట్రుడు జన్మించాడు. రెండవ రాణికి శరీరమంతా తెల్లగా పాలిపోయి ఉన్న పాండు రాజు జన్మించాడు. గర్భధారణ జరిగిన సమయంలో రాణుల వైఖరిని బట్టి, ఈ పిల్లల జనన స్థితి నిర్ణయించబడింది.

ఒక వేళ తాము గర్భాన్ని దాల్చలేకపోతేనో, అన్న సంశయంతో, ఆ ఇరువురు రాణులూ ముందు జాగ్రత్తగా ఒక ప్రణాళిక కూడా వేశారు. తమ చెలికత్తెలలో ఒకామెను కూడా ఆ ఋషి దగ్గరికి పంపించారు. తనకు సంతానాన్ని ప్రసాదించేందుకు ఋషిని పంపినందుకు ఆమె ఎంతో గర్వంగా గౌరవంగా భగవంతునికి కృతజ్ఞతలు తెలుపుకుంది. ఆమెకు అందరికంటే గొప్ప జ్ఞాని అయిన పిల్లవాడు జన్మించాడు.

దీనిని బట్టి, గర్భధారణ సమయంలో దంపతుల వైఖరే ముఖ్యం అని ఒక చక్కని విషయం చారీజీతో జరిగిన ఈ సంభాషణ నుండి తెలిసింది.

గర్భధారణ జరిగే క్షణంలో, కేవలం ఏదో ఒక ఆత్మ కాకుండా, కాబోయే తల్లిదండ్రుల ప్రకంపనా స్థాయికి అనుగుణమైన ఆత్మ, ఆ నిర్దిష్టమైన ప్రకంపనా స్థాయిని కలిగి ఉన్న గర్భంలోనికి ప్రవేశిస్తుంది. దానిని అది కోరుతుంది. ఇనుప రేణువులను అయస్కాంతం ఆకర్షించినట్లుగా, ఇది ఒక సహజమైన ప్రక్రియ. ఈ ప్రక్రియలో ఒకానొక ఆత్మ యొక్క ప్రకంపనా నమూనా తల్లిదండ్రులు అందించే ప్రకంపనా నమూనాకు ఆకర్షించబడుతుంది. తల్లిదండ్రుల వైఖరి వల్లనే ఈ వ్యత్యాసం ఏర్పడుతుంది. ఇది ఒక తాళం, తాళం చెవి లాంటిది. అందుకని మీరు ఆ సమయంలో మీ కుటుంబం యొక్క విధిని నిర్ణయిస్తున్నారన్నమాట. క్షణంలో మీరు అత్యంత మెరుగైన 'ప్రకంపనా స్థాయిని తయారుచేయగలరా? తయారుచేయలేరు. మీరు మీ కుటుంబంలో ఒక ఏసుక్రీస్తు పుట్టాలనో, లేదా వివేకానంద జన్మించాలనో కోరుకున్నంత మాత్రాన, గర్భదారణ జరిగే క్షణంలో మీరు దానిని తయారుచేయలేరు; కొన్ని సంవత్సరాల ముందు నుండి అందుకు తయారు కావాలి.

ఒకసారి ఆత్మ గర్భంలో ప్రవేశించిన తర్వాత, జ్యోతిష్యం ప్రకారం ఒకానొక విధిని ఆశిస్తూ, శస్త్రచికిత్స ద్వారా ఆ శిశువు జనన సమయాన్ని మార్చడానికి ప్రయత్నించడం అనవసరం. అప్పటికే సమయం మించిపోయింది. ఆ శిశువు తనదైన సంస్కారాల భారాన్ని అప్పటికే పైకెత్తుకుంది. ఆ సంస్కారాలు బయటపడిన తర్వాత, అలా చేయడం వలన ఉపయోగం ఏముంటుంది? అప్పటికే సంస్కారాల భారం ఆ శిశువుపై ఉంటుంది కాబట్టి, శరీరాన్ని ధరించబోయే ఆత్మ, ప్రసవించబోయే ఆత్మ అప్పటికే అక్కడ ఉంటుంది కాబట్టి, శిశువు జన్మించే సమయం ముఖ్యం కాదు.

ప్రకంపన స్థాయి, ధ్యానం

కేవలం మన తల్లిదండ్రుల ప్రకంపనాస్థాయిని బట్టి మనం జన్మిస్తాము. అదే విధంగా, మనం ధ్యానానికి కూర్చున్నప్పుడు, మన ప్రకంపనా క్షేత్రపు తెరను, ఒక ఆధ్యాత్మికస్థితిని గ్రహించడానికి సిద్ధం చేస్తాము. ఆ చైతన్యస్థితి ఏమిటి? మీరు ఉదయం ధ్యానం చేస్తున్నప్పుడు, మీరు సృష్టించే పటం గురించి ఒక్క నిముషం ఆలోచించండి. మీ వైఖరి ఏమిటి?నా కళ్ళు మూసి ఉన్నాయో లేదో నా తల్లి గమనిస్తూ ఉందా, అని మీరు ఆలోచిస్తున్నారా? మీరు కాలేజీకి గాని, ఆఫీసుకు గానీ వెళ్ళడానికి త్వరగా సిద్ధం అయ్యేందుకు, మీరు మీ ధ్యానాన్ని త్వరగా ముగించాలి అనే తొందరలో ఉన్నప్పుడు, ఏమి జరుగుతుంది? బహుశా మీరు మీ హృదయాన్ని పూర్తిగా నిమగ్నం చేసి ధ్యానం చేయాలనుకుంటారుకానీ, మీకు నిజంగా సమయం తక్కువగా ఉంది. అటువంటప్పుడు మీలో ఎలాంటి సృజనాత్మక స్థితి కలుగుతుంది?

మహాభారత కథలోని ఆ ఇద్దరు రాణులూ కనీసం ఒక అంధుడికి, ఒక బలహీనునికి గర్భాన్ని ధరించగలిగారు. మీరు ఏదైనా స్థితిని సృష్టించగలరా? పూర్తిగా మనస్సు పెట్టకుండా, లేదా హడావుడిగా ధ్యానం చేస్తే, మీరు ఏ స్థితినీ సృష్టించలేరు. మీ జీవనశైలి పట్ల మీరు అజాగ్రత్తగా ఉన్నప్పుడు, ఒక్కొక్కసారి అద్భుతమైన స్థితిని సృష్టించినా, అది గర్భదారణ యొక్క తొలి రోజుల్లో జరిగినట్లుగా, విచ్ఛిన్నం అవుతుంది. మీరు ఎంతో చక్కగా ధ్యానం చేస్తారు. ఆ తర్వాత మీరు ఆ స్థితిని మీలో జీర్ణించుకోకుండా, తిన్నగా బాహ్య ప్రపంచంలోనికి బయటకు వెళ్ళిపోతారు. దానితో మీ ధ్యాన స్థితి చెల్లాచెదరై పోతుంది.

ఇప్పుడు, పై దృశ్యాన్ని, దీనితో పోల్చిచూడండి: ప్రార్థనా పూర్వకంగా నిద్రపోయే స్థితి; హృదయంలో ఎంతో ప్రేమను నింపుకుని ధ్యానంలో మీ ప్రియతముడిని కలుసుకునేందుకు తీవ్ర తపనతో తాజాగా పెందలకడనే మేల్కొంటారు ఇప్పుడు మీ చైతన్యపు స్థితి ఎలా ఉంటుంది? ఒక ఆధ్యాత్మిక స్థితిని పొందడానికి మీరు ఎలాంటి పటాన్ని సృష్టించారు? అప్పుడు ధ్యానం చేసి ఆ స్థితిని పొంది, దానిలో జీవించడానికి, జీర్ణించుకోడానికి, దానితో ఏకమై, దానిలో విలీనం అవ్వడానికి కొంత సమయం తీసుకోండి.

ఆసక్తి పెంచుకో!

మీరు మీ జీవితాన్ని ఎలా గడుపుతారు అనేదానికి మీ ఆసక్తి కీలకం. ఎందుకంటే, విధిని నిర్ణయించేది అదే. 'ది ప్రొఫెట్' అనే తన పుస్తకంలో ఖలీల్ జిబ్రాన్: ప్రేమను

కనిపించేలా చేసేది పని. ప్రేమతో నువ్వు పనిచేయలేనప్పుడు, కేవలం అయిష్టంగానే చేయగలిగినప్పుడు, నువ్వు నీ పనిని విడచిపెట్టి, గుడి మెట్లమీద కూర్చుని ఆనందంగా పనిచేసేవారు వేసే దానధర్మాలను, భిక్షలనూ తీసుకోవడం మంచిది', అని వ్రాశాడు. ధ్యానానికి కూడా ఇదే వర్తిస్తుంది. ప్రేమతో ధ్యానం చెయ్యి, ఆసక్తితో ధ్యానం చెయ్యి. మన విధిని రూపొందించడానికి, సరియైన ప్రకంపనా క్షేత్రాన్ని సృష్టించడంలో స్థిరత్వం, ఏకాగ్రత, ఉత్సాహాలు ఎంతగానో ఉపయోగపడతాయి. ఒక జీవన పథాన్ని మార్చడానికి దానికి ఎంతో ఎక్కువ సమయం పట్టదు. నిజానికి ఇది మీ తలను ఒక వైపు నుండి మరో వైపుకు త్రిప్పినంత సులభం.

మనకు నిజంగా 'ఏది కావాలి' అనే దానిపైనే అన్నీ ఆధారపడి వుంటాయని నేను అనుకుంటాను. మనకు ఆసక్తి కలిగించే వాటికి మనకు ఖచ్చితంగా తీరిక దొరుకుతుంది. మనకు ఆసక్తి లేని వాటి విషయానికి వస్తే, మనకు తీరిక ఉన్నప్పటికీ, వాటి నుండి మనం దూరంగా పారిపోతాము. కాబట్టి ఇది సమయం ఉందా లేదా అనేదానికి సంబంధించినది కాదు. మనకు ఆసక్తి ఉందా? ఆసక్తి ఉంటే, అప్పుడు మనకు సమయం లభిస్తుంది. విద్యాభ్యాసం, ఉద్యోగం, లేదా వేరే రంగంలో లాగే, ఆధ్యాత్మికత్వంలో కూడా విజయం మూడు సూత్రాలమీద ఆధారపడి ఉంటుంది.

నీకు అది నిజంగా కావాలా? నీకు ఆసక్తి ఉందా?

అందుకు నీవు నిబద్ధుడవా?

దానికోసం నువ్వేమి చేస్తున్నావు?

మన జీవితాలను ఈ మూడు సూత్రాలూ నడిపిస్తున్నప్పుడు, పరిపూర్ణ సమానత్వం, జ్ఞానోదయం అనే గంభీరమైన లక్ష్యాన్ని మనం సులువుగా 'ఇప్పుడు, ఇక్కడ' (వర్తమానం) లోనికి తీసుకు వస్తామని నేను అనుకుంటున్నాను.

అటువంటి సమయంలో, మనం వ్యాపారం చేస్తూ ఉన్నా, చదువుకుంటున్నా లేదా కుటుంబ జీవితాన్ని గడుపుతూ ఉన్నా, మనం చేస్తున్న ప్రతి చిన్న పనినీ చూసి అందరూ ఆశ్చర్యపోయేలా, మన చైతన్య వికాసం మన విధులను, మన కర్మలనూ ఎంతో చక్కగా నిర్వర్తించేందుకు సహాయపడుతుంది. ఈ పరిపూర్ణత, నెమ్మది నెమ్మదిగా మన సంబంధాలలోనికి, మన ఉద్యోగ-జీవనోపాధిలోనికీ ప్రాకుతుంది. అందుకని, ప్రాపంచిక స్థాయిలో కూడా మన భావోద్వేగ శక్తులను ధ్యానంలో వినియోగించడం మంచిది.

ఆధ్యాత్మికత్వంలో అత్యున్నత స్థాయికి చేరుకున్న తర్వాత కూడా మనం ధ్యానం చేసేందుకు ఇతర కారణాలు ఎన్నో ఉన్నాయి. మనకి మనం లక్ష్యాన్ని సాధించడం మాత్రమే కాకుండా, అప్పుడు మనం ఇతరులకోసం కూడా ధ్యానం చేయగలము.

మనం ధ్యానం చేసి, వేరొకరిని గురించి ఆలోచించినప్పుడు, ఆ వ్యక్తి కూడా, ఏదో ఒక అద్భుతమైన రీతిలో మన స్థితి వలన ప్రభావితుడవుతాడు. మనం ధ్యానం చేస్తున్న సమయంలో మరో వ్యక్తి మన గురించి ఆలోచిస్తే, అప్రయత్నంగా మన చైతన్యం వారి హృదయాలను రాకుతుంది. వారు కూడా సులభంగా, ప్రశాంతతను అనుభూతి చెందుతారు. కాబట్టి మన ధ్యానం మన హృదయాలలో విప్లవాన్ని తీసుకురావడం మాత్రమే కాకుండా, ఎంతో శాంతిని ప్రశాంతతనూ తీసుకువస్తుంది. ఏదో ఒక విధంగా మనతో వారు కలిసి ఉన్నారన్న ఒక చిన్న నిజంతో, క్రియాశీలకంగా ధ్యానం చేయని ఇతరులకు కూడా అది సహాయపడుతుంది.

'ఈ ఆధ్యాత్మిక యాత్ర ఎంత కాలం సాగుతుంది?' అని ఒకరోజు కొందరు యువకులను నేను అడిగాను.

'ఒక కనురెప్ప మూసి తెరచేంత సమయం' అని ఒక వ్యక్తి చాలా తెలివిగా సమాధానం చెప్పాడు. అంటే మనం అత్యంత ఉన్నతమైన దానిని కూడా ఒక్క క్షణభాగంలో సాధించగలము అని అర్థం.

'అది అనంతమైనది, ఎన్నటికీ ముగియదు' అని మరో వ్యక్తి చెప్పాడు.

ఈ రెండూ సరియైనవే. ప్రేమతో మనం అనంతంగా విస్తరిస్తాము. కనురెప్పపాటులో మనం పూర్తిగా మన అంతరంగంలోనికి వెళ్లి, అనంతంగా శూన్య స్థితిలోనికి కుంచించుకు పోతాము. అది కూడా అనంతమే. ఈ విస్తరణ, సంకోచాలు ఒక నిరంతర ప్రక్రియ. దీనిలో మనం ప్రేమతో విస్తరించి, గుర్తింపును కోల్పోయి సంకోచం చెందుతాము. ఈ ప్రక్రియ కొనసాగుతూనే ఉండాలి..

మన ఆత్మ నిజంగా అద్భుతమైన దానికోసం పరితపిస్తూ ఉంది. యోగ శాస్త్రంలో సమాధి అని మనం చెప్పుకునే ఆ అంతిమ ఏకత్వ స్థితి కోసం ఆత్మ తపిస్తూ ఉంది. అంటే, 'ఈ సృష్టి సంభవించడానికి ముందు నెలకొనిఉన్న స్థితి' అని అర్థం. యోగ శాస్త్ర లక్ష్యం గాను, పరిశుద్ధత యొక్క ఒక అంతర్గత అనుభవంగానూ, ఆ మొట్టమొదటి స్థితితో ఉండే సమతుల్యతగానూ, సమాధి పరిగణించబడుతుంది. మన యోగ సాధనలో, ఆ మొట్టమొదటి స్థితివైపు మనం పురోగమిస్తున్నప్పుడు, మనకు సమాధి యొక్క వివిధ స్థితులు ఎదురౌతాయి. సమాధి అనేదే అంతిమ ఆధ్యాత్మిక విశ్రాంత స్థితి, ప్రయత్న రహిత ఏకాగ్ర స్థితి. యోగ శాస్త్రంలో దానిని మానవ జీవిత లక్ష్యంగా పరిగణిస్తారు.

మనలో ఆ సంపూర్ణ సమత్వస్థితిని సాధించేంతవరకూ, మనం జీవితంలో ఏమి చేసినా దానిలో ఒక విధమైన లోపం ఆత్మకు ఎప్పుడూ కనిపిస్తుంది. ప్రాపంచికమైన, ఆధ్యాత్మికమైన కార్యకలాపాలు అన్నింటిలోనూ మనం సమాధి

స్థితిని సాధించినప్పుడు – మన ప్రాపంచికమైన అర్థంలో మనం చేసిన పనులు విఫలం అయినట్లుగా అనిపించినప్పటికీ నిజమైన ఆనందం తనకు తానుగా వస్తుంది. అప్పుడు మనం ఎంతమాత్రమూ చలించకుండా స్థిరంగా ఉంటాము. రోజు తర్వాత రోజు అటువంటి సమాధి స్థితులను ఆహ్వానించి, వాటిని శాశ్వతంగా మార్చుకోండి. ఇదే హార్ట్ ఫుల్‌నెస్ పద్ధతి.

పరిణామము, విధి అనే ఈ భారీ సాహసకృత్యంలో మీ అందరికీ అంతా మంచి జరగాలని ఆశిస్తున్నాను. అంతిమ గమ్యం వైపు సాగే ఈ అద్భుత యాత్రలో తోటి ప్రయాణికునిగా మీతో కలవాలని ఆశిస్తున్నాను.

రచయిత గురించి

దాజీగా సుప్రసిద్ధులైన కమలేష్ పటేల్ గారివి ప్రాచీన సంప్రదాయాలపై ప్రామాణిక అభిప్రాయాలు. ప్రపంచంలోని గొప్ప ఆధ్యాత్మిక పరంపరల పట్ల, శాస్త్ర పురోగతి పట్ల వారికి గల లోతైన అవగాహనను, ఆదరణను ప్రతిబింబిస్తున్నట్లు, వీరి బోధనలు, హార్ట్ ఫుల్ నెస్ మార్గంలోని వారి వ్యక్తిగత అనుభవాలనుండి ఉద్భవించాయి.

ఒక శతాబ్ద కాలంగా కొనసాగుతున్న గురుపరంపరకు వారసుడిగా ప్రకటించబడక ముందు, దాజీ మూడు దశాబ్దాలకు పైన న్యూయార్క్ నగరంలో ఔషధరంగంలో ఉన్నారు. ఆధునిక కాలపు గురువుగా వివిధ బాధ్యతలను నిర్వర్తిస్తూనే, ప్రపంచవ్యాప్తంగా ఉన్న ఆధ్యాత్మిక అన్వేషకులకు సహాయం చేస్తూఉంటారు.

వారిని ఒక ఆధ్యాత్మిక విద్యార్థిగా పరిగణించుకుంటూ, చైతన్యము. పరిశోధనకు వారు ఎక్కువ సమయాన్ని, శక్తినీ వెచ్చిస్తుంటారు. వారి స్వీయ అనుభవం, ఇంకా శాస్త్రీయ రంగంలో వారికి గల ప్రావీణ్యం ఆధారంగా, విషయాలను ఆచరణాత్మక పద్ధతులలో సమీక్షిస్తుంటారు.